திருக்குறள்

தெளிவு

‘தமிழ்ச் செம்மல்’, கலைமாமணி
பேராசிரியர்

டாக்டர் ந. சுப்புரெட்டியார்

M.A., B.Sc., L.T., Vidvan, Ph.D., D.Lit.

ரிதம்

ரிதம் வெளியீடு

திருக்குறள் தெளிவு
டாக்டர் ந. சுப்புரெட்டியார் ©

Thirukural Thelivu
Doctrate Na. Subbureddiyar ©

1st Edition: March 2023
Pages: 304   Price: Rs. 66
ISBN: 978-93-93724-64-9

Publishing Editor
T. Senthil Kumar

Published by:
Rhythm Veliyeedu
New No.58, Old No.26/1, 1st Floor,
Alandur Road, Saidapet,
Chennai - 600 015, Tamil Nadu, INDIA
Ph : (044) 2381 0888, 2381 1808, 4208 9258
E-mail : senthil@rhythmbooks.in
Web : www.rhythmbooksonline.com

Book Layout Cover Design
Visual Vinodh - 9500149822

இந்நூலைப் படிப்போர் சிந்தனைக்கு

ஓதி உணர்ந்தும்
 பிறர்க்குரைத்தும் தாண்டங்காப்
பேதையின் பேதையார்
 இல். - பொய்யாமொழி (834)

நூல்களை முறையாக ஓதியும், அவற்றின் பொருளை உணர்ந்தும், பிறர்க்கு எடுத்துக் சொல்லியும் தான் அவற்றின் நெறியில் அடங்கியும் ஒழுகாத பேதையாலும் பெரிய பேதையர் இவ்வுலகில் இலர்.

வள்ளுவன் தன்னை உலகினுக்கே - தந்து
வான் புகழ் கொண்ட தமிழ்நாடு.
- பாரதியார் (செந்தமிழ் நாடு-7)

உலகப் பொதுமறை
அருளிய
திருவள்ளுவர்

திருக்குறள் பெருமை

பாலெல்லாம் நல்லாவின்
 பாலாமோ? பாரிலுள்ள
நூலெல்லாம் வள்ளுவர்செய்
 நூலாமோ?

- உரைச் சிறப்புப்பாயிரம்

வள்ளுவர்செய் திருக்குறளை
 மறுவறநன்கு உணர்ந்தோர்கள்
உள்ளுவரோ மனுவாதி
 ஒருகுலத்துக்கு ஒருநீதி?

- பேராசிரியர் சுந்தரம் பிள்ளை

மக்களுக்கு மாநிலத்தில் வாழ்க்கை வழிகளெல்லாம்
சிக்கலறக் காட்டிநலம் செய்நூலாம் - மிக்கபுகழ்ச்
செந்தமிழ்ச் செல்வத் திருக்குறளை நெஞ்சமே
சிந்தனை செய்வாய் தினம்.

- கவிமணி தேசிகவிநாயகம் பிள்ளை

என்னை நன்றாக இறைவன் படைத்தான்
தன்னை நன்றாகத் தமிழ் செய்யு மாறே.
- திருமூலர் *(திருமந்திரம் 81)*

'தமிழ்ச் செம்மல்', 'கலைமாமணி'
பேராசிரியர், டாக்டர்

ந. சுப்புரெட்டியார்

பிறப்பு: 27.8.1916

நூல்முகம்

பொதுமறை தந்த - தேவன் பொய் சொல்லாப் புலவன் என்று கவிமணியால் பாராட்டப் பெறும் திருவள்ளுவர் ஓர் உலகப் பெருங்கவிஞர்; ஒப்பற்ற கவிஞர். அவர் உள்ளத்துத் தோன்றிய அழகிய கருத்துகள் மக்கள் வாழ வழிகாட்டும் பொய்யாமொழிகள். இவை நாடு, மொழி, இனம், அறம், சமயம் இவற்றிக்கு அப்பாற்பட்ட பொன் மொழிகள்.

வள்ளுவர் பெருமான் தமிழன்னை பெற்றெடுத் தவப் புதல்வர். அவரை உலகுக்குக் கொடுத்துத் தமிழ்நாடு வான் புகழை ஈட்டிக் கொண்டது. மன்பதைக்கு வாழ்வியலை உணர்த்துவதற்காக எழுந்தது அவரது நூல். இதுவே அவரது தலையாய நோக்கம். எனினும் அரசியலை அறிய விரும்புவார்க்கு ஓர் அரசியல் நூல்; ஞானத்தை விரும்புவார்க்கு ஒரு ஞானக் கருவூலம்: கவிச்சுவை விரும்புவார்க்கு ஒரு காவியம். அக இலக்கியச் சுவையை விரும்புவார்க்கு ஓர் அருமைப் பெட்டகம்; பேரின்பம் நாடுவோர்க்கு ஒரு பேரின்ப நூல். மக்களின் வயது நிலைக்கட்கேற்ப மேற்கொண்ட வாழ்க்கை நெறிகட்கேற்ப ஒளி காட்டும் கலங்கரை விளக்கு. இம்மைக்கும் இன்பம் நல்கி மறுமைக்கும் வீடுபேற்றினை அளிக்கும் நூல்.

திருக்குறளுக்குப் பல அரிய உரைகள் உள்ளன. அவை அறிஞர்கட்கே உரியவை.

இந்தத் 'திருக்குறள் தெளிவு' இளைஞர் முதல் வளர்ந்தவர் வரை எளிதாக அறியும் வண்ணம் அமைக்கப் பெற்றுள்ளது. படிப்போர் ஒருசில உண்மைகளையாவது கடைப்பிடித்து ஒழுக வேண்டும் என்பது என் விருப்பம். அதுவே வள்ளுவப் பெருந்தகைக்கு நாம் காட்டும் கைம்மாறு. இதற்காகத்தானே அவர் நமக்கு நாலை அருளினார்!

இந்நூலை அழகிய முறையில் அச்சிட்டு எழில் கொழிக்கும் முறையில் கட்டமைத்து கற்போர் கைகளில் கவினுறும் வகையில் வழங்குகின்றது ரிதம் வெளியீடு.

தமிழர் எல்லோருடைய கைகளிலும் இந்நூலின் படியொன்று இருக்கும் நிலை இறையருளால் ஏற்பட்டால் அதுவே எங்கள் முயற்சிக்கும் உழைப்புக்கும் பயனாக அமையும்.

வாழ்க வள்ளுவம்!

- ந. சுப்பு ரெட்டியார்

'வேங்கடம்'
எண்-13 (மனை எண்-3354)
அண்ணாநகர்,
சென்னை-600 040
நவம்பர் 1993

உள்ளுறை

பக்கம்

அதிகார அகராதி x

1. அறத்துப்பால் 1
   பாயிரம் 2
   இல்லறவியல் 10
   துறவறவியல் 50
   ஊழியல் 76
திருவள்ளுவ மாலை (பொருக்கு மணிகள்) 78

2. பொருட்பால் 79
   அரசியல் 80
   அமைச்சியல் 130
   அரணியல் 150
   கூழியல் 155
   படையியல் 156
   நட்பியல் 160
   குடியியல் 194
திருவள்ளுவ மாலை (பொருக்கு மணிகள்) 220

3. இன்பத்துப்பால் 221
   களவியல் 222
   கற்பியல் 236
திருவள்ளுவ மாலை (பொருக்கு மணிகள்) 272
செய்யுள் முதற்குறிப்பு 273
திருள்ளுவர் - வேறு பெயர்கள் 292

அதிகார அகராதி

(பக்க எண்கள்)

அடக்கமுடைமை 26
அமைச்சு 130
அரண் 152
அருளுடைமை 50
அலர் அறிவுறுத்தல் 234
அவர்வயின் விதும்பல் 258
அவா அறுத்தல் 74
அவை அஞ்சாமை 148
அவை அறிதல் 146
அழுக்காறாமை 34
அறன் வலியுறுத்தல் 8
அறிவுடைமை 88
அன்புடைமை 16
ஆள்வினை உடைமை 126
இகல் 174
இடன் அறிதல் 102
இடுக்கண் அழியாமை 128
இரவச்சம் 216
இரவு 214
இல்வாழ்க்கை 10
இறைமாட்சி 80
இனியவை கூறல் 20
இன்னா செய்யாமை 64
ஈகை 46
உட்பகை 180
உழவு 210
உறுப்புநலன் அழிதல் 252
ஊக்கம் உடைமை 122
ஊடலுவகை 270
ஊழ் 76
ஒப்புரவறிதல் 44
ஒழுக்கமுடைமை 28
ஒற்றாடல் 120
கடவுள் வாழ்த்து 2
கண்ணோட்டம் 118
கண்விதுப்பழிதல் 240
கயமை 218
கல்லாமை 84
கல்வி 82
கள்ளாமை 58
கள்ளுண்ணாமை 188
கனவுநிலை உரைத்தல் 248
காதற் சிறப்புரைத்தல் 230
காலம் அறிதல் 100
குடிசெயல் வகை 208
குடிமை 194
குறிப்பறிதல் 144
குறிப்பறிதல் 224
குறிப்பறிவுறுத்தல் 260
குற்றங்கடிதல் 90
கூடா ஒழுக்கம் 56
கூடா நட்பு 168
கேள்வி 86
கொடுங்கோன்மை 114
கொல்லாமை 66
சான்றாண்மை 200
சிற்றினம் சேராமை 94
சுற்றந் தழால் 108
சூது 190
செங்கோன்மை 112
செய்ந்நன்றி அறிதல் 22
சொல்வன்மை 132

தகையணங்குறுத்தல்	222	புகழ்	48
தவம்	54	புணர்ச்சி மகிழ்தல்	226
தனிப்படர் மிகுதி	244	புணர்ச்சி விதும்பல்	262
தீ நட்பு	166	புலவி	266
தீவினையச்சம்	42	புலவி நுணுக்கம்	268
துறவு	70	புலால் மறுத்தல்	52
தூது	140	புல்லறிவான்மை	172
தெரிந்து செயல்வகை	96	புறங்கூறாமை	38
தெரிந்து தெளிதல்	104	பெண்வழிச் சேரல்	184
தெரிந்து வினையாடல்	106	பெரியாரைத் துணைக்கோடல்	92
நடுவு நிலைமை	24	பெரியாரைப் பிழையாமை	182
நட்பாராய்தல்	162	பெருமை	198
நட்பு	160	பேதைமை	170
நலம் புனைந்துரைத்தல்	228	பொச்சாவாமை	110
நல்குரவு	212	பொருள் செயல்வகை	154
நன்றியில் செல்வம்	204	பொழுதுகண்டு இரங்கல்	250
நாடு	150	பொறையுடைமை	32
நாணுடைமை	206	மக்கட்பேறு	14
நாணுத் துறவுரைத்தல்	232	மடி இன்மை	124
நிலையாமை	68	மருந்து	192
நிறையழிதல்	256	மன்னரைச் சேர்ந்தொழுகல்	142
நினைந்தவர் புலம்பல்	246	மானம்	196
நீத்தார் பெருமை	6	மெய்யுணர்தல்	72
நெஞ்சொடு கிளத்தல்	254	வரைவின் மகளிர்	186
நெஞ்சொடு புலத்தல்	264	வலியறிதல்	98
பகை மாட்சி	176	வாய்மை	60
பகைத்திறம்	178	வாழ்க்கைத் துணைநலம்	12
பசப்புறு பருவரல்	242	வான் சிறப்பு	4
படர்மெலிந்து இரங்கல்	238	விருந்தோம்பல்	18
படைச்செருக்கு	158	வினைசெயல்வகை	138
படைமாட்சி	156	வினைத்திட்பம்	136
பண்புடைமை	202	வினைத்தூய்மை	134
பயனில சொல்லாமை	40	வெஃகாமை	36
பழைமை	164	வெகுளாமை	62
பிரிவாற்றாமை	236	வெருவந்த செய்யாமை	116
பிறனில் விழையாமை	30		

1
அறத்துப்பால்

பாயிரம்: 1 முதல் 40 முடிய
இல்லறவியல்: 41 முதல் 240 முடிய
துறவறவியல்: 241 முதல் 370 முடிய
ஊழியல்: 371 முதல் 380 முடிய

1. கடவுள் வாழ்த்து

அகர முதல எழுத்தெல்லாம் ஆதி
பகவன் முதற்றே உலகு.   1

   எழுத்துகள் எல்லாம் அகர ஒலியை முதலாகக் கொண்டவை. அதுபோல் உலகிலுள்ள உயிர்கள் எல்லாம் ஆதியாகிய கடவுளை முதல்வனாகக் கொண்டவை.

கற்றதனா லாய பயனென்கொல் வாலறிவன்
நற்றாள் தொழாஅர் எனின்.   2

   தூய அறிவு வடிவான இறைவனின் திருவடிகளைத் தொழாதவருக்கு அவர் கற்ற கல்வியினால் உண்டாகும் பயன் ஒன்றும் இல்லை.

மலர்மிசை ஏகினான் மாணடி சேர்ந்தார்
நிலமிசை நீடுவாழ் வார்.   3

   அன்பரின் நெஞ்சமாகியும் இதயத்தாமரையில் வீற்றிருக்கும் இறைவனின் சிறந்த திருவடிகளை இடைவிடாமல் நினைப்பவர்களே இன்ப உலகில் நிலையாக வாழ்வார்கள்

வேண்டுதல் வேண்டாமை இலான்அடி சேர்ந்தார்க்கு
யாண்டும் இடும்பை இல.   4

   விருப்பு வெறுப்பு இல்லாத இறைவனின் திருவடிகளைப் பொருந்தி நினைக்கின்றவர்களுக்கு எப்பொழுதும் எவ்விடத்தும் துன்பம் இல்லை.

இருள்சேர் இருவினையும் சேரா இறைவன்
பொருள்சேர் புகழ்புரிந்தார் மாட்டு.   5

   இறைவனின் உண்மை சேர்ந்த புகழை விரும்பி அன்பு செலுத்தினவர்களிடம் அறியாமையால் விளையும் நல்வினை தீவினை ஆகிய இருவகை வினைகளும் வந்து சேரா.

1. கடவுள் வாழ்த்து

பொறிவாயில் ஐந்தவித்தான் பொய்தீர் ஒழுக்க
நெறிநின்றார் நீடுவாழ் வார். 6

ஐம்பொறி வாயிலாக எழுகின்ற ஆசைகளை
ஒழித்த இறைவனின் பொய்யற்ற ஒழுக்க நெறியில்
நின்றவரே நிலைபெற்ற வாழ்வினர் ஆவர்.

தனக்குவமை இல்லாதான் தாள்சேர்ந்தார்க் கல்லால்
மனக்கவலை மாற்றல் அரிது. 7

தனக்கு ஒப்புமை இல்லாத இறைவனின்
திருவடிகளைப் பொருந்தி நினைக்கின்றவர்களுக்கு
அன்றிப் பிறர்க்கு மனக்கவலை மாற்றுதல்
அரிதாகும்.

அறவாழி அந்தணன் தாள்சேர்ந்தார்க் கல்லால்
பிறவாழி நீந்தல் அரிது. 8

அறக்கடலாக விளங்கும் இறைவனின்
திருவடிகளைச் சேர்ந்தவர்கட்கு அல்லாமல்
பிறர்க்குப் பொருளும் இன்பமும் ஆகிய மற்றக்
கடல்களைக் கடத்தல் அரிது.

கோளில் பொறியில் குணமிலவே எண்குணத்தான்
தாளை வணங்காத் தலை. 9

கேட்காத செவியும், காணாத கண்ணும் போல
எண்வகைக் குணங்களின் உருவான இறைவனின்
திருவடிகளை வணங்காத தலை பயனற்றது.

பிறவிப் பெருங்கடல் நீந்துவர் நீந்தார்
இறைவன் அடிசேரா தார். 10

இறைவனின் திருவடிகளைச் சேர்ந்தவர்களே
பிறவிப் பெருங்கடலைக் கடப்பர்; சேராதவர்களால்
கடக்க இயலாது.

2. வான் சிறப்பு

வான்நின்று உலகம் வழங்கி வருதலால்
தான்அமிழ்தம் என்றுணரற் பாற்று.   11

    மழை தவறாது பெய்தலால்தான் இந்த உலகம் (உயிர்கள்) வாழ்ந்து வருகின்றது. ஆகையால், அந்த மழை உயிர்களுக்குச் சாவா மருந்து (அமிழ்தம்) என்று உணரத் தக்கது.

துப்பார்க்குத் துப்பாய துப்பாக்கித் துப்பார்க்குத்
துப்பாய தூஉம் மழை.   12

    உண்பவர்கட்குத் தக்க உணவுப் பொருள்களை விளைத்துத் தந்து, பருகுவார்க்குத் தானும் ஓர் உணவாக இருப்பது மழையாகும்.

விண்இன்று பொய்ப்பின் விரிநீர் வியனுலகத்து
உள்நின்று உடற்றும் பசி.   13

    மழை பெய்யாமல் பொய்படுமானால் கடல் சூழ்ந்த பரந்த இவ்வுலகத்தில் பசி நிலைத்து நின்று உயிர்களை வருத்தும்.

ஏரின் உழாஅர் உழவர் புயலென்னும்
வாரி வளங்குன்றிக் கால்.   14

    மழை என்னும் வருவாயின் வளம் குன்றி விட்டால் பயிர் செய்யும் உழவரும் ஏர் கொண்டு உழமாட்டார்கள்.

கெடுப்பதூஉங் கெட்டார்க்குச் சார்வாய்மற் றாங்கே
எடுப்பதூஉம் எல்லாம் மழை.   15

    பெய்யாமல் வாழ்வைக் கெடுக்க வல்லதும் மழை; மழையின்றி வளங்கெட்டு நொந்தவர்க்குத் துணையாக அமைந்து காக்க வல்லதும் மழையாகும்.

2. வான் சிறப்பு

விசும்பின் துளிவீழின் அல்லால்மற் றாங்கே
பசும்புல் தலைகாண்பு அரிது.   16

> வானத்திலிருந்து மழைத்துளி வீழ்ந்தால் அன்றி,
> உலகில் ஓரறிவுயிராகிய பசும்புல்லின் தலையையும்
> காண முடியாது.

நெடுங்கடலும் தன்நீர்மை குன்றும் தடிந்தெழிலி
தான்நல்கா தாகி விடின்.   17

> மேகம் கடலிலிருந்து நீரை முகந்து சென்று மீண்டும்
> அதனிடத்திலே பெய்யாதொழியுமானால்,
> அப்பெரிய கடலும் தன் வளம் குன்றிப்போகும்.

சிறப்பொடு பூசனை செல்லாது வானம்
வறக்குமேல் வானோர்க்கும் ஈண்டு.   18

> மழை முறையாகப் பெய்யவில்லையானால்
> இவ்வுலகத்தில் வானோர்க்காக நடத்தப்பெறும்
> திருவிழாக்களும் பூசனைகளும் நடைபெறாமல்
> நின்று போகும்.

தானம் தவம்இரண்டும் தங்கா வியன்உலகம்
வானம் வழங்கா தெனின்.   19

> மழை பெய்யவில்லையானால் இப்பரந்த உலகில்
> பிறர் பொருட்டுச் செய்யப்படும் தானமும்,
> தம்பொருட்டுச் செய்யப்படும் தவமும் இல்லையாகி
> விடும்.

நீர்இன்று அமையாது உலகெனின் யார்யார்க்கும்
வான்இன்று அமையாது ஒழுக்கு.   20

> நீர் இல்லாமல் எத்தகையோர்க்கும் உலக வாழ்க்கை
> அமையாது; அதுபோல மழையில்லையானால்
> ஒழுக்கமும் நிலைபெறாது.

3. நீத்தார் பெருமை

ஒழுக்கத்து நீத்தார் பெருமை விழுப்பத்து
வேண்டும் பனுவல் துணிவு. 21

ஒழுக்க நெறியில் நிலையாக நின்று பற்று விட்டவர்களின் பெருமையைச் சிறந்ததாகப் போற்றிக் கூறுவது நூல்களின் துணிவு.

துறந்தார் பெருமை துணைக்கூறின் வையத்து
இறந்தாரை எண்ணிக்கொண் டற்று. 22

பற்றுகளை விட்டவர்களின் பெருமையை அளந்து கூறுதல் உலகில் இதுகாறும் பிறந்து இறந்தவர்களைக் கணக்கெடுத்தாற் போன்றது.

இருமை வகைதெரிந்து ஈண்டுஅறம் பூண்டார்
பெருமை பிறங்கிற்று உலகு. 23

பிறப்பு வீடுபேறு இவற்றின் துன்ப இன்பக் கூறுபாடுகளை ஆராய்ந்து அறிந்து இப்பிறப்பில் துறவறத்தை மேற்கொண்டவரின் பெருமையே உலகத்தில் உயர்ந்து விளங்குவது.

உரனென்னும் தோட்டியான் ஓரைந்தும் காப்பான்
வரனென்னும் வைப்பிற்கோர் வித்து. 24

அறிவு என்னும் அங்குசத்தால் ஐம்பொறிகளாகிய யானைகளை அடக்கிக் காப்பவனே மேலான வீட்டுலகிற்கு வித்து போன்றவன்.

ஐந்தவித்தான் ஆற்றல் அகல்விசும்பு உளார்கோமான்
இந்திரனே சாலுங் கரி. 25

ஐம்பொறிவழியாக எழும் ஆசைகளை ஒழித்தவனுடைய வல்லமைக்கு வானுலகக் கோமானாகிய இந்திரனே போதுமான சான்றாவான்.

3. நீத்தார் பெருமை

செயற்கரிய செய்வார் பெரியர் சிறியர்
செயற்கரிய செய்கலா தார். 26

செய்வதற்கு அரியதானவற்றைச் செய்பவர் பெரியோர், செய்வதற்கு அரிதானவற்றைச் செய்யமாட்டாதவர் சிறியோர்.

சுவைஒளி ஊறுஓசை நாற்றமென்று ஐந்தின்
வகைதெரிவான் கட்டே உலகு. 27

சுவை ஒளி ஊறு ஓசை நாற்றம் என்று சொல்லப்படும் ஐந்தின் வகைகளையும் ஆராய்ந்து அறிய வல்லவனுடைய அறிவிற்குள் உள்ளது உலகம்.

நிறைமொழி மாந்தர் பெருமை நிலத்து
மறைமொழி காட்டி விடும். 28

பயன் நிறைந்த மொழிகளில் வல்ல சான்றோரின் பெருமையை உலகில் நிலையாக விளங்கும் அவர்களுடைய மறை மொழிகளே காட்டிவிடும்.

குணமென்னும் குன்றேறி நின்றார் வெகுளி
கணமேயும் காத்தல் அரிது. 29

நல்ல பண்புகளாகிய மலையின்மேல் ஏறி நின்ற பெரியோரின் சினம் சிறுபொழுதே என்றாலும் அதன் விளைவை எவராலும் தாங்குதல் அரியதாகும்.

அந்தணர் என்போர் அறவோர்மற் றெவ்வுயிர்க்கும்
செந்தண்மை பூண்டொழுக லான். 30

எவ்வகைப்பட்ட உயிர்களிடத்திலும் செம்மையான அருளை மேற்கொண்டு ஒழுகுவதால் அந்தணர் என்போரே அறவோர் ஆவர்.

4. அறன் வலியுறுத்தல்

சிறப்புஈனும் செல்வமும் ஈனும் அறத்தினூஉங்கு
ஆக்கம் எவனோ உயிர்க்கு. 31

அறம் மக்களுக்குச் சிறப்பையும் செல்வத்தையும் நல்கும்; அதனால் அறத்தைவிட உயிருக்கு நன்மை தருவது வேறு இல்லை.

அறத்தினூஉங்கு ஆக்கமும் இல்லை அதனை
மறத்தலின் ஊங்கில்லை கேடு. 32

ஒருவருடைய வாழ்க்கைக்கு அறத்தை விட நன்மையானதும் இல்லை; அந்த அறத்தைப் போற்றாமல் மறப்பதைவிடக் கேடும் வேறு இல்லை.

ஒல்லும் வகையான் அறவினை ஓவாதே
செல்லும்வா யெல்லாம் செயல். 33

செய்யக்கூடிய வகையால் இயன்றவரை அறச் செயலைச் செய்யக்கூடிய இடங்களிலெல்லாம் இடைவிடாமல் தொடர்ந்து செய்து வருதல் வேண்டும்.

மனத்துக்கண் மாசிலன் ஆதல் அனைத்துஅறன்
ஆகுல நீர பிற. 34

ஒருவன் தன் மனத்திடத்துக் குற்றமிலனாக இருத்தல் வேண்டும்; அவ்வளவே அறம் எனப்படும்; மனத்தூய்மை இல்லாத மற்றவை யாவும் ஆரவாரத் தன்மையுடையவை.

அழுக்காறு அவாவெகுளி இன்னாச்சொல் நான்கும்
இழுக்கா இயன்றது அறம். 35

பொறாமை ஆசை சினம் கடுஞ்சொல் என்னும் நான்கிற்கும் ஒரு சிறிதும் இடம் தராமல் ஒழுகி வருவதே அறமாகும்.

4. அறன் வலியுறுத்தல்

அன்றறிவாம் என்னாது அறஞ்செய்க மற்றது
பொன்றுங்கால் பொன்றாத் துணை. 36

இளைஞராக உள்ளவர் பிற்காலத்தில் பார்த்துக் கொள்ளலாம் என்று தள்ளி வைக்காமல் அறத்தை அன்றே செய்தல் வேண்டும்; அதுவே உடல் அழியும் காலத்தில் அழியாத் துணையாகும்.

அறத்தாறு இதுவென வேண்டா சிவிகை
பொறுத்தானோடு ஊர்ந்தான் இடை. 37

பல்லக்கை சுமப்பவனும் அதன்மேல் அமர்ந்து செல்பவனும் ஆகிய அவர்களிடையே அறத்தின் பயன் இஃது எனக் கூறவேண்டா.

வீழ்நாள் படாஅமை நன்றாற்றின் அஃதொருவன்
வாழ்நாள் வழியடைக்குங் கல். 38

செய்யத் தவறிய நாள் என்றில்லாமல் ஒருவன் அறம் செய்வானாயின் அதுவே அவன் பிறவி வரும் வழியை அடைக்கும் கல்லாகும்.

அறத்தான் வருவதே இன்பம்மற் றெல்லாம்
புறத்த புகழும் இல. 39

அறநெறியில் வாழ்வதன் பயனாக வருவதே இன்பமாகும்; மற்ற வகையில் வருவன எல்லாம் இன்பம் இல்லாதவை; புகழும் அற்றவை.

செயற்பால தோரும் அறனே ஒருவற்கு
உயற்பால தோரும் பழி. 40

ஒருவன் தன் வாழ்நாளில் செய்ய வேண்டியது எல்லாம் அறமே; அவன் செய்யாமல் காக்கவேண்டியது எல்லாம் பழியே.

5. இல்வாழ்க்கை

இல்வாழ்வான் என்பான் இயல்புடைய மூவர்க்கும்
நல்லாற்றின் நின்ற துணை. 41

இல்லறத்தில் வாழ்பவனாகச் சொல்லப்படுபவன் அறத்தின் இயல்பையுடைய முத்திறத்தார்க்கும் நல்வழியில் நிலையான துணையாவான்.

துறந்தார்க்கும் துவ்வா தவர்க்கும் இறந்தார்க்கும்
இல்வாழ்வான் என்பான் துணை. 42

துறந்தவர்க்கும் வறியவர்க்கும் தனக்குத் தொடர்புடைய இறந்தவர்க்கும் இல்வாழ்வினனே துணையாவான்.

தென்புலத்தார் தெய்வம் விருந்தொக்கல் தானென்றாங்கு
ஐம்புலத்தாறு ஓம்பல் தலை. 43

தென்புலத்தார் தெய்வம் விருந்தினர், சுற்றத்தார். தன் குடும்பம் என்ற ஐந்திடத்தும் அறநெறி வழுவாமல் பேணுதல் இல்வாழ்வானின் சிறந்த கடமையாகும்.

பழியஞ்சிப் பாத்தூண் உடைத்தாயின் வாழ்க்கை
வழிஎஞ்சல் எஞ்ஞான்றும் இல். 44

பொருள் சேர்க்கும்போது பழிக்கும் அஞ்சுதல், செலவு செய்யும் போது பகுத்து உண்ணுதல் ஆகிய இரண்டும் ஒருவனிடத்து இருந்தால் அவனது வாழ்க்கையில் ஒழுங்கு எப்போதும் குறைவதில்லை.

அன்பும் அறனும் உடைத்தாயின் இல்வாழ்க்கை
பண்பும் பயனும் அது. 45

ஒருவனது இல்வாழ்க்கையில் கணவன் மனைவியரிடையே அன்புப் பிணைப்பும் அறநெறியில் ஒழுகுதலும் இருக்குமாயின் அந்த வாழ்க்கையின் பண்பும் பயனும் அதுவேயாகும்.

5. இல்வாழ்க்கை

அறத்தாற்றின் இல்வாழ்க்கை ஆற்றின் புறத்தாற்றில்
போஒய்ப் பெறுவது எவன். 46

ஒருவன் இல்வாழ்க்கையை அறநெறிப்படி நடத்துவானாயின், அவன் வேறு நெறியில் சென்று பெறத்தக்கது ஒன்றுமே இல்லை.

இயல்பினான் இல்வாழ்க்கை வாழ்பவன் என்பான்
முயல்வாருள் எல்லாம் தலை. 47

அறநெறியின் இயல்போடு இல்வாழ்க்கை வாழ்கின்றவன் வாழ்வு முயற்சியில் ஈடுபடுவாருள் எல்லாம் தலைசிறந்தவன் ஆவான்.

ஆற்றின் ஒழுக்கி அறனிழுக்கா இல்வாழ்க்கை
நோற்பாரின் நோன்மை உடைத்து. 48

பிறரையும் அறநெறிப்படி நடக்கச் செய்து, தானும் அறநெறியில் தவறாது வாழ்பவனின் இல்வாழ்க்கை தவசியரின் நோன்பைவிட வலிமையுடைத்து.

அறன்எனப் பட்டதே இல்வாழ்க்கை அஃதும்
பிறன்பழிப்பது இல்லாயின் நன்று. 49

அறம் என்று சிறப்பித்துச் சொல்லப் பெற்றது இல்வாழ்க்கையே; அதுவும் பிறன் பழிக்கும் குற்றம் இல்லையாயின் சிறப்புடையதாகும்.

வையத்துள் வாழ்வாங்கு வாழ்பவன் வானுறையும்
தெய்வத்துள் வைக்கப் படும். 50

உலகில் வாழவேண்டிய அறநெறியில் நின்று வாழ்பவன் வானுலகிலுள்ள தேவர்களுள் ஒருவனாக மதிக்கப்படுவான்.

6. வாழ்க்கைத் துணைநலம்

**மனைத்தக்க மாண்புடையள் ஆகித்தற் கொண்டான்
வளத்தக்காள் வாழ்க்கைத் துணை.** 51

இல் வாழ்க்கைக்குத் தகுந்த நற்பண்பு உடையவளாகித் தன் கணவனின் பொருள் வளத்துக்குத்தக்க வாழ்க்கை நடத்துகின்றவளே சிறந்த வாழ்க்கைத் துணைவியாவாள்.

**மனைமாட்சி இல்லாள்கண் இல்லாயின் வாழ்க்கை
எனைமாட்சித் தாயினும் இல்.** 52

இல்வாழ்க்கைக்குத் தக்க நற்பண்பு மனைவியிடம் இல்லையாயின், அந்த இல்வாழ்க்கையில் எவ்வளவு சிறப்பிருந்தாலும் அது வாழ்வு ஆகாது.

**இல்லதென் இல்லவள் மாண்பானால் உள்ளதென்
இல்லவள் மாணாக் கடை.** 53

மனைவி நற்குண நற்செய்கைகள் உடையவளானால் கணவனிடத்தில் இல்லாதது ஒன்றும் இல்லை; அவள் நற்பண்பு இல்லாதவளானால் வாழ்க்கையில் ஒன்றும் இல்லையாகும்.

**பெண்ணிற் பெருந்தக்க யாவுள கற்பென்னும்
திண்மையுண் டாகப் பெறின்.** 54

கற்பு என்னும் மனவுறுதி இல்லாளிடம் இருக்கப் பெற்றால் அந்தப் பெண்ணைவிடப் பெருமைமிக்கவை வேறு ஒன்றும் இல்லை.

**தெய்வந் தொழாஅள் கொழுநன் தொழுதெழுவாள்
பெய்யெனப் பெய்யும் மழை.** 55

வேறு தெய்வத்தைத் தொழாதவளாய்த் தன் கணவனையே தெய்வமாகக் கொண்டு தொழுது துயிலெழுகின்றவள் 'பெய்' என்றால் மழை பெய்யும்.

6. வாழ்க்கைத் துணைநலம்

தற்காத்துத் தற்கொண்டான் பேணித் தகைசான்ற
சொற்காத்துச் சோர்விலாள் பெண். 56

கற்பு நெறியில் தன்னையும் காத்துக் கொண்டு, தன் கணவனையும் பாதுகாத்து இருவரிடமும் புகழ் நீங்காமல் காத்துச்சோர்வு அடையாதவளே சிறந்த பெண்ணாவாள்.

சிறைகாக்குங் காப்புஎவன் செய்யும் மகளிர்
நிறைகாக்குங் காப்பே தலை. 57

மகளிரைக் காவல் வைத்துக் காப்பதால் பயன் இல்லை. அவர்கள் நிறை என்னும் பண்பால் தம்மைத் தாமே காக்கும் காப்பே சிறப்பானதாகும்.

பெற்றாற் பெறின்பெறுவர் பெண்டிர் பெருஞ்சிறப்புப்
புத்தேளிர் வாழும் உலகு. 58

தம் கணவனைப் போற்றிக் கடமை செய்யும் மகளிர் பெருஞ் சிறப்புடைய புத்தேளிர் வாழும் மேலுலக வாழ்வினைப் பெறுவர்.

புகழ்புரிந்த இல்லிலோர்க்கு இல்லை இகழ்வார்முன்
ஏறுபோல் பீடு நடை. 59

புகழைக் காப்பாற்ற விரும்பும் மனைவி இல்லாதவருக்குத் தம்மை இகழ்ந்து பேசும் பகைவர் முன்னே ஏறுபோல் நடக்கும் பெருமித நடையும் இல்லை.

மங்கலம் என்ப மனைமாட்சி மற்றுஅதன்
நன்கலம் நன்மக்கட் பேறு. 60

மனைவியின் மாண்புடைய நற்பண்பே இல்வாழ்க்கையின் மங்கலம் (நன்மை) என்று கூறுவர்; நல்ல மக்களைப் பெறுதலே அதற்கு நல்ல அணிகலம் என்றும் மொழிவர்.

7. மக்கட்பேறு

பெறுமவற்றுள் யாமறிவது இல்லை அறிவறிந்த
மக்கட்பேறு அல்ல பிற. 61

ஒருவன் பெறத்தக்க பேறுகளில் அறியவேண்டியவற்றை அறியவல்ல மக்களைப் பெறுவதைவிடச் சிறந்ததொன்று இருப்பதாக யாம் மதிப்பதில்லை.

எழுபிறப்பும் தீயவை தீண்டா பழிபிறங்காப்
பண்புடை மக்கட் பெறின். 62

பிறர் பழித்தற்கு இடமில்லாத நல்ல பண்புடைய மக்களைப் பெற்றால் ஒருவனுக்கு எழுவகைப் பிறப்புகளிலும் தீவினைப் பயனாகிய துன்பங்கள் சென்றணுகாது.

தம்பொருள் என்பதம் மக்கள் அவர்பொருள்
தம்தம் வினையான் வரும். 63

தம் மக்களே தம்முடைய பொருள்கள் என்று அறிஞர் கூறுவர்;மக்களாகிய அவர்தம் பொருள்கள் அவரவருடைய வினைப்பயனால் வந்து அடையும்.

அமிழ்தினும் ஆற்ற இனிதேதம் மக்கள்
சிறுகை அளாவிய கூழ். 64

தம்முடைய மக்களின் சிறு கைகளால் அளாவப்பெற்ற மிகவும் எளிமையான கூழானாலும், அது பெற்றோர்க்கு அமிழ்தினும் இனிமையுடையதாகும்.

மக்கள்மெய் தீண்டல் உடற்கின்பம் மற்றுஅவர்
சொற்கேட்டல் இன்பம் செவிக்கு. 65

தம் மக்களின் உடம்பைத் தொடுதல் உடலுக்கு இன்பமாகும்; அவர்களின் மழலைச் சொற்களைக் கேட்டல் செவிக்கு மிகவும் இன்பம் தருவதாகும்.

7. மக்கட்பேறு

குழல்இனிது யாழ்இனிது என்பதம் மக்கள்
மழலைச்சொல் கேளா தவர்.   66

தம் மக்களின் மழலைச் சொற்களைக் கேட்டு அதன் இனிமையை நுகராதவரே 'குழல் இசை இனியது', 'யாழ் இசை இனியது' என்று மொழிவர்.

தந்தை மகற்குஆற்றும் நன்றி அவையத்து
முந்தி யிருப்பச் செயல்.   67

தந்தை தன் மகனுக்குச் செய்ய வேண்டிய நல்லுதவி அவனைக் கற்றவர் அவையில் முதன்மை பெறும் தகுதியுடையவனாகச் செய்தலாகும்.

தம்மின்தம் மக்கள் அறிவுடைமை மாநிலத்து
மன்னுயிர்க் கெல்லாம் இனிது.   68

தம் மக்கள் தம்மைவிட அறிவுடையவராக இருத்தல் தமக்கு இன்பம் பயப்பதை விட உலகத்து உயிர்கட்கெல்லாம் மிக்க இன்பம் பயப்பதாகும்.

ஈன்ற பொழுதிற் பெரிதுவக்கும் தன்மகனைச்
சான்றோன் எனக்கேட்ட தாய்.   69

தன் மகன் நற்பண்பு நிறைந்தவன் என்று பிறர் சொல்லக் கேட்ட தாய் அவனைப் பெற்றபொழுது அடைந்த மகிழ்ச்சியைவிடப் பெரிதும் மகிழ்ச்சியுறுவாள்.

மகன்தந்தைக்கு ஆற்றும் உதவி இவன்தந்தை
என்னோற்றான் கொல்எனுஞ் சொல்.   70

மகன் தன் தந்தைக்குச் செய்யத்தக்க கைம்மாறு இவனைப் பெறுவதற்கு இவன் தந்தை என்ன நோன்பு நோற்றானோ? என்று பிறர் புகழ்ந்து கூறும் சொல்லேயாகும்.

8. அன்புடைமை

அன்பிற்கும் உண்டோ அடைக்குந்தாழ் ஆர்வலர்
புன்கணீர் பூசல் தரும். 71

அன்புடையாரின் துன்பத்தைக் கண்டபோது ஒருவர் கண்களிலிருந்து சிந்துகின்ற சிறு கண்ணீரே உள்ளத்தின் அன்பைப் பலரும் அறியப் புலப்படுத்தும். ஆதலால் அன்புக்கு அடைத்து வைக்கும் தாழ்ப்பாள் இல்லை.

அன்பிலார் எல்லாம் தமக்குரியர் அன்புடையார்
என்பும் உரியர் பிறர்க்கு. 72

அன்பில்லாதவர் எல்லாப் பொருள்களையும் தாமே அநுபவிப்பர். அன்புடையவர் தம் உடம்பையும் பிறர்க்கு உரிமையாக்கி வாழ்வர்.

அன்போடு இயைந்த வழக்கென்ப ஆருயிர்க்கு
என்போடு இயைந்த தொடர்பு. 73

அருமையான உயிர்க்கு உடம்போடு பொருந்தியிருக்கும் உறவு. அன்போடு பொருந்தி வாழும் வாழ்க்கையின் பயனே என்று அறிஞர் கூறுவர்.

அன்புஈனும் ஆர்வம் உடைமை அதுஈனும்
நண்பென்னும் நாடாச் சிறப்பு. 74

அன்பு பிறரிடம் விருப்பம் உடையவராக வாழும் பண்பை நல்கும்; அஃது எல்லோரிடத்திலும் நட்பு எனப்படும் அளவு கடந்த சிறப்பையும் தரும்.

அன்புற்று அமர்ந்த வழக்கென்ப வையகத்து
இன்புற்றார் எய்துஞ் சிறப்பு. 75

உலகில் இன்பம் உற்று வாழ்கின்றவர் எய்தும் சிறப்பு, அன்புடையவராகப் பொருந்தி வாழும் வாழ்க்கையின் பயனே என்று பகர்வர்.

8. அன்புடைமை

அறத்திற்கே அன்புசார் பென்ப அறியார்
மறத்திற்கும் அஃதே துணை. 76

    அறத்திற்கு மட்டுமே அன்பு துணையாகும் என்று கூறுவர் அறியாதார்; ஆராய்ந்து நோக்கினால் வீரச் செயல்களுக்கும் அதுவே துணையாக இருப்பது புலனாகும்.

என்பி லதனை வெயில்போலக் காயுமே
அன்பி லதனை அறம். 77

    எலும்பற்ற உடலோடு வாழும் புழுவை வெயில் காய்ந்து வருத்துவதுபோல அன்பற்ற உயிரை அறம் வருத்தும்.

அன்பகத் தில்லா உயிர்வாழ்க்கை வன்பாற்கண்
வற்றல் மரந்தளிர்த் தற்று. 78

    அகத்தில் அன்பு இல்லாமல் வாழும் உயிர் வாழ்க்கை வளமற்ற பாலைவனத்தில் பட்டமரம் தளிர்த்தல் போன்றதாகும்.

புறத்துறுப் பெல்லாம் எவன்செய்யும் யாக்கை
அகத்துறுப்பு அன்பி லவர்க்கு. 79

    உடம்பின் அகத்து உறுப்பாகிய அன்பு இல்லாதவர்க்கு அதன் புறத்து உறுப்புக்களால் யாதொரு பயனும் இராது.

அன்பின் வழியது உயிர்நிலை அஃதிலார்க்கு
என்புதோல் போர்த்த உடம்பு. 80

    அன்பின்வழி இயங்கும் உடம்பே உயிர்நிலை பெறும் உடம்பாகும்; அன்பு இல்லாதவர் உடல் எலும்பைத் தோல் போர்த்த கூடேயாகும்.

9. விருந்தோம்பல்

இருந்தோம்பி இல்வாழ்வ தெல்லாம் விருந்தோம்பி
வேளாண்மை செய்தற் பொருட்டு. 81

    மனைவியுடன் வீட்டில் இருந்து பொருள்களைப் பேணி இல்வாழ்க்கை நடத்துவதெல்லாம் விருந்தினரைப் போற்றி உதவி செய்யும் பொருட்டேயாகும்.

விருந்து புறத்ததாத் தானுண்டல் சாவா
மருந்தெனினும் வேண்டற்பாற் றன்று. 82

    விருந்தாக வந்தவர் வீட்டின் வெளியே இருக்கத்தான் மட்டும் உண்பது சாவா மருந்தாகிய அமிழ்தமேயாயினும் அது விரும்பத்தக்கது அன்று.

வருவிருந்து வைகலும் ஓம்புவான் வாழ்க்கை
பருவந்து பாழ்படுதல் இன்று. 83

    நாள்தோறும் தன்னை நாடிவரும் விருந்தினரைப் போற்றுகின்றவனுடைய வாழ்க்கை துன்பத்தால் வருந்திக் கெடுதல் என்றுமே இல்லை.

அகனமர்ந்து செய்யாள் உறையும் முகனமர்ந்து
நல்விருந்து ஓம்புவான் இல். 84

    முகமலர்ச்சியுடன் நல்ல விருந்தினரைப் போற்றுகின்றவனுடைய வீட்டில் திருமகள் மனம் மகிழ்ந்து வாழ்வாள்.

வித்தும் இடல்வேண்டும் கொல்லோ விருந்தோம்பி
மிச்சில் மிசைவான் புலம். 85

    விருந்தினரைப் போற்றியபின் எஞ்சியதைத் தான் உண்ணுகின்றவனுடைய நிலத்தில் விதைக்காமலேயே பயன் விளையும்.

9. விருந்தோம்பல்

செல்விருந்து ஓம்பி வருவிருந்து பார்த்திருப்பான்
நல்விருந்து வானத் தவர்க்கு. 86

வந்த விருந்தினரைப் போற்றி இனிவரும் விருந்தினரை எதிர்பார்த்திருக்கின்றவன் வானுலகத்திலுள்ள தேவர்க்கும் நல்ல விருந்தினனாவான்.

இனைத்துணைத் தென்பதொன் றில்லை விருந்தின்
துணைத்துணை வேள்விப் பயன். 87

விருந்தோம்பலாகிய வேள்வியின் பயன் இன்ன அளவிலானது என்று கூறமுடியாது விருந்தினரின் தகுதிக்கு ஏற்ற அளவாக அஃது அமையும்.

பரிந்தோம்பிப் பற்றற்றேம் என்பர் விருந்தோம்பி
வேள்வி தலைப்படா தார். 88

விருந்தினரை ஓம்பி அந்த வேள்வியில் ஈடுபடாதவர், பின்னர் பொருளை வருந்திக் காத்துப் (பின்பு இழந்து) பயனை அடையாமற் போனோமே என வருந்தும் நிலையை அடைவர்.

உடைமையுள் இன்மை விருந்தோம்பல் ஓம்பா
மடமை மடவார்கண் உண்டு. 89

செல்வச் செழிப்புடன் இருக்குங் காலத்தில் வறுமை என்பது விரும்தோம்பலைப் போற்றாத அறியாமையாகும்; அஃது அறிவிலிகளிடமே காணப்படும்.

மோப்பக் குழையும் அனிச்சம் முகந்திரிந்து
நோக்கக் குழையும் விருந்து. 90

அனிச்சமலர் முகர்ந்தவுடன் வாடிவிடும். விருந்தினரோ விருந்தளிப்பவரின் முகம் மலராமல் வேறுபட்டுத் தோன்றியவுடனேயே வாடி நிற்பர்.

10. இனியவை கூறல்

இன்சொலால் ஈரம் அளைஇப் படிறுஇலவாம்
செம்பொருள் கண்டார்வாய்ச் சொல். 91

செம்மையான பொருளை அறிந்தவர்களின் வாய்ச்சொற்கள் இனிய சொற்களாய், அன்பு கலந்தனவாய் வஞ்சம் இல்லாதனவாய் இருக்கும்.

அகனமர்ந்து ஈதலின் நன்றே முகனமர்ந்து
இன்சொ லனாகப் பெறின். 92

முகம் மலர்ச்சியுடன் இன்சொல் உடையவனாக இருப்பது மனம் மகிழ்ந்து பொருள் கொடுப்பதை விடச் சிறந்ததாகும்.

முகத்தான் அமர்ந்துஇனிது நோக்கி அகத்தானாம்
இன்சொ லினதே அறம். 93

முகத்தோற்றத்தால் விருப்பத்துடன் இனிமையுடன் நோக்கி உளம் கலந்த இன்சொற்களைக் கூறுவதே அறமாகும்.

துன்புறூஉந் துவ்வாமை இல்லாகும் யார்மாட்டும்
இன்புறூஉம் இன்சொ லவர்க்கு. 94

எவரிடத்தும் இன்பத்தை நல்கும் இன்சொல் வழங்குவோர்க்குத் துன்பத்தை மிகுதிப்படுத்தும் வறுமையும் இல்லாமற் போகும்.

பணிவுடையன் இன்சொலன் ஆதல் ஒருவற்கு
அணியல்ல மற்றுப் பிற. 95

பணிவு உடையவனாகவும், இன்சொல் வழங்குவோனாகவும் இருத்தல் ஒருவனுக்கு அணிகலனாகும். இவையன்றி உடம்பில் அணிபவை அணிகளாகா.

10 இனியவை கூறல்

அல்லவை தேய அறம்பெருகும் நல்லவை
நாடி இனிய சொலின். 96

> பிறர்க்கு நன்மையானவற்றை நாடி, இனிமையுடைய சொற்களைச் சொல்லின், பாவங்கள் தேய்ந்து போகும், அறம் வளர்ந்து பெருகும்.

நயன்ஈன்று நன்றி பயக்கும் பயன்ஈன்று
பண்பின் தலைப்பிரியாச் சொல். 97

> பிறர்க்கு நற்பயனை நல்கி இனிமைப் பண்பிலிருந்து நீங்காத சொற்கள் வழங்குவோனுக்கும் இன்பம் தந்து நன்மை பயக்கும்.

சிறுமையுள் நீங்கிய இன்சொல் மறுமையும்
இம்மையும் இன்பந் தரும். 98

> துன்பம் விளைக்கும் சிறுமையிலிருந்து நீங்கிய சொற்கள் வழங்குவோனுக்கு மறுமையிலும் இம்மையிலும் இன்பம் நல்கும்.

இன்சொல் இனிதீன்றல் காண்பான் எவன்கொலோ
வன்சொல் வழங்கு வது. 99

> இனிய சொற்கள் தனக்கு மிகுந்த இன்பம் தருதலைக் காண்பவன் வன்சொற்களை வழங்குவது என்ன பயன் கருதியோ?

இனிய உளவாக இன்னாத கூறல்
கனியிருப்பக் காய்கவர்ந் தற்று. 100

> இனிய சொற்கள் உள்ளபோது ஒருவன் இன்னாத சொற்களைக் கூறுதல், இனிய கனி இருக்கவும் அதனை உண்ணாமல் காயைப் பறித்துத் தின்பதை ஒத்தது.

11. செய்ந்நன்றி அறிதல்

செய்யாமற் செய்த உதவிக்கு வையகமும்
வானகமும் ஆற்ற லரிது. 101

தான் எதுவுமே செய்யாதிருக்கவும் பிறர் தனக்குச் செய்த உதவிக்கு மண்ணுலகையும் விண்ணுலகையும் கொடுப்பினும் ஈடாக முடியாது.

காலத்தி னாற்செய்த நன்றி சிறிதெனினும்
ஞாலத்தின் மாணப் பெரிது. 102

உற்ற காலத்தில் செய்த உதவி சிறிதளவாக இருப்பினும் அதன் தன்மையை ஆராய்ந்தால் அதன் பெருமையோ உலகத்தைவிட மிகப் பெரியதாகும்.

பயன்தூக்கார் செய்த உதவி நயன்தூக்கின்
நன்மை கடலிற் பெரிது. 103

பயனைக் கருதாதவர் செய்த உதவியின் நன்மையை ஆராய்ந்தால் அதன் நன்மை கடலையும்விட அளவினால் மிகப் பெரியதாகும்.

தினைத்துணை நன்றி செயினும் பனைத்துணையாக்
கொள்வர் பயன்தெரி வார். 104

ஒருவன் தினையளவு நன்மை செய்தானாயினும் அதன் பயனை ஆராய்கின்றவர் அதனைப் பனையளவாக மதித்துப் போற்றுவர்.

உதவி வரைத்தன்று உதவி உதவி
செயப்பட்டார் சால்பின் வரைத்து. 105

ஒருவர் செய்த உதவி அதன் அளவையே எல்லையாக உடையது அன்று; அது உதவி செய்யப்பட்டவரின் பண்புக்கும் ஏற்ற அளவை உடையாதாகும்.

11. செய்ந்நன்றி அறிதல்

மறவற்க மாசற்றார் கேண்மை துறவற்க
துன்பத்துள் துப்பாயார் நட்பு   106

> மன மாசு இல்லாதவரின் நட்பினை ஒருபோதும் மறத்தலாகாது; துன்பம் உற்ற காலத்தில் உறுதுணையாய் உதவியவர்களின் நட்பை எப்போதும் விடலாகாது.

எழுமை எழுபிறப்பும் உள்ளுவர் தங்கண்
விழுமந் துடைத்தவர் நட்பு.   107

> தம்முடைய துன்பத்தைத் துடைத்தவரின் நட்பினை ஏழேழ் பிறப்பிலும் மறவாது நினைந்து போற்றுவர் நன்றியுடையோர்.

நன்றி மறப்பது நன்றன்று நன்றல்லது
அன்றே மறப்பது நன்று.   108

> ஒருவர் செய்த நன்மையை மறப்பது அறம் ஆகாது; அவர் செய்த தீமையை செய்த அப்பொழுதே மறந்து விடுவது அறம் ஆகும்.

கொன்றன்ன இன்னா செயினும் அவர்செய்த
ஒன்றுநன்று உள்ளக் கெடும்.   109

> முன்பு நன்மை செய்த ஒருவர் கொன்றாற்போன்ற துன்பத்தைச் செய்தாரானாலும், அவர், முன்பு செய்த நன்மை ஒன்றை நினைத்தாலும் அந்தத் துன்பம் மறைந்து போகும்.

எந்நன்றி கொன்றார்க்கும் உய்வுண்டாம் உய்வில்லை
செய்ந்நன்றி கொன்ற மகற்கு.   110

> எத்தகைய அறத்தை அழித்தவர்க்கும் தப்புவதற்கு வழி உண்டு, ஆயின், ஒருவர் செய்த உதவியை மறந்து அழித்தவனுக்கு உய்யும் வழியே இல்லை.

12. நடுவு நிலைமை

தகுதி எனஒன்று நன்றே பகுதியால்
பாற்பட்டு ஒழுகப் பெறின். 111

பகைவர், நண்பர், அயலார் என்னும் வேறுபாடின்றி எல்லோரிடமும் முறையோடு பொருந்தி ஒழுகப்பெற்றால் 'தகுதி' என்று கூறப்படும் நடுவு நிலைமை என்னும் அறம் நன்மையைத் தரும்.

செப்பம் உடையவன் ஆக்கம் சிதைவின்றி
எச்சத்திற் கேமாப்பு உடைத்து. 112

நடுவு நிலைமை உடையவனின் செல்வ வளம் இடையில் அழிந்து போகாமல் அவனுடைய வழியினர்க்கும் உறுதியாக நன்மை தரும்.

நன்றே தரினும் நடுவிகந்தாம் ஆக்கத்தை
அன்றே ஒழிய விடல். 113

தீமையைத் தராது நன்மையே தருவதாயினும் நடுவு நிலைமை தவறி உண்டாகும் வளத்தை அப்போதே கைவிட வேண்டும்.

தக்கார் தகவிலர் என்பது அவரவர்
எச்சத்தாற் காணப் படும். 114

ஒருவர் நடுவு நிலைமை உடையவர், அல்லது இல்லாதவர் என்பதை அவரவருக்குப் பின் எஞ்சி நிற்கும் புகழாலும் பழியாலும் அறியலாம்.

கேடும் பெருக்கமும் இல்லல்ல நெஞ்சத்துக்
கோடாமை சான்றோர்க் கணி. 115

பொருட்கேடும் பொருப்பெருக்கமும் வாழ்வில் இல்லாதவை அல்ல; ஆகையால் நெஞ்சில் நடுநிலைமை கோணாமல் இருத்தலே சான்றோர்க்கு அழகாகும்.

12. நடுவு நிலைமை

கெடுவல்யான் என்பது அறிகதன் நெஞ்சம்
நடுவுஒரீஇ அல்ல செயின். 116

தன்நெஞ்சம் நடுவுநிலைமையினின்று நீங்கி முறையல்லாதவற்றைச் செய்ய நினைத்தால் அந்நினைப்பு அவன் கெட்டுப்போவதற்கு அறிகுறியாகும்.

கெடுவாக வையாது உலகம் நடுவாக
நன்றிக்கண் தங்கியான் தாழ்வு. 117

நடுவுநிலைமை தவறாத அறநெறியை மேற்கொண்டொழுகும் ஒருவன் அடைந்த வறுமை நிலையை அறிவுடையோர் தாழ்வாகக் கருதார்.

சமன்செய்து சீர்தூக்கும் கோல்போல்
அமைந்தொருபால்
கோடாமை சான்றோர்க் கணி. 118

முன்னே தான் சமமாக இருந்து பொருளைச் சீர்தூக்கிக் காட்டும் துலாக்கோல் போல் அமைந்து நடுவுநிலைமையிலிருந்து ஒரு பக்கம் சாயாதிருத்தல் சான்றோர்க்கு அழகு.

சொற்கோட்டம் இல்லது செப்பம் ஒருதலையா
உட்கோட்டம் இன்மை பெறின். 119

உள்ளத்தில் கோணுதலற்ற பண்பை உறுதியாகப் பெற்றிருந்தால் சொல்லிலும் கோணுதல் இல்லாத நிலைமை உண்டாகும்.

வாணிகம் செய்வார்க்கு வாணிகம் பேணிப்
பிறவும் தம்போற் செயின். 120

பிறர் பொருளையும் தம் பொருள்போல் போற்றிச் செய்தால், அதுவே வாணிகம் செய்வோர்க்குரிய நல்ல முறையாகும்.

13. அடக்கமுடைமை

அடக்கம் அமரருள் உய்க்கும் அடங்காமை
ஆரிருள் உய்த்து விடும். 121

அடக்கம் ஒருவனை உயர்த்தித் தேவருள் சேர்க்கும்; அடங்காமை பேரிருள் ஆகிய நரகத்தில் தள்ளிவிடும்.

காக்க பொருளா அடக்கத்தை ஆக்கம்
அதனினூஉங் கில்லை உயிர்க்கு. 122

அடக்கத்தை உறுதிப் பொருளாகக் கொண்டு பேணிப் பாதுகாத்து வருக; உயிருக்கு ஆக்கம் தருவது அதனினும் மேம்பட்ட செல்வம் இல்லை.

செறிவறிந்து சீர்மை பயக்கும் அறிவறிந்து
ஆற்றின் அடங்கப் பெறின். 123

அறிய வேண்டியவற்றை அறிந்து நல்வழியில் அடக்கத்துடன் ஒழுகும் பண்பைப் பெற்றால், அந்த அடக்கம் பிறரால் அறியப்பட்டு மேன்மை பயக்கும்.

நிலையில் திரியாது அடங்கியான் தோற்றம்
மலையினும் மாணப் பெரிது. 124

தன் நிலையிலிருந்து திரிந்து போகாமல் அடங்கியிருப்பவனின் உயர்வு மலையின் உயர்வைவிட மிகவும் பெரிய தாகும்.

எல்லார்க்கும் நன்றாம் பணிதல் அவருள்ளும்
செல்வர்க்கே செல்வந் தகைத்து. 125

பணிவுடையவராக ஒழுகுதல் பொதுவாக எல்லார்க்கும் நன்மை பயப்பதாகும். அவருள்ளும் செல்வர்க்குச் சிறப்பாக மற்றொரு செல்வம் போன்றதாகும்.

13. அடக்கமுடைமை

ஒருமையுள் ஆமைபோல் ஐந்தடக்கல் ஆற்றின்
எழுமையும் ஏமாப் புடைத்து. 126

ஒரு பிறப்பில் ஆமைபோல் ஐம்பொறிகளையும் அடக்கியாள வல்லவனானால், அஃது அவனுக்கு பல பிறப்பிலும் காப்பாக அமையும்.

யாகாவா ராயினும் நாகாக்க காவாக்கால்
சோகாப்பர் சொல்லிழுக்குப் பட்டு. 127

காக்க வேண்டியவற்றுள் எவற்றைக் காக்காவிட்டாலும் நாவையாவது காக்கவேண்டும், காக்கத் தவறியவர்கள் சொற் குற்றத்தில் சிக்கித் தவிப்பர்.

ஒன்றானும் தீச்சொல் பொருட்பயன் உண்டாயின்
நன்றாகா தாகி விடும். 128

தீய சொற்களின் பொருளால் விளையும் தீமை ஒன்றாயினும் ஒருவனிடம் உண்டானால் அதனால் மற்ற அறங்களாலும் நன்மை விளையாமற் போய்விடும்,

தீயினாற் சுட்டபுண் உள்ளாறும் ஆறாதே
நாவினாற் சுட்ட வடு. 129

தீயினால் சுட்டபுண் புறத்தே வடுவாக இருந்தாலும் உள்ளே ஆறிவிடும், ஆனால் நாவினால் தீயசொல் கூறிச் சுடும் வடு என்றும் மறையவே மறையாது.

கதங்காத்துக் கற்றடங்கல் ஆற்றுவான் செவ்வி
அறம்பார்க்கும் ஆற்றின் நுழைந்து. 130

சினத்தை அடக்கி, கற்க வேண்டியவற்றைக் கற்று அடக்கத்தையும் ஒருவன் மேற்கொண்டால், அவனிடம் அறக்கடவுள் சென்றடையும் சமயத்தை நோக்கி இருக்கும்.

14. ஒழுக்கமுடைமை

ஒழுக்கம் விழுப்பம் தரலான் ஒழுக்கம்
உயிரினும் ஓம்பப் படும். 131

ஒழுக்கம் எல்லோர்க்கும் மேன்மை தருவதாக இருப்பதனால், அது உயிரைவிடச் சிறந்ததாகச் சான்றோரால் காக்கப்படும்.

பரிந்தோம்பிக் காக்க ஒழுக்கம் தெரிந்தோம்பித்
தேரினும் அஃதே துணை. 132

ஒழுக்கத்தை வருந்தியேனும் போற்றிக் காக்க வேண்டும்; அறங்கள் பலவற்றுள்ளும் ஆராய்ந்து தெளிந்தாலும், ஒழுக்கமே வாழ்க்கையில் சிறந்த துணையாக உள்ளது.

ஒழுக்கம் உடைமை குடிமை இழுக்கம்
இழிந்த பிறப்பாய் விடும். 133

ஒழுக்கம் உடையவராக இருப்பதே உயர்ந்த குடிப் பிறப்பின் தன்மையாகும். ஒழுக்கம் தவறுதல் இழிந்த பிறப்பின் தன்மையாகி விடும்.

மறப்பினும் ஒத்துக் கொளலாகும் பார்ப்பான்
பிறப்பொழுக்கங் குன்றக் கெடும். 134

கற்ற மறைப்பொருளை மறந்தாலும் மீண்டும் அதனை ஓதிக் கற்றுக் கொள்ளலாம். ஆனால் மறைஓதுவானின் குடிப் பிறப்பின் உயர்வு, ஒழுக்கம் குறைவுபட்டால் கெட்டொழியும்.

அழுக்கா றுடையான்கண் ஆக்கம்போன்று இல்லை
ஒழுக்க மிலான்கண் உயர்வு. 135

பொறாமையுள்ளவனிடம் செல்வம் இல்லாதது போல, ஒழுக்கம் இல்லாதவனுடைய வாழ்க்கையிலும் உயர்வு இல்லையாகும்.

14. ஒழுக்கமுடைமை

ஒழுக்கத்தின் ஒல்கார் உரவோர் இழுக்கத்தின்
ஏதம் படுபாக் கறிந்து.   136

   ஒழுக்கம் தவறுதலால் குற்றம் உண்டாவதை அறிந்து மனவலிமையுடைய சான்றோர் ஒழுக்கத்தில் வழுவாமல் காத்துக் கொள்வர்.

ஒழுக்கத்தின் எய்துவர் மேன்மை இழுக்கத்தின்
எய்துவர் எய்தாப் பழி.   137

   ஒழுக்கத்தால் எல்லாரும் மேன்மை அடைவர்; ஒழுக்கக் கேட்டால் அடையக் கூடாத பழியை அடைவர்.

நன்றிக்கு வித்தாகும் நல்லொழுக்கம் தீயொழுக்கம்
என்றும் இடும்பை தரும்.   138

   நல்லொழுக்கம் இன்பமான நல்வாழ்க்கைக்குக் காரணமாக அமையும்; தீயொழுக்கம் எப்பொழுதும் துன்பத்தையே தரும்.

ஒழுக்க முடையவர்க்கு ஒல்லாவே தீய
வழுக்கியும் வாயாற் சொலல்.   139

   மறந்தும் தீய சொற்களை வாயினால் சொல்லும் குற்றம் நல்லொழுக்கம் உடையவர்களுக்கு ஒருபோதும் பொருந்தாத பண்பாகும்.

உலகத்தோடு ஒட்ட ஒழுகல் பலகற்றும்
கல்லார் அறிவிலா தார்.   140

   உலகத்து உயர்ந்தவரோடு பொருந்த ஒழுகும் முறையை அறியாதவர் பல நூல்களைக் கற்றவராயினும் அறிவில்லாதவரே ஆவர்.

15. பிறனில் விழையாமை

பிறன்பொருளாள் பெட்டொழுகும் பேதைமை ஞாலத்து
அறம்பொருள் கண்டார்கண் இல். 141

பிறனுக்கு உரியவளாகிய ஒருத்தியை விரும்பி நடக்கும் அறியாமை உலகில் அறம் பொருள் இவற்றின் இயல்புகளை அறிந்தவரிடத்தில் இல்லை.

அறன்கடை நின்றாருள் எல்லாம் பிறன்கடை
நின்றாரின் பேதையார் இல். 142

நல்ல அறநெறியை விட்டுத் தீயநெறியில் நின்றவர் எல்லாரிலும் பிறன் மனைவியை விரும்பி அவன் தலைவாயிலில் நிற்பவனைப்போல் அறிவிலிகள் இலர்.

விளிந்தாரின் வேறல்லர் மன்ற தெளிந்தாரில்
தீமை புரிந்துஒழுகு வார். 143

ஐயப்படாமல் தெளிந்து நம்பியவர் வீட்டில் தீமையைகச் செய்து நடப்பவர் செத்தாரை விட வேறுபட்டவர் அல்லர்.

எனைத்துணையர் ஆயினும் என்னாம் தினைத்துணையும்
தேரான் பிறனில் புகல். 144

தினையளவும் ஆராய்ந்து பார்க்காமல் பிறனுடைய மனைவியிடம் செல்லுதல் எவ்வளவு பெருமையுடையவராயினும் என்னவாக முடியும்?

எளிதென இல்லிறப்பான் எய்துமெஞ் ஞான்றும்
விளியாது நிற்கும் பழி. 145

இச்செயல் எளியது என எண்ணிய பிறனுடைய மனைவியிடம் நெறிதவறிக் செல்லுகின்றவன் எப்போதும் நீங்காது நிலைத்து நிற்கும் பழியை அடைவான்.

15. பிறனில் விழையாமை

பகைபாவம் அச்சம் பழியென நான்கும்
இகவாவாம் இல்லிறப்பான் கண். 146

பிறன் மனைவியை விரும்பி நெறிதவறி நடப்பவனிடத்தில் பகை, பாவம், அச்சம், பழி என்ற நான்கு குற்றங்களும் நீங்காமல் நிலைத்து நிற்கும்.

அறனியலான் இல்வாழ்வான் என்பான் பிறனியலாள்
பெண்மை நயவாத வன். 147

அறத்தின் இயல்போடு கூடி இல்வாழ்க்கை வாழ்பவன் பிறனுக்கு உரிமையானவளை விரும்பாதவனாவான்

பிறன்மனை நோக்காத பேராண்மை சான்றோர்க்கு
அறனொன்றோ ஆன்ற ஒழுக்கு. 148

பிறன் மனைவியை இச்சித்துப் பார்க்காத பேராண்மை சான்றோர்க்கு அறம் மட்டும் அன்று; நிரம்பிய ஒழுக்கமும் ஆகும்.

நலக்குரியார் யாரெனின் நாமநீர் வைப்பின்
பிறற்குரியாள் தோள்தோயா தார். 149

அச்சந்தரும் கடல் சூழ்ந்த உலகில் 'நன்மைக்கு உரியவர் யார்?' எனில், பிறனுக்கு உரிமையானவளின் தோளை நச்சித் தழுவாதவரே ஆவர்.

அறன்வரையான் அல்ல செயினும் பிறன்வரையாள்
பெண்மை நயவாமை நன்று. 150

ஒருவன் அறநெறியில் ஒழுகாமல் அறமல்லாத வற்றையே செய்தாலும் பிறனுக்கு உரியவளை விரும்பவில்லை என்றால் அஃது அவனுக்கு மிகவும் நன்மை பயப்பதாகும்.

16. பொறையுடைமை

அகழ்வாரைத் தாங்கும் நிலம்போலத் தம்மை
இகழ்வார்ப் பொறுத்தல் தலை. 151

தன்மேல் நின்று தன்னைத் தோண்டுபவரையும் தாங்குகின்ற நிலம் போல், தம்மை இகழ்வாரையும் பொறுத்தலே மிகச் சிறந்த பண்பாகும்.

பொறுத்தல் இறப்பினை என்றும் அதனை
மறத்தல் அதனினும் நன்று. 152

வரம்புகடந்து ஒருவர் இழைத்த தீங்கையும் எப்போதும் பொறுத்துக் கொள்ளவேண்டும்; அதனை நினையாமலே மறந்து விடுதல் அந்தப் பொறுமையைவிட நல்லதாகும்.

இன்மையுள் இன்மை விருந்தொரால் வன்மையுள்
வன்மை மடவார்ப் பொறை. 153

வறுமையுள் வறுமையாவது விருந்தினரைப் போற்றாமல் விடுதல்; வலிமையுள் வலிமையாவது அறிவிலார் தீங்கு செய்தலைப் பொறுத்தலாகும்.

நிறையுடைமை நீங்காமை வேண்டின் பொறையுடைமை
போற்றி ஒழுகப் படும். 154

ஒருவன் நற்குணங்கள் தன்னைவிட்டு நீங்காதிருக்க விரும்பினால் பொறுமையைப் போற்றி ஒழுக வேண்டும்.

ஒறுத்தாரை ஒன்றாக வையாரே வைப்பர்
பொறுத்தாரைப் பொன்போற் பொதிந்து. 155

பிறர் தீங்கு இழைத்தபோது அதனைப் பொறுத்துக் கொள்ளாமல், வருத்தினவரை அறிவுடையோர். ஒருபொருளாக மதியார். ஆனால் பொறுத்தவரைப் பொன்போல் மனத்தில் வைத்து மதிப்பர்.

16. பொறையுடைமை

ஒறுத்தார்க்கு ஒருநாளை இன்பம் பொறுத்தார்க்குப்
பொன்றுந் துணையும் புகழ். 156

    தீமை இழைத்தாரைப் பொறுக்காமல் வருத்தினவருக்கு ஒரு நாளைய இன்பமாகும்; அதனைப் பொறுத்துக் கொண்டவர்க்கு உலகம் அழியும் வரைக்கும் புகழ் உண்டு.

திறனல்ல தற்பிறர் செய்யினும் நோநொந்து
அறனல்ல செய்யாமை நன்று. 157

    தகுதியில்லாதவற்றைப் பிறர் தனக்குச் செய்தாலும் அதனால் மனம் மிகவும் நொந்து அவருக்கு அறமற்ற செயல்களைச் செய்யாதிருத்தல் நல்லது.

மிகுதியான் மிக்கவை செய்தாரைத் தாம்தம்
தகுதியான் வென்று விடல். 158

    மனச் செருக்கினால் தீமை செய்தவரைத் தாம் தம்முடைய பொறுமைப் பண்பினால் பொறுத்து வென்றுவிடுதல் வேண்டும்.

துறந்தாரின் தூய்மை உடையர் இறந்தார்வாய்
இன்னாச்சொல் நோற்கிற் பவர். 159

    எல்லைமீறி நடப்பவரின் வாயில் பிறக்கும் கொடுஞ்சொற்களைப் பொறுத்துக் கொள்பவர்கள் துறவியரைப் போலத் தூய்மையானவர் ஆவர்.

உண்ணாது நோற்பார் பெரியர் பிறர்சொல்லும்
இன்னாச்சொல் நோற்பாரின் பின். 160

    உணவு கொள்ளாமல் நோன்பு கிடப்பவர் பெரியர்; பிறர் தம்மை நோக்கிச் சொல்லும் கொடுஞ்சொற்களைப் பொறுத்துக் கொள்பவருக்கு அடுத்த நிலையில்தான் பெரியவர் ஆவர்.

17. அழுக்காறாமை

ஒழுக்காறாக் கொள்க ஒருவன்தன் நெஞ்சத்து
அழுக்காறு இல்லாத இயல்பு. 161

ஒருவன் தன் நெஞ்சில் பொறாமை இல்லாதிருக்கும் நல்லியல்பினையே தனக்குரிய ஒழுக்க நெறியாகக் கொள்ளல் வேண்டும்.

விழுப்பேற்றின் அஃதொப்பது இல்லையார் மாட்டும்
அழுக்காற்றின் அன்மை பெறின். 162

எவரிடத்திலும் பொறாமை இல்லாதிருக்கும் குணத்தை ஒருவன் பெற்றால் அவன் பெறுதற்கரிய பேறுகளுள் அதற்கு ஒப்பானது வேறொன்றும் இல்லை.

அறனாக்கம் வேண்டாதான் என்பான் பிறனாக்கம்
பேணாது அழுக்கறுப் பான். 163

தனக்கு அறமும் ஆக்கமும் விரும்பாதவன் என்று கருதத்தக்கவனே பிறனுடைய ஆக்கத்தைக் கண்டு மகிழாமல் அதற்காகப் பொறாமைப் படுவான்.

அழுக்காற்றின் அல்லவை செய்யார் இழுக்காற்றின்
ஏதம் படுபாக்கு அறிந்து. 164

பொறாமைப் படுதலாகிய தவறான நெறியில் துன்பம் ஏற்படுதலை அறிந்து அறிவாளர் பொறாமை காரணமாக அறமல்லாதவற்றைச் செய்யார்.

அழுக்காறு உடையார்க்கு அதுசாலும் ஒன்னார்
வழுக்கியும் கேடுஈன் பது. 165

பொறாமை உடையவருக்கு வேறு பகை வேண்டா, அஃது ஒன்றே போதும். பகைவர் கேடு செய்யத் தவறினாலும், அது தவறாமல் கேட்டதைத் தந்து விடும்.

17. அழுக்காறாமை

**கொடுப்பது அழுக்கறுப்பான் சுற்றம் உடுப்பதூஉம்
உண்பதூஉம் இன்றிக் கெடும்.** 166

ஒருவன் பிறர்க்குக் கொடுப்பதைப் பார்த்து பொறாமைப்பட்டால் அவனுடைய சுற்றம் உண்ண உணவும் உடுக்க உடையும் இல்லாமல் கெட்டொழியும்.

**அவ்வித்து அழுக்காறு உடையானைச் செய்யவள்
தவ்வையைக் காட்டி விடும்.** 167

பொறாமை உடையவனைக் கண்டு திருமகள் பொறுக்காமல் அவனைத் தன் தமக்கையான மூதேவிக்குக் காட்டித் தான் நீங்கி விடுவாள்.

**அழுக்காறு எனஒரு பாவி திருச்செற்றுத்
தீயுழி உய்த்து விடும்.** 168

பொறாமை எனப்படும் ஒப்பற்ற பாவி தன்னை உடையவனுடைய செல்வத்தையும் கெடுத்து அவனைத் தீயவழியிலும் உய்த்து விடும்.

**அவ்விய நெஞ்சத்தான் ஆக்கமும் செவ்வியான்
கேடும் நினைக்கப் படும்.** 169

பொறாமை கொண்ட நெஞ்சத்தானுடைய ஆக்கமும், பொறாமை இல்லாத நல்லவனுடைய 'கேடும்' ஆராயத்தக்கவை.

**அழுக்கற்று அகன்றாரும் இல்லை அஃதில்லார்
பெருக்கத்தில் தீர்ந்தாரும் இல்.** 170

உலகில் பொறாமையினால் பெருமை அடைந்தவரும் இல்லை; பொறாமை இல்லாததனால் மேம்பாட்டிலிருந்து நீங்கியவரும் இல்லை.

18. வெஃகாமை

நடுவின்றி நன்பொருள் வெஃகின் குடிபொன்றிக்
குற்றமும் ஆங்கே தரும். 171

நடுவு நிலைமையன்றி பிறரது நல்ல பொருளைக் கவர ஆசை கொண்டால் அந்த ஆசை அவனது குடியைக் கெடுக்கும்; அப்பொழுதே குற்றமும் வந்து சேரும்.

படுபயன் வெஃகிப் பழிப்படுவ செய்யார்
நடுவன்மை நாணு பவர். 172

நடுவுநிலைமை அல்லாதவற்றைக் கண்டு நாணி ஒதுங்குகின்றவர் பிறர் பொருளைக் கவர்வதால் வரும் பயனை விரும்பி அறன் அல்லாத செயல்களைச் செய்யார்.

சிற்றின்பம் வெஃகி அறனல்ல செய்யாரே
மற்றின்பம் வேண்டு பவர். 173

நிலையான இன்பத்தை விரும்புகின்றவர் நிலையில்லாத சிறிய இன்பத்தை விரும்பி அறம் அல்லாதவற்றைச் செய்யார்.

இலமென்று வெஃகுதல் செய்யார் புலம்வென்ற
புன்மையில் காட்சி யவர். 174

ஐம்புலன்களையும் வென்ற குறையில்லாத அறிவாளர்கள் தாம் வறியர் என நினைத்து அதைத் தீர்க்கப் பிறர் பொருளை விரும்பார்.

அஃகி அகன்ற அறிவென்னாம் யார்மாட்டும்
வெஃகி வெறிய செயின். 175

ஒருவர் எவ்விடத்தும் பொருளைக் கவர நினைத்துப் பொருந்தாதவற்றைச் செய்தால் நுட்பமாகவும் விரிவாகவும் வளர்ந்த அவனது அறிவினால் ஏதும் பயனில்லை.

18. வெஃகாமை

அருள்வெஃகி ஆற்றின்கண் நின்றான் பொருள்வெஃகிப்
பொல்லாத சூழக் கெடும். 176

அருளை விரும்பி அறநெறியில் நின்றவன் பிறனுடைய பொருளை விரும்பிப் பொல்லாத செயல்களைச் செய்ய நினைத்தால் கெட்டொழிவான்.

வேண்டற்க வெஃகியாம் ஆக்கம் விளைவயின்
மாண்டற் கரிதாம் பயன். 177

பிறர் பொருளைக் கவர விரும்புவதால் வரும் ஆக்கத்தை எவருமே விரும்பவேண்டா; அது பயன் விளைக்கும்போது அப்பயன் நன்மையாவது அரிதாகும்.

அஃகாமை செல்வத்திற்கு யாதெனின் வெஃகாமை
வேண்டும் பிறன்கைப் பொருள். 178

ஒருவனது செல்வவளம் குறையாமல் இருப்பதற்குரிய வழியாதென்றால், அவன் பிறன் பொருளைக் கவர விரும்பா திருத்தலேயாகும்.

அறனறிந்து வெஃகா அறிவுடையார்ச் சேரும்
திறன்அறிந் தாங்கே திரு. 179

பிறன் பொருளை விரும்பாததே அறமென அறிந்து அதன்படி நடக்கும் அறிவுடையாரைத் திருமகள் தானே சென்றடைவாள்.

இறல்ஈனும் எண்ணாது வெஃகின் விறல்ஈனும்
வேண்டாமை என்னும் செருக்கு. 180

பின் நிகழ்வதைக் கருதாமல் ஒருவன் பிறன் பொருளைக் கவர விரும்பினால் அஃது அழிவைத் தரும்; அப்பொருளை விரும்பாமல் வாழும் பெருமை வெற்றியைத் தரும்.

19. புறங்கூறாமை

அறங்கூறான் அல்ல செயினும் ஒருவன்
புறங்கூறான் என்றல் இனிது. 181

ஒருவன் அறத்தைப் போற்றிக் கூறாதவனாய்த் தீய செயல்களையே செய்தொழுகுபவனானாலும் அவன் பிறனைப் பழித்துப் புறங்கூறாதவன் என்று மற்றவர் சொல்லும்படி நடத்தல் நல்லது.

அறனழீஇ அல்லவை செய்தலின் தீதே
புறனழீஇப் பொய்த்து நகை. 182

அறத்தையே அழித்துத் தீமைகளைச் செய்து வருவதைவிட ஒருவன் இல்லாத விடத்து அவனைப் பழித்துப் பேசி நேரில் பொய்யாக முகம் மலர்ந்து பேசுதல் தீமையாகும்.

புறங்கூறி பொய்த்துயிர் வாழ்தலின் சாதல்
அறங்கூறும் ஆக்கந் தரும். 183

புறங்கூறிப் பொய்யாக நடந்து உயிர் வாழ்தலைவிட, அவ்வாறு செய்யாமல் இறந்து விடுதல் அறநூல்கள் சொல்லும் ஆக்கத்தைத் தரும்.

கண்நின்று கண்ணறச் சொல்லினும் சொல்லற்க
முன்இன்று பின்நோக்காச் சொல். 184

நேரில் நின்று இரக்கமின்றிக் கடுமையாகப் பேசினாலும் பேசலாம்; நேரில் இல்லாதபோது பின் விளைவைக் கருதாமல் எந்தப் பழியையும் எடுத்துக் கூறுதல் ஆகாது.

அறஞ்சொல்லும் நெஞ்சத்தான் அன்மை புறஞ்சொல்லும்
புன்மையாற் காணப் படும். 185

அறத்தை நல்லதென்று போற்றும் நெஞ்சம் இல்லாத தன்மையினை, ஒருவன் மற்றவனைப் பற்றி புறங்கூறுகின்ற சிறுமையால் அறிந்து கொள்ளலாம்.

19. புறங்கூறாமை

பிறன்பழி கூறுவான் தன்பழி யுள்ளும்
திறன்தெரிந்து கூறப் படும்.   186

   பிறருடைய குற்றங்களைக் கூறுகின்றவனது பழிச்செயல்களுள்ளும் இழிவானதைத் தெரிந்தெடுத்துக் கூறிப் பிறரால் மிகவும் பழிக்கப்படுவான்.

பகச்சொல்லிக் கேளிர்ப் பிரிப்பர் நகச்சொல்லி
நட்பாடல் தேற்றா தவர்.   187

   மகிழும்படியாகப் பேசி நட்புக்கொள்ளுதல் நன்மை என்று தெளியாதவர் பிறர் தம்மை விட்டு நீங்கும்படிப் புறங்கூறி நண்பரையும் பிரித்து விடுவர்.

துன்னியார் குற்றமும் தூற்றும் மரபினார்
என்னைகொல் ஏதிலார் மாட்டு.   188

   நெருங்கிப் பழகியவரின் குற்றத்தைப் புறங்கூறித் தூற்றும் இயல்புடையவர், பழகாத அயலாரிடத்து என்ன செய்வாரோ?

அறன்நோக்கி ஆற்றுங்கொல் வையம் புறன்நோக்கிப்
புன்சொல் உரைப்பான் பொறை.   189

   ஒருவர் நேரில் இல்லாதது கண்டு பழிச்சொல் கூறுபவனின் உடலை இவ்வுலகம் அறத்தை எண்ணிச் சுமக்கின்றது போலும்.

ஏதிலார் குற்றம்போல் தம்குற்றங் காண்கிற்பின்
தீதுண்டோ மன்னும் உயிர்க்கு.   190

   அயலாரது குற்றங்களைக் காண்பது போலவே, தம் குற்றங்களையும் காண்பாரானால், நிலைபெற்ற உயிர் வாழ்க்கைக்கு எத்தகைய தீமையும் உண்டாகுமோ?

20. பயனில சொல்லாமை

பல்லார் முனியப் பயனில் சொல்லுவான்
எல்லாரும் எள்ளப் படும். 191

> பலரும் வெறுக்கும்படியாகப் பயனில்லாத சொற்களைப் பேசுவோன் உலகினர் எல்லோராலும் இகழப்பெறுவான்.

பயனில பல்லார்முன் சொல்லல் நயனில
நட்டார்கண் செய்தலின் தீது. 192

> பலர் முன்பாகப் பயனற்ற சொற்களைப் பேசுதல், நண்பர்களிடத்தில் அறம் இல்லாத செயல்களைச் செய்தலைவிடத் தீமையுடையது.

நயனிலன் என்பது சொல்லும் பயனில
பாரித் துரைக்கும் உரை. 193

> ஒருவன் பயனல்லாத ஒன்றைப் பற்றியே விரிவாகப் பேசும் பேச்சானது அவன் நல்ல பண்பற்றவன் என்பதை உலகிற்கு அறிவிக்கும்.

நயன்சாரா நன்மையின் நீக்கும் பயன்சாராப்
பண்பில்சொல் பல்லா ரகத்து. 194

> ஒருவன் பயனோடு பொருந்தாத பண்பற்ற சொற்களைப் பலரிடத்தும் சொல்லுதல், அச்செயல் அறத்தோடு பொருந்தாதாகி அவனை நன்மையிலிருந்து நீங்கச் செய்யும்.

சீர்மை சிறப்பொடு நீங்கும் பயனில
நீர்மை யடையார் சொலின். 195

> நல்ல பண்புடையவர்களும் பயனில்லாத சொற்களைச் சொல்வார்களாயின் அவர்களுடைய மதிப்பும் சிறப்பும் ஒருங்கே நீங்கிவிடும்.

20. பயனில சொல்லாமை

பயனில்சொல் பாராட்டு வானை மகன்எனல்
மக்கட் பதடி யெனல். 196

பயனில்லாத சொற்களைப் பலமுறையும் பேசுகின்றவனை 'மனிதன்' என்று சொல்லற்க; மக்களுள் 'பதர்' என்று சொல்லுக.

நயனில சொல்லினுஞ் சொல்லுக சான்றோர்
பயனில சொல்லாமை நன்று. 197

அறன் இல்லாதவற்றைச் சொன்னாலும் சொல்லலாம; சான்றோர் பயன் இல்லாத சொற்களை எப்போதுமே சொல்லாம லிருத்தல் நல்லது.

அரும்பயன் ஆயும் அறிவினார் சொல்லார்
பெரும்பயன் இல்லாத சொல். 198

அருமையான பயன்களை ஆராயவல்ல அறிவாளர்கள் மிக்க பயனற்ற சொற்களை ஒருபோதுமே சொல்லார்.

பொருள்தீர்ந்த பொச்சாந்துஞ் சொல்லார் மருள்தீர்ந்த
மாசறு காட்சி யவர். 199

மன மயக்கம் நீங்கிய குற்றமற்ற அறிவுடையோர் பயனில்லாத சொற்களை ஒருகால் மறந்தும் கூடச் சொல்லார்.

சொல்லுக சொல்லிற் பயனுடைய சொல்லற்க
சொல்லிற் பயனிலாச் சொல். 200

சொற்களில் பயனுடைய சொற்களை மட்டுமே சொல்லுக; பயனற்ற சொற்களை ஒரு போதுமே சொல்லற்க.

21. தீவினையச்சம்

தீவினையார் அஞ்சார் விழுமியார் அஞ்சுவ
தீவினை என்னுஞ் செருக்கு. 201

தீயவை செய்தலாகிய இறுமாப்பைத் தீவினை யுடைய பாவிகள் அஞ்சார்; ஆனால், தீவினை இல்லாத மேலோர் மட்டுமே அதற்கு அஞ்சுவார்கள்.

தீயவை தீய பயத்தலால் தீயவை
தீயினும் அஞ்சப் படும். 202

தீய செயல்கள் தமக்கும் பிறர்க்கும் தீமை விளைவித்தலால் அத்தீயச் செயல்கள் தீயினும் கொடியனவாகச் சான்றோரால் அஞ்சப்படும்

அறிவினுள் எல்லாந் தலையென்ப தீய
செறுவார்க்கும் செய்யா விடல். 203

தமக்குத் தீமை செய்தவருக்கும் தாம் பதிலுக்குத் தீமை செய்யாது மன்னித்து விடுவதை அறிவுடைய செயல்கள் எல்லா வற்றிலும் தலையானது என்று கூறுவர்.

மறந்தும் பிறன்கேடு சூழற்க சூழின்
அறஞ்சூழும் சூழ்ந்தவன் கேடு. 204

பிறர்க்குக் கேட்டினை விளைவிக்கும் தீயச் செயல்களை ஒருவன் மறந்தும் எண்ணாதிருக்க வேண்டும்; எண்ணினால் எண்ணியவனுக்குக் கேடு விளையுமாறு அறக்கடவுள் எண்ணும்.

இலன்என்று தீயவை செய்யற்க செய்யின்
இலனாகும் மற்றும் பெயர்த்து. 205

தான் வறுமையுடையவன் என்று கருதி அதனைப் போக்கிக் கொள்ளத் தீய செயல்களைச் செய்யக் கூடாது; செய்தால் மேலும் வறியனாகி வருந்துவான்.

21. தீவினையச்சம்

தீப்பால தான்பிறர்கண் செய்யற்க நோய்ப்பால
தன்னை அடல்வேண்டா தான். 206

துன்பம் தருவனவான தீவினைகள் தன்னைத் தொடர்ந்து வருத்துதலை விரும்பாதவன் பிறருக்குத் தீய செயல்களைச் செய்தலாகாது.

எனைப்பகை யுற்றாரும் உய்வர் வினைப்பகை
வீயாது பின்சென்று அடும். 207

எவ்வளவு கொடிய பகையை உடையவரும் தப்பி உய்வர்; ஆனால், தீவினையாகிய பகையோ ஒருவனை விடாது தொடர்ந்து துன்புறுத்தும்.

தீயவை செய்தார் கெடுதல் நிழல்தன்னை
வீயாது அடிஉறைந் தற்று. 208

தீய செயல்களைச் செய்தவர் கேட்டை அடைதல் ஒருவனுடைய நிழல் அவனை விடாது தொடர்ந்து வந்து அவனது காலடியில் தங்கியிருத்தலை ஒத்தது.

தன்னைத்தான் காதல னாயின் எனைத்தொன்றும்
துன்னற்க தீவினைப் பால். 209

ஒருவன் தன்னுடைய நலனை விரும்புபவனானால் அவன் எத்தகையதொரு சிறிய தீய செயலிலும் ஒருபோதும் ஈடுபடாமல் இருத்தல் வேண்டும்.

அருங்கேடன் என்பது அறிக மருங்கோடித்
தீவினை செய்யான் எனின். 210

ஒருவன் தவறான வழியில் சென்று தீய செயல்களைச் செய்யாதிருப்பானானால் அவன் கேடற்றவன் என்பது தெளிவு.

22. ஒப்புரவறிதல்

கைம்மாறு வேண்டா கடப்பாடு மாரிமாட்டு
என்ஆற்றுங் கொல்லோ உலகு. 211

இந்த உலகத்தார் தமக்கு நீரைக் கொடுக்கின்ற மழைக்கு என்ன கைம்மாறு செய்கின்றனா? அவ்வண்ணமே மழை போன்றவர் செய்யும் உதவிகளும் கைம்மாறு வேண்டாதவை.

தாளாற்றித் தந்த பொருளெல்லாம் தக்கார்க்கு
வேளாண்மை செய்தற் பொருட்டு. 212

ஒருவன் பலவகையிலும் முயற்சி செய்து நாட்டிய பொருள் முழுவதும் தக்கவர்க்கு உதவி செய்வதற்கேயாகும்.

புத்தே ளுலகத்தும் ஈண்டும் பெறலரிதே
ஒப்புரவின் நல்ல பிற. 213

பிறருக்கு உதவி செய்து வாழ்தலான ஒப்புரவைப் போல நல்லனவாகிய வேறு அறப் பகுதிகளை இவ்வுலகத்தும் வான் உலகத்தும் பெறுதல் அரிது.

ஒத்த தறிவான் உயிர்வாழ்வான் மற்றையான்
செத்தாருள் வைக்கப் படும். 214

உலகத்திற்கு ஏற்ற கடமைகளை அறிந்து நடப்பவன் உயிரோடு வாழ்பவனாவான்; அவ்வாறு செய்யாதவன் செத்தவருள் ஒருவனாகக் கருதப்பெறுவான்.

ஊருணி நீர்நிறைந் தற்றே உலகுஅவாம்
பேரறி வாளன் திரு. 215

உலகினர் எல்லாரும் விரும்புமாறு உதவி செய்து வாழும் பேரறிவாளனுடைய செல்வம் ஊரில் வாழ்வார் நீருண்ணும் குளம் நீர் நிறைந்தாற் போன்றது.

22. ஒப்புரவறிதல்

பயன்மரம் உள்ளூர்ப் பழுத்தற்றால் செல்வம்
நயனுடை யான்கண் படின். 216

> பிறருக்கு உதவி செய்பவனிடத்தில் செல்வம் உண்டாகுமானால் அஃது ஊரின் நடுவேயுள்ள பழமரத்தின் பழங்கள் பழுத்தாற் போன்றது.

மருந்தாகித் தப்பா மரத்தற்றால் செல்வம்
பெருந்தகை யான்கண் படின். 217

> செல்வம் ஒப்புரவாகிய பெருந்தகுதியுடையவனிடம் சேர்தல் எல்லா உறுப்புக்களும் பிணி தீர்க்கும் மருந்தாகிப் பயன் தரத் தவறாத மருந்து மரம் போன்றது.

இடனில் பருவத்தும் ஒப்புரவிற்கு ஒல்கார்
கடனறி காட்சி யவர். 218

> ஒப்புரவு செய்தலாகிய கடமையை அறிந்த அறிவுடையவர், செல்வ வளம் சுருங்கிய காலத்திலும் இயன்றவரை உதவத் தவற மாட்டார்கள்.

நயனுடையான் நல்கூர்ந்தா னாதல் செயும்நீர
செய்யாது அமைகலா வாறு. 219

> ஒப்புரவாகிய நற்பண்புடையவன் பொருளற்று வறுமை உடையவனாதல், செய்யத்தக்க உதவிகளைச் செய்ய இயலாது வருந்துகின்ற நிலைமையாகும்.

ஒப்புரவி னால்வரும் கேடெனின் அஃதொருவன்
விற்றுக்கோள் தக்க துடைத்து. 220

> பிறர்க்கு உதவி செய்வதால் பொருள் கேடு வரும் என்றால், ஒருவன் தன்னை விற்றாவது வாங்கிக் கொள்ளும் தகுதி உடையதாகும்.

23. ஈகை

வறியார்க்கொன்று ஈவதே ஈகைமற் றெல்லாம்
குறியெதிர்ப்பை நீர துடைத்து.   221

இல்லாதவர்கட்கு ஒரு பொருளை நல்குவதே ஈகையாகும் மற்றவர்க்குத் தருவதெல்லாம் பயனை எதிர்ப்பார்த்துத் தருவதாகும்.

நல்லாறு எனினும் கொளல்தீது மேலுலகம்
இல்லெனினும் ஈதலே நன்று.   222

பிறரிடமிருந்து பொருளைப் பெறுதல் நல்லாதாயினும் இரந்து பெறுதல் தீமையானது. மேலுலகம் இல்லையென்றாலும் பிறருக்குக் கொடுத்தல் நன்மையானது.

இலனென்னும் எவ்வம் உரையாமை ஈதல்
குலனுடையான் கண்ணே உள.   223

'தான் வறியன்' என்ற துன்பச் சொல்லை ஒருவன் சொல்லுவதற்கு முன்பாகவே. அவனுக்கு உதவும் தன்மை நல்ல குடிப்பிறப்பு உடையவனிடமே உள்ளது.

இன்னாது இரக்கப் படுதல் இரந்தவர்
இன்முகங் காணும் அளவு.   224

உதவியை நாடி வந்து இரந்தவருடைய மகிழ்ச்சி யான முகத்தைக் காணும் வரைக்கும் இரந்து கேட்கப் படுதலும் ஈகையானுக்குத் துன்பம் தருவதாகும்.

ஆற்றுவார் ஆற்றல் பசிஆற்றல் அப்பசியை
மாற்றுவார் ஆற்றலின் பின்.   225

தவ வலிமையுடையவரின் ஆற்றல் பசியைப் பொறுத்துக் கொள்ளல்; ஆயின் அதுவும் அப்பசி நோயை உணவளித்து மாற்றுவாரின் ஆற்றலை விடத் தாழ்ந்ததே.

23. ஈகை

அற்றார் அழிபசி தீர்த்தல் அஃதொருவன்
பெற்றான் பொருள்வைப் புழி. 226

எதுவுமே இல்லாத ஏழையரின் கொடிய பசிநோயைப் போக்க வேண்டும்; அதுதான் பொருளையுடையவன் அப் பொருளைத் தனக்குப் பிற்காலத்தில் உதவுமாறு சேமித்து வைக்கும் இடமுமாகும்.

பாத்தூண் மரீஇ யவனைப் பசிஎன்னும்
தீப்பிணி தீண்டல் அரிது. 227

தான் பெற்ற உணவைப் பலரோடும் பகுத்து உண்ணும் பழக்கம் உடையனைப் 'பசி' எனப்படும் தீய நோய் சென்று அணுகுதல் இல்லை.

ஈத்துவக்கும் இன்பம் அறியார்கொல் தாமுடைமை
வைத்திழக்கும் வன்க ணவர். 228

தாம் சேமித்து வைத்துள்ள பொருளை பிறர்க்குத் தராமல் வைத்திருந்து பிறகு இழந்துவிடும் வன்கண்மை உடையவர் கொடுத்து மகிழ்வதால் உண்டாகும் இன்பத்தை அறியார்கள்.

இரத்தலின் இன்னாது மன்ற நிரப்பிய
தாமே தமியர் உணல். 229

தாம் முயன்று தேடி வைத்துள்ள உணவைப் பிறர்க்கு ஈயாமல் தனியராய் உண்பது வறுமையால் இறப்பதைவிடத் துன்பம் தருவதாகும்.

சாதலின் இன்னாத தில்லை இனிததூஉம்
ஈதல் இயையாக் கடை. 230

சாதலைவிடத் துன்பமானது வேறொன்றும் இல்லை. ஆனால், வறியருக்குக் கொடுத்து உதவமுடியாத நிலை வந்தபோது அச்சாதலும் இனியதேயாகும்.

24. புகழ்

ஈதல் இசைபட வாழ்தல் அதுவல்லது
ஊதியம் இல்லை உயிர்க்கு. 231

வறியவர்க்கு ஈதல் வேண்டும். அதனால் புகழோடு வாழ வேண்டும். அப்புகழன்றி உயிர்க்கு ஊதியம் என்பது வேறொன்றும் இல்லை.

உரைப்பார் உரைப்பவை எல்லாம் இரப்பார்க்கொன்று
ஈவார்மேல் நிற்கும் புகழ். 232

புகழ்ந்து பேசுகின்றவர் பேச்செல்லாம் வறுமையால் இரப்பவர்கட்கு ஒருபொருள் கொடுத்து உதவுகின்றவரின் மேல் நிற்கின்ற புகழே எப்போதும் நிலையானது.

ஒன்றா உலகத்து உயர்ந்த புகழல்லால்
பொன்றாது நிற்பதொன்று இல். 233

உயர்ந்த புகழ் அல்லாமல் உலகத்தில் ஒப்பற்ற ஒரு பொருளாக அழிவில்லாமல் நிலைத்து நிற்க வல்லது வேறொன்றும் இல்லை.

நிலவரை நீள்புகழ் ஆற்றின் புலவரைப்
போற்றாது புத்தேள் உலகு. 234

நிலவுகின்ற எல்லைவரை நெடுங்காலம் நிற்கவல்ல புகழ்தரும் செயல்களைச் செய்தால் வானுலகமும் தேவர்களைப் போற்றாது. அப்புகழாளனையே விரும்பிப் போற்றும்

நத்தம்போல் கேடும் உளதாகும் சாக்காடும்
வித்தகர்க் கல்லால் அரிது. 235

புகழால் மேன்மை பெறக் கூடிய கேடும், புகழால் நிலை நிற்பதாகிய சாவும், அறிவிற் சிறந்தோருக்கு அல்லாமல் பிறருக்கு ஒருபோதும் இல்லை.

24. புகழ்

தோன்றின் புகழொடு தோன்றுக அஃதிலார்
தோன்றலின் தோன்றாமை நன்று.   236

> உலகத்தார் முன்பாக ஒருவன் தோன்றினால் புகழோடுதான் தோன்ற வேண்டும். அத்தகைய சிறப்பு இல்லாதவர் தோன்றுவதைவிடத் தோன்றாமல் இருப்பதே நல்லது.

புகழ்பட வாழாதார் தந்நோவார் தம்மை
இகழ்வாரை நோவது எவன்.   237

> தமக்குப் புகழ் உண்டாகுமாறு வாழ இயலாதவர்கள் தம்மைத்தாமே நொந்து கொள்ளாமல் தம்மை இகழ்கின்றவரை நொந்து கொள்வது ஏனோ?

வசையென்ப வையத்தார்க் கெல்லாம் இசையென்னும்
எச்சம் பெறாஅ விடின்.   238

> தமக்குப் பின்னரும் எஞ்சி நிற்கும் புகழை ஒருவர் பெறாவிட்டால், அதுவே உலகத்தார் எல்லார்க்கும் பெரிய வசையாகும் என்பார்கள்.

வசையிலா வண்பயன் குன்றும் இசையிலா
யாக்கை பொறுத்த நிலம்   239

> புகழ் இல்லாதவருடைய உடம்பைத் தாங்கிக் கொண்டிருக்கும் நிலம் கூட வசையற்ற வளமான பயனைத் தருவதில் குறைபாடு அடையும்.

வசையொழிய வாழ்வாரே வாழ்வார் இசையொழிய
வாழ்வாரே வாழா தவர்.   240

> வாழ்க்கையில் பழி உண்டாகாமல் வாழ்கின்றவரே முறையாக வாழ்கின்றவர் ஆவர், புகழின்றி வாழ்கின்றவரே உயிரோடிருந்தும் உயிர் வாழாதவர் ஆவர்.

25. அருளுடைமை

அருட்செல்வம் செல்வத்துள் செல்வம் பொருட்செல்வம்
பூரியார் கண்ணும் உள. 241

*அருளாகிய செல்வமே செல்வத்துள் எல்லாம்
சிறந்த செல்வமாகும்; பொருள்களாகிய பிறவகைச்
செல்வங்கள் எல்லாம் இழிந்தவர்களிடத்திலும்
உள்ளன.*

நல்லாற்றால் நாடி அருளாள்க பல்லாற்றால்
தேரினும் அஃதே துணை. 242

*நல்ல வழியினால் ஆராய்ந்து அருளுடையவர்களாக
விளங்க வேண்டும். பல வழியாக ஆராய்ந்தாலும்
அப்படி அருள் செய்தலே உயிருக்கு
உறுதுணையாகும்.*

அருள்சேர்ந்த நெஞ்சினார்க் கில்லை இருள்சேர்ந்த
இன்னா உலகம் புகல். 243

*அறியாமையாகிய இருள் பொருந்திய துன்ப உலகில்
இருந்து வாழும் வாழ்க்கை அருள் பொருந்திய
நெஞ்சம் உடையவர்கட்கு ஒருபோதும் இல்லை.*

மன்னுயிர் ஓம்பி அருளாள்வார்க்கு இல்லென்ப
தன்னுயிர் அஞ்சும் வினை. 244

*நிலைபெற்ற உலகில் உள்ள உயிர்களைக் காத்து
அருள் புரிந்து வாழ்கின்றவர்களுக்குத் தம் உயிரைக்
குறித்து அஞ்சுகின்ற தீவினைகள் இல்லை.*

அல்லல் அருளாள்வார்க்கு இல்லை வளிவழங்கும்
மல்லல்மா ஞாலம் கரி. 245

*அருளுடையவர்களாக வாழ்கின்றவர்களுக்கு
எவ்விதத் துன்பமும் இல்லை. காற்று இயங்குகின்ற
வளம் பொருந்திய பெரிய உலகில் வாழ்வோரே
இதற்குச் சான்று ஆவர்.*

25. அருளுடைமை

பொருள்நீங்கிப் பொச்சாந்தார் என்பர் அருள்நீங்கி
அல்லவை செய்தொழுகு வார். 246

அருள் இல்லாதவராய் அறமற்றவற்றைச் செய்து வாழ்கின்றவர்களை உறுதிப் பொருளாகிய அறத்திலிருந்து நீங்கித் தம் வாழ்க்கையின் குறிக்கோள்களை மறந்தவர்கள் என்பர்.

அருளில்லார்க்கு அவ்வுலகம் இல்லை பொருளில்லார்க்கு
இவ்வுலகம் இல்லாகி யாங்கு. 247

பொருளற்றவர்கட்கு இவ்வுலக வாழ்க்கை இல்லாதவாறு போல, உயிர்களிடத்தில் அருளற்றவர்கட்கு மேலுலகத்து வாழ்க்கை இல்லையாகும்.

பொருளற்றார் பூப்பர் ஒருகால் அருளற்றார்
அற்றார்மற் றாதல் அரிது. 248

பொருள் இல்லாதவர் ஒருகாலத்தில் பொருள் வளமுடன் பொலிவர் அருள் இல்லாதவரோ வாழ்க்கையின் பயன் அற்றவர்கள், அவர் எக்காலத்திலும் சிறந்து விளங்குதல் இல்லை.

தெருளாதான் மெய்ப்பொருள் கண்டற்றால் தேரின்
அருளாதான் செய்யும் அறம். 249

அருளை மேற்கொள்ளாதவன் செய்கின்ற அறச்செயலை ஆராய்ந்தால், அது தெளிந்த அறிவில்லாதவன் ஒரு நூலின் உண்மைப் பொருளைக் கண்டாற் போன்றதாகும்.

வலியார்முன் தன்னை நினைக்கதான் தன்னின்
மெலியார்மேல் செல்லும் இடத்து. 250

தன்னைவிட மெலிந்தவர்கள் மீது பகைத்துச் செல்லும்போது தன்னைவிட வலியார் முன்பாகத் தான் அஞ்சி நிற்கும் நிலைமையை நினைவிற் கொள்ள வேண்டும்.

26. புலால் மறுத்தல்

தன்னூண் பெருக்கற்குத் தான்பிறிது ஊனுண்பான்
எங்ஙனம் ஆளும் அருள். 251

தன் தசையைப் பெருகச் செய்வதற்காகத் தான் பிறிதோர் உயிரின் தசையைத் தின்கின்றவன் எப்படி உயிர்கட்கெல்லாம் அருளுடையவனாக இருத்தல் முடியும்?

பொருளாட்சி போற்றதார்க்கு இல்லை அருளாட்சி
ஆங்கில்லை ஊன்தின் பவர்க்கு. 252

பொருளுடையவராக இருக்கும் தகுதி அப்பொருளைக் காப்பாற்றாதவர்க்கு இல்லை; அருளுடையவராக இருக்கும் தகுதி புலாவை உண்பவர்க்கு இல்லை.

படைகொண்டார் நெஞ்சம்போல் நன்றூக்காது ஒன்றன்
உடல்சுவை உண்டார் மனம். 253

ஒன்றன் உடலைச் சுவையாக உண்டவரின் மனம் கொலைக் கருவியை ஏந்தினவரது நெஞ்சத்தைப் போல் பிற உயிர்க்கு அருள் செய்தலைப் பற்றியே நினையாது.

அருளல்லது யாதெனின் கொல்லாமை கோறல்
பொருளல்லது அவ்வூன் தினல். 254

ஓர் உயிரைக் கொல்லாமலிருத்தலே அருள் ஆகும்; ஒருயிரைக் கொல்லுதலோ அருளற்ற தன்மையாகும்; அதன் உடம்பை உண்ணுதல் அறம் அல்லாதது.

உண்ணாமை உள்ளது உயிர்நிலை ஊனுண்ண
அண்ணாத்தல் செய்யாது அளறு. 255

உயிர்களின் நிலைத்த வாழ்வு ஊன் உண்ணாத இயல்பில்தான் உள்ளது; ஊன் உண்டால் அவனை நரகம் வெளிவிடாது.

26. புலால் மறுத்தல்

தினற்பொருட்டால் கொல்லாது உலகெனின் யாரும்
விலைப்பொருட்டால் ஊன்தருவார் இல். 256

புலாலை உண்ணும் பொருட்டு உயிர்களை உலகினர் கொல்லாதிருந்தால் விலையின் பொருட்டு எவரும் கொலை செய்து ஊனை விற்கமாட்டார்கள்.

உண்ணாமை வேண்டும் புலாஅல் பிறிதொன்றன்
புண்ணது உணர்வார்ப் பெறின். 257

புலால் பிறிதோர் உயிரின் புண் என்று உணர்பவர், அதனைத் தாம் பெற்ற போதும் அதன் இழிநிலை அறிந்து அதனை உண்ணாதிருத்தல் வேண்டும்.

செயிரின் தலைப்பிரிந்த காட்சியார் உண்ணார்
உயிரின் தலைப்பிரிந்த ஊன். 258

பிறிதோர் உயிரின் உடலிலிருந்து பிரிந்து வந்த ஊனைக் குற்றத்திலிருந்து நீங்கிய அறிவையுடையவர் உண்ணமாட்டார்.

அவிசொரிந்து ஆயிரம் வேட்டலின் ஒன்றன்
உயிர்செகுத் துண்ணாமை நன்று. 259

நெய் முதலிய பொருள்களைத் தீயில் சொரிந்து ஆயிரம் வேள்விகள் இயற்றுதலைவிட, ஒன்றன் உயிரைக் கொன்று அதன் உடலைத் தின்னாமலிருத்தல் மிகவும் நன்மையானதாகும்.

கொல்லான் புலாலை மறுத்தானைக் கைகூப்பி
எல்லா உயிரும் தொழும். 260

ஓர் உயிரைக் கொல்லாமலும் புலால் உண்ணாமலும் வாழும் உயர்ந்த பண்பாளனை உலகில் உள்ள எல்லா உயிர்களும் கைகூப்பிப் போற்றும்.

27. தவம்

உற்றநோய் நோன்றல் உயிர்க்குறுகண் செய்யாமை
அற்றே தவத்திற் குரு. 261

> தமக்கு உற்ற துன்பத்தைப் பொறுத்தலும் பிறவுயிருக்குத் துன்பம் இழைக்காதிருத்தலும் ஆகிய அவ்வளவே தவத்திற்கு உள்ளதான வடிவமாகும்.

தவமும் தவமுடையார்க்கு ஆகும் அவம்அதனை
அஃதிலார் மேற்கொள் வது. 262

> தவநெறிக்கு ஏற்ற மனவியல்பு கொண்டவர்க்கே தவக் கோலமும் பொருந்துவதாகும். தவ ஒழுக்கம் இல்லாதவர்கள் அக்கோலத்தை மேற்கொள்வது வீணான முயற்சியாகும்.

துறந்தார்க்குத் துப்புரவு வேண்டி மறந்தார்கொல்
மற்றை யவர்கள் தவம். 263

> துறவியர்க்கு உணவு முதலாயின தந்து உதவுவதன் பொருட்டாகவே இல்லறத்தார்கள் தவம் செய்தலை மறந்தனரோ?

ஒன்னார்த் தெறலும் உவந்தாரை ஆக்கலும்
எண்ணின் தவத்தான் வரும். 264

> பொருந்தாத பகைவரை அடக்குதலும் தம்மை விரும்பும் நண்பரை உணர்த்துதலும் நினைத்த அளவில் தவ வாழ்வின் பயனால் கைகூடும்.

வேண்டிய வேண்டியாங் கெய்தலால் செய்தவம்
ஈண்டு முயலப் படும். 265

> விரும்பிய பயன்களை விரும்பியவாறே பெற முடியுமாகையால் செய்வதற்குரிய தவம் இல்லற வாழ்விலும் முயன்று செய்வதற்குரியதாகும்.

27. தவம்

தவஞ்செய்வார் தங்கருமஞ் செய்வார்மற் றல்லார்
அவஞ்செய்வார் ஆசையுட் பட்டு. 266

தவம் செய்கின்றவரே தமக்குரிய கடமைகளைச் செய்கின்றவர் ஆவர்; அல்லாத மற்றையோர் ஆசை வலையுள் சிக்கித் தம் உயிருக்குத் தீமை செய்தவராவர்.

சுடச்சுடரும் பொன்போல் ஒளிவிடும் துன்பஞ்
சுடச்சுட நோற்கிற் பவர்க்கு. 267

புடமிடப்பட்டப் பொன் சுடச்சுட ஒளிவிடுதல் போல, தவம் செய்கின்றவரைத் துன்பம் வருத்த வருத்த உண்மையான மெய்யுணர்வு ஒளிபெற்று வரும்.

தன்னுயிர் தான்அறப் பெற்றானை ஏனைய
மன்னுயி ரெல்லாம் தொழும். 268

தான் என்னும் செருக்கு தன்னிடமிருந்து நீங்கிய தவ வலிமை பெற்றவனை மற்ற உயிர்கள் எல்லாம் தொழுது போற்றும்.

கூற்றம் குதித்தலும் கைகூடும் நோற்றலின்
ஆற்றல் தலைப்பட் டவர்க்கு. 269

தவ நெறியால் ஆன்ம வலிமை பெற்ற ஞானிகட்குத் தம்மிடமிருந்தே வருகின்ற கூற்றத்தையும் எதிராக நின்று வெல்லுதலும் இயலும்.

இலர்பல ராகிய காரணம் நோற்பார்
சிலர்பலர் நோலா தவர். 270

உலகில் மெய்யறிவற்றவர்கள் பலராக இருப்பதற்குக் காரணம் தவம் செய்கின்றவர் சிலராகவும் செய்யாதவர்கள் பலராகவும் இருப்பதேயாகும்.

28. கூடா ஒழுக்கம்

வஞ்ச மனத்தான் படிற்றொழுக்கம் பூதங்கள்
ஐந்தும் அகத்தே நகும். 271

வஞ்சமனத்தானது பொய்யொழுக்கத்தை அவனுடைய உடம்பாக அமைந்து திகழும் ஐந்து பூதங்களும் கண்டு தம்முள்ளே எள்ளிச் சிரிக்கும்.

வானுயர் தோற்றம் எவன்செய்யும் தன்நெஞ்சம்
தான்அறி குற்றப் படின். 272

தன் நெஞ்சம் தான் அறிந்து செய்யும் குற்றத்தில் தங்குமானால், அத்தகையவனது வானத்தைப் போல் உயர்ந்துள்ள தவக்கோலம் ஒருவனுக்கு என்ன பயனைத் தரும்?

வலியில் நிலைமையான் வல்லுருவம் பெற்றம்
புலியின்தோல் போர்த்துமேய்ந் தற்று. 273

மனவலிமை இல்லாதவன் மேற்கொள்ளும் வலிய தவத்தோற்றம், புலியின் தோலைப் பசு போர்த்துக் கொண்டு பயிரை மேய்ந்தாற் போன்றதாகும்.

தவமறைந்து அல்லவை செய்தல் புதல்மறைந்து
வேட்டுவன் புள்சிமிழ்த் தற்று. 274

தவக்கோலத்தில் மறைந்து கொண்டு தவம் அல்லாத தீய செயல்களைச் செய்தல் கொலை குறித்த வேடன் புதரில் மறைந்து நின்று பறவைகளை வலைவீசிப் பிடித்தலை ஒத்தது.

பற்றற்றேம் என்பார் படிற்றொழுக்கம் எற்றெற்றென்று
ஏதம் பலவுந் தரும். 275

பற்றுகளைத் துறந்து விட்டதாகப் பாசாங்கு செய்து கொண்டு வாழ்பவரின் பொய்யொழுக்கம் 'என்ன செய்தோம்? என்ன செய்தோம்?' என்று வருந்தும் படியான பல்வகைத் துன்பங்களையும் தரும்.

28. கூடா ஒழுக்கம்

நெஞ்சில் துறவார் துறந்தார்போல் வஞ்சித்து
வாழ்வாரின் வன்கணார் இல்.   276

மனத்தில் பற்றுகளைத் துறக்காமல் புறத்திலே
துறந்தவரைப்போல காட்டிக்கொண்டு வஞ்சனை
செய்து வாழ்கின்றவரைப்போல் இரக்கமற்றவர்கள்
எவரும் இல்லை.

புறங்குன்றி கண்டனைய ரேனும் அகங்குன்றி
மூக்கிற் கரியார் உடைத்து.   277

புறத்தோற்றத்தில் குன்றிமணியின் நிறம்போன்ற
செம்மையான தோற்றம் உடையவராகக்
காணப்பட்டாலும், உள்ளத்தில் குன்றிமணியின்
மூக்குபோலக் கறுத்திருப்பவரும் உண்டு.

மனத்தது மாசாக மாண்டார்நீ ராடி
மறைந்தொழுகு மாந்தர் பலர்.   278

மனத்தில் மாசு நிறைந்திருக்கத் தவத்தால் மாண்பு
பெற்றவனைப்போல் நீராடி மறைவாக வாழ்வு
நடத்தும் வஞ்சனையுடைய மாந்தர்களும் இந்த
உலகில் பலர் உள்ளனர்.

கணைகொடிது யாழ்கோடு செவ்விதுஆங் கன்ன
வினைபடு பாலால் கொளல்.   279

நேராகத் தோன்றினாலும் அம்பு கொடுமை
செய்வது: வளைவானாலும், யாழின் கொம்பு
இன்னிசையைத் தருவது மக்களின் பண்புகளையும்
இப்படியே அவரவர் செயல்வகையால் அறிந்து
கொள்ள வேண்டும்.

மழித்தலும் நீட்டலும் வேண்டா உலகம்
பழித்தது ஒழித்து விடின்.   280

உலகம் பழிக்கும் தீச்செயல்களைத் தவிர்த்துவிட்டால்
மொட்டையடித்துக் கொள்ளலும் சடையைச்
செயற்கை முறையில் வளர்த்துக் கொள்ளலும்
வேண்டா.

29. கள்ளாமை

எள்ளாமை வேண்டுவான் என்பான் எனைத்தொன்றும்
கள்ளாமை காக்கதன் நெஞ்சு. 281

உலகினரால் இகழப்பெறாமல் வாழ விரும்புகின்றவன் எத்தகைய பொருளையும் பிறரிடமிருந்து வஞ்சித்துக் கொள்ள எண்ணாதபடி தன் மனத்தை முதலில் காத்தல் வேண்டும்.

உள்ளத்தால் உள்ளலும் தீதே பிறன்பொருளைக்
கள்ளத்தால் கள்வேம் எனல். 282

குற்றங்களை மனத்தினால் நினைத்தாலும் குற்றமே. பிறன் பொருளை அவன் அறியாத வகையால் வஞ்சித்துக் கொள்வோம் என்று எண்ணாதிருக்க வேண்டும்.

களவினால் ஆகிய ஆக்கம் அளவிறந்து
ஆவது போலக் கெடும். 283

பிறரை வஞ்சித்து வந்தடையும் செல்வமானது அளவு கடந்து பெருகுவதுபோல் தோன்றினாலும், எல்லாம் எதிர்பாராது வந்ததுபோல விரைந்து கெட்டுப் போகும்.

களவின்கண் கன்றிய காதல் விளைவின்கண்
வீயா விழுமம் தரும். 284

களவு செய்தலில் உண்டாகும் மிகுந்த விருப்பம் பயன் விளையும் போது தொலையாத துன்பத்தைத் தரும்.

அருள்கருதி அன்புடைய ராதல் பொருள்கருதிப்
பொச்சாப்புப் பார்ப்பார்கண் இல். 285

அருளைப் பெரிதாக எண்ணி அன்புடையவராய் நடத்தல் பிறர் பொருளைக் கவர எண்ணி அவர் சோர்ந்திருக்கும் நிலையைப் பார்ப்பவரிடத்தில் இராது.

29. கள்ளாமை

அளவின்கண் நின்றொழுகல் ஆற்றார் களவின்கண்
கன்றி காத லவர். 286

களவு நெறியின் மிக முதிர்ந்த ஆசையுடையவர்கள் எல்லோருமே அளவறிந்து வாழும் நெறியில் நின்று ஒழுகமாட்டார்.

களவென்னும் காரறி வாண்மை அளவென்னும்
ஆற்றல் புரிந்தார்கண் இல். 287

களவு என்னும் இருண்ட மயக்க அறிவு உள்ளவரிடத்தில் அளவு அறிந்து வாழ்தலாகிய ஆற்றலை விரும்பும் போக்கு இராது.

அளவறிந்தார் நெஞ்சத் தறம்போல் நிற்கும்
களவறிந்தார் நெஞ்சில் கரவு. 288

அளவறிந்து வாழ்கின்றவரின் நெஞ்சத்தில் நிற்கும் 'அறம்' போல் களவு செய்து பழகி அறிந்தவரின் நெஞ்சில் 'வஞ்சகம்' எப்போதும் நிலைத்திருக்கும்.

அளவல்ல செய்தாங்கே வீவர் களவல்ல
மற்றைய தேற்றா தவர். 289

களவல்லாத பிற நல்ல நெறிகளைக் கடைப்பிடித்து பொருள் ஈட்டி வாழ்தலைத் தெளியாதவர், அளவு கடந்த செயல்களைச் செய்து அப்போதே கெட்டழிவர்.

கள்வார்க்குத் தள்ளும் உயிர்நிலை கள்ளார்க்குத்
தள்ளாது புத்தே ளுலகு. 290

களவு செய்வார்க்கு உடலில் உயிர் வாழும் வாழ்வும் தவறிப் போகும; களவு செய்யாமல் வாழ்வோருக்கு தேவருலக வாழ்வும் வாய்க்கத் தவறாது.

30. வாய்மை

வாய்மை எனப்படுவது யாதெனின் யாதொன்றும்
தீமை இலாத சொலல். 291

வாய்மை எனக் கூறப்பெறுவது எது என்றால் அது பிறருக்குத் தீங்கு பயக்காத சொல்லைச் சொல்லுதல் ஆகும்.

பொய்ம்மையும் வாய்மை இடத்த புரைதீர்ந்த
நன்மை பயக்கும் எனின். 292

குற்றம் இல்லாத நன்மையை விளைவிக்குமானால் பொய்யான சொற்களும் வாய்மை என்று கருதத்தக்க இடத்தைப் பெறும்.

தன்நெஞ்சு அறிவது பொய்யற்க பொய்த்தபின்
தன்நெஞ்சே தன்னைச் சுடும். 293

ஒருவன் தன் நெஞ்சு அறிவதாகிய ஒன்றைக் குறித்துப் பொய் சொல்லலாகாது: அப்படிப் பொய் சொன்னால் அவனுடைய நெஞ்சமே அவனை வருத்தும்.

உள்ளத்தால் பொய்யா தொழுகின் உலகத்தார்
உள்ளத்து ளெல்லாம் உளன். 294

ஒருவன் தன் உள்ளம் அறியப் பொய் இல்லாமல் நடப்பானாயின், அத்தகையவன் உலகத்தோர் உள்ளத்தில் எல்லாம் இருக்கும் சிறப்பைப் பெறுவான்.

மனத்தொடு வாய்மை மொழியின் தவத்தொடு
தானஞ்செய் வாரின் தலை. 295

ஒருவன் தன் மனத்தோடு பொருந்த உண்மையையே பேசுவானானால் அவன் தவத்தோடு தானமும் ஒருங்கே செய்பவரிலும் சிறந்தவனாவான்.

30. வாய்மை

பொய்யாமை அன்ன புகழில்லை எய்யாமை
எல்லா அறமும் தரும். 296

> ஒருவனுக்குப் பொய் இல்லாமல் வாழ்தலைப்
> போன்ற புகழ்நிலை வேறொன்றும் இல்லை; அஃது
> அவன் வருந்தாமல் இருக்க எல்லா நலனும் தரும்.

பொய்யாமை பொய்யாமை ஆற்றின் அறம்பிற
செய்யாமை செய்யாமை நன்று. 297

> ஒருவன் பொய்யாமை என்னும் அறத்தைப்
> பொய்யாகாமல் செய்து வந்தால் அவன் பிற
> அறங்களைக் கூடச் செய்ய வேண்டியதில்லை.

புறந்தூய்மை நீரான் அமையும் அகந்தூய்மை
வாய்மையால் காணப் படும். 298

> ஒருவனது புறத்தூய்மை நீராடுவதனால் ஏற்படும்;
> அதுபோல் அகத்தே தூய்மையாகத் திகழ்தல்
> உண்மை பேசுவதனால் உண்டாகும்.

எல்லா விளக்கும் விளக்கல்ல சான்றோர்க்குப்
பொய்யா விளக்கே விளக்கு. 299

> இருளைப் போக்கும் எல்லா விளக்குகளும் சிறந்தவை
> ஆகா; சான்றோர்க்குப் பொய்யாமையாகிய
> விளக்கே சிறந்ததாக அமையும்.

யாம்மெய்யாக் கண்டவற்றுள் இல்லை எனைத்தொன்றும்
வாய்மையின் நல்ல பிற. 300

> யாம் மெய்ப்பொருள்களாக அறிந்தவற்றுள்
> எல்லாம் வாய்மையை விடச் சிறப்பான பொருள்
> வேறுயாதொன்றும் இல்லை.

31. வெகுளாமை

செல்லிடத்துக் காப்பான் சினங்காப்பான் அல்லிடத்துக்
காக்கின்என் காவாக்கால் என். 301

*செல்லக்கூடிய இடத்தில் சினம் உண்டாகாமல்
தடுப்பவனே அதனை அடக்கியவனாவான்;
செல்லக்கூடாத இடத்தில் அதனை அடக்கினால்
என்ன? அடக்காவிட்டால் என்ன?*

செல்லா இடத்துச் சினந்தீது செல்லிடத்தும்
இல்அதனின் தீய பிற. 302

*சினம் தன்னைவிட வலியவர்மீது சென்றால்
அது தனக்கே தீங்கு பயக்கும்; அது தன்னைவிட
மெலிந்தவர்மீது சென்றால் அதனிலும் தீமையானது
வேறு இல்லை.*

மறத்தல் வெகுளியை யார்மாட்டும் தீய
பிறத்தல் அதனான் வரும். 303

*எவரிடத்திலும் சினங்கொள்ளாமல் அவரது
தீச்செயலை மறந்துவிட வேண்டும்; தீமையான
விளைவுகள் அந்தச் சினத்தாலேயே வந்து சேரும்.*

நகையும் உவகையும் கொல்லும் சினத்தின்
பகையும் உளவோ பிற. 304

*முக மலர்ச்சியையும் அக மலர்ச்சியையும்
கொல்லுகின்ற சினத்தைவிட ஒருவனுக்கு வேறு
பகை இல்லை.*

தன்னைத்தான் காக்கின் சினங்காக்க காவாக்கால்
தன்னையே கொல்லும் சினம். 305

*ஒருவன் தன்னைக் காத்துக்கொள்ள விரும்பினால்
சினம் எழாமல் காத்துக் கொள்க; அவ்வாறு
காக்கவில்லையாயின் அச்சினம் அவனையே
கொன்றுவிடும்.*

31. வெகுளாமை

சினம்என்னும் சேர்ந்தாரைக் கொல்லி இனமென்னும்
ஏமப் புணையைச் சுடும். 306

சினம் என்னும் சேர்ந்தவரை அழிக்கும் இயல்புடைய நெருப்பு 'தன் இனத்தார்' என்னும் பாதுகாவலான தெப்பத்தையும் சுட்டு எரித்து விடும்.

சினத்தைப் பொருளென்று கொண்டவன் கேடு
நிலத்தறைந்தான் கைபிழையா தற்று. 307

தனது வலிமையைக் காட்டுவதற்குச் சினத்தைக் கருவியாகக் கொண்டவன், அதனால் அழிதல், நிலத்தை அறைந்தவனுடைய கை துன்பம் அடைதலின்று தப்பாதது போல் உறுதியாகும்.

இணர்எரி தோய்வன்ன இன்னா செயினும்
புணரின் வெகுளாமை நன்று. 308

பல சுடர்களையுடைய பெரு நெருப்பில் தோய்ந்தாற் போன்ற துன்பத்தை ஒருவன் செய்தபோதிலும் கூடுமானால் அவன்பால் சினம் கொள்ளாதிருத்தல் நன்று.

உள்ளிய தெல்லாம் உடனெய்தும் உள்ளத்தால்
உள்ளான் வெகுளி எனின். 309

ஒருவன் உள்ளத்தாலும் சினத்தைப் பற்றி நினையா திருப்பானானால், அவன் நினைத்தவை எல்லாம் உடனே அவனை வந்தடையும்.

இறந்தார் இறந்தார் அனையர் சினத்தைத்
துறந்தார் துறந்தார் துணை. 310

அளவு கடந்து சினத்தில் ஈடுபட்டவர் இறந்தாரோடு ஒப்பர்; சினத்தைக் கைவிட்டவரோ முற்றுந் துறந்த மேலோரோடு ஒப்பர்.

32. இன்னா செய்யாமை

சிறப்புஈனும் செல்வம் பெறினும் பிறர்க்குஇன்னா
செய்யாமை மாசற்றார் கோள். 311

சிறப்பைத் தருகின்ற பெருஞ்செல்வமே பெறுவதாக இருந்தாலும் பிறர்க்குத் துன்பம் விளைவிக்காதிருத்தலே மனத் தூய்மையுடையாரின் கொள்கையாகும்.

கறுத்துஇன்னா செய்தவக் கண்ணும் மறுத்துஇன்னா
செய்யாமை மாசற்றார் கோள். 312

ஒருவன் கறுவு கொண்டு தனக்குத் துன்பம் இழைத்த போதிலும் அவனுக்குத் திரும்பத் துன்பம் செய்யாதிருத்தலே குற்றமற்ற அறிவாளரின் கொள்கையாகும்.

செய்யாமல் செற்றார்க்கும் இன்னாத செய்தபின்
உய்யா விழுமம் தரும். 313

தான் ஏதும் செய்யாதிருக்கத் தனக்குத் தீங்கு செய்தவர்க்கும் துன்பமானவற்றைச் செய்தால், அது தப்ப முடியாத துன்பத்தையே கொடுக்கும்.

இன்னா செய்தாரை ஒறுத்தல் அவர்நாண
நன்னயம் செய்து விடல். 314

தனக்குத் துன்பம் செய்தவரைத் தன்டித்தல் அவர்தம் செயலை நினைத்து நாணும்படியாக அவருக்கு நல்லுதவி செய்து, அவர் செய்த தீமையையும் தான் செய்த நன்மையையும் மறந்து விடுதலாகும்.

அறிவினான் ஆகுவ துண்டோ பிறிதின்நோய்
தந்நோய்போல் போற்றாக் கடை. 315

பிற உயிருக்கு வரும் துன்பத்தைத் தமக்கு வந்த துன்பமாகக் கருதி அதனைக் காப்பாற்றாதவிடத்து நாம் பெற்றுள்ள அறிவினால் ஆகும் பயன்தான் உளதோ?

32. இன்னா செய்யாமை

இன்னா எனத்தான் உணர்ந்தவை துன்னாமை
வேண்டும் பிறன்கண் செயல். 316

பிறர்க்குத் துன்பம் தரும் எனத் தான் உணர்ந்த ஒரு செயலைப் பிறரிடத்தே செய்தலை ஒருவன் எப்போதும் செய்யாதிருத்தல் தலைசிறந்த அறமாகும்.

எனைத்தானும் எஞ்ஞான்றும் யார்க்கும் மனத்தானாம்
மாணாசெய் யாமை தலை. 317

எவ்வளவு சிறியதாயினும், எந்தக் காலத்திலும் எவரிடத்திலும் மனத்தினால் எண்ணி உண்டாகின்ற துன்பச் செயல்களைச் செய்யாதிருத்தலே சிறப்பாகும்.

தன்னுயிர்க்கு இன்னாமை தானறிவான் என்கொலோ
மன்னுயிர்க்கு இன்னா செயல். 318

தன் உயிர்க்குத் துன்பமானவை இவை என்று உணர்ந்தவன் மற்ற உயிர்கட்குத் துன்பங்களைச் செய்தல் என்ன காரணம் கருதியோ?

பிறர்க்குஇன்னா முற்பகல் செய்யின் தமக்குஇன்னா
பிற்பகல் தாமே வரும். 319

பிறர்க்குத் துன்பமானவற்றை முற்பகலில் செய்தால், அவ்வாறு செய்தவர்க்கே பிற்பகலில் துன்பங்கள் தாமாகவே வந்து சேரும்.

நோய்எல்லாம் நோய்செய்தார் மேலவாம் நோய்செய்யார்
நோயின்மை வேண்டு பவர். 320

துன்பம் தருவன எல்லாம் துன்பம் செய்தவரின் மேல் சென்று சேர்வன; ஆதலால் துன்பமின்றி வாழ விரும்புவோர் பிறருக்குத் துன்பம் இழைக்க மாட்டார்.

33. கொல்லாமை

அறவினை யாதெனில் கொல்லாமை கோறல்
பிறவினை எல்லாந் தரும். 321

அறச்செயல் எது என்றால் எந்த ஓர் உயிரையும் கொல்லாமையாகும்; கொல்லும் செயல் அறமல்லாத பிற தீச் செயல்கள் எல்லாவற்றையும் விளைவிக்கும்.

பகுத்துண்டு பல்லுயிர் ஓம்புதல் நூலோர்
தொகுத்தவற்றுள் எல்லாந் தலை. 322

உள்ள உணவைப் பலரோடு பங்கிட்டுக் கொடுத்துத் தானும் உண்டு பல உயிர்களையும் காப்பாற்றுதல் அறநூலோர் தொகுத்துக் கூறிய அறங்கள் எல்லாவற்றிலும் மிகச் சிறந்ததாகும்.

ஒன்றாக நல்லது கொல்லாமை மற்றுஅதன்
பின்சாரப் பொய்யாமை நன்று. 323

ஒப்பற்ற நல்லறம் என்பது எந்த ஓர் உயிரையும் கொல்லாமையாகும். அதற்கு அடுத்ததாக நல்லறம் எனக் கருதப்பெறுவது பொய்யாமையாகும்.

நல்லாறு எனப்படுவது யாதெனின் யாதொன்றும்
கொல்லாமை சூழும் நெறி 324

நல்ல வழி என்று அறநூல்கள் கூறுவது எது என்றால் எந்த ஓர் உயிரையும் கொல்லாமையாகிய அறத்தினை நினைக்கும் நெறியேயாகும்.

நிலைஅஞ்சி நீத்தாருள் எல்லாம் கொலைஅஞ்சிக்
கொல்லாமை சூழ்வான் தலை. 325

வாழ்க்கையின் தன்மையைக் கண்டு அஞ்சித் துறந்தவர்கள் எல்லாரிலும் கொலைப் பாவத்திற்கு அஞ்சிக் கொல்லாமை நெறியைப் போற்றுபவரே சிறந்தவர்கள் ஆவர்.

33. கொல்லாமை

கொல்லாமை மேற்கொண் டொழுகுவான் வாழ்நாள்மேல்
செல்லாது உயிருண்ணுங் கூற்று.   326

கொல்லாமையாகிய அறத்தைக் கடைப்பிடித்து
ஒழுகுபவனது வாழ்நாள்மேல் உயிரைத்தின்னும்
கூற்றுவனும் கண் வைக்க மாட்டான்.

தன்னுயிர் நீப்பினும் செய்யற்க தான்பிறிது
இன்னுயிர் நீக்கும் வினை.   327

தன் உயிர் உடம்பிலிருந்து நீங்கும் நிலை ஏற்படினும்
அதனைத் தடுப்பதற்காகத் தான் வேறோர் உயிரைப்
போக்கும் பாவச்செயலைச் செய்யலாகாது.

நன்றாகும் ஆக்கம் பெரிதெனினும் சான்றோர்க்குக்
கொன்றாகும் ஆக்கம் கடை   328

கொலையைப் புரிவதால் விளையும் ஆக்கம்
பெரிதாக இருப்பினும், சான்றோர்க்கு அத்தகைய
ஆக்கம் மிகவும் இழிவானதாகும்.

கொலைவினைய ராகிய மாக்கள் புலைவினையர்
புன்மை தெரிவா ரகத்து.   329

கொலை செய்வதையே தொழிலாக உடைய
மக்கள் அதன் இழிவை ஆராய்ந்தவரிடத்தில்
தாழ்ந்த செயலினராகவே தோன்றுவர்.

உயிர்உடம்பின் நீக்கியார் என்ப செயிர்உடம்பின்
செல்லாத்தீ வாழ்க்கை யவர்.   330

நோய் மிகுந்த உடம்புடன் உயிரும் போகாமல்
வறுமையால் வருந்தித் துன்புறுகின்ற
வாழ்வையுடையவர், முன்பு கொலை பல செய்து
உயிர்களை உடம்பினின்றும் நீக்கியவர்களே என்று
அறிஞர் கூறுவர்.

34. நிலையாமை

நில்லாத வற்றை நிலையின என்றுணரும்
புல்லறி வாண்மை கடை. 331

நிலைத்து நில்லாத பொருள்களையெல்லாம் நிலையானவை என்று எண்ணி மயங்குகின்ற இழிவான அறிவுடைவராக இருத்தல் வாழ்க்கையில் மிகுந்த தாழ்நிலையாகும்.

கூத்தாட்டு அவைக்குழாத் தற்றே பெருஞ்செல்வம்
போக்கும் அதுவிளிந் தற்று. 332

ஒருவனிடத்துப் பெருஞ்செல்வம் வந்தடைதல் கூத்தாடும் இடத்தில் கூட்டம் வந்து கூடுவதைப் போன்றது. அச்செல்வம் கெட்டுப் போதலும் கூத்தாட்டம் முடிந்ததும் அக்கூட்டம் கலைந்து போவதைப் போன்றது.

அற்கா இயல்பிற்றுச் செல்வம் அதுபெற்றால்
அற்குப ஆங்கே செயல். 333

செல்வம் நிலையற்ற இயல்பினையுடையது; அதனை ஒருவன் அடைந்தால், அது நிலைப்பதற்கான அறங்களை அப்பொழுதே செய்தல் வேண்டும்.

நாளென ஒன்றுபோல் காட்டி உயிர்ஈரும்
வாளது உணர்வார்ப் பெறின். 334

வாழ்வை ஆராய்ந்து உண்மை உணர்வாரைப் பெற்றால் 'நாள்' என்பது ஒரு சிறு கால அளவைப் போல் காட்டி உயிரின் வாழ்நாளைச் சிறிது சிறிதாக அறுத்துச் செல்லும் வாள் என்பது தெளிவாகும்.

நாச்செற்று விக்குள்மேல் வாராமுன் நல்வினை
மேற்சென்று செய்யப் படும். 335

நாவை அடக்கி விக்கல் மேலாக எழுந்து வருவதற்கு முன்பதாகவே (இறப்பு நெருங்குவதற்கு முன்) நல்ல அறச்செயல்கள் விரைவாகச் செய்யத்தக்கவையாகும்.

34. நிலையாமை

நெருநல் உளனொருவன் இன்றில்லை என்னும்
பெருமை உடைத்துஇவ் வுலகு. 336

நேற்று இருந்த ஒருவன் இன்று இல்லை என்னும் நிலையாமையாகிய பெருமையை உடையதுதான் இந்த உலகம்.

ஒருபொழுதும் வாழ்வது அறியார் கருதுப
கோடியும் அல்ல பல. 337

அறிவில்லாதவர் ஒரு வேளையாவது வாழ்க்கையின் தன்மையை ஆராய்ந்து அறிவதில்லை; ஆனால் வீணில் எண்ணுவனவோ கோடியும் அல்ல. அதன் மேலும் அளவற்ற பலவாகும்.

குடம்பை தனித்துஒழியப் புள்பறந் தற்றே
உடம்போடு உயிரிடை நட்பு. 338

தான் இருந்த முட்டை ஓடு தனித்துக் கிடக்கவும் பறவை பறந்து வெளியேறிப் போய்விட்டது போன்றதுதான் உடலோடு உயிருக்குள்ள தொடர்பு.

உறங்கு வதுபோலும் சாக்காடு உறங்கி
விழிப்பது போலும் பிறப்பு. 339

இறப்பு என்பது ஒருவனுக்கு உறக்கம் வருவதைப் போன்றது; பிறப்பு என்பது அவன் உறக்கம் நீங்கி விழித்துக் கொள்வதைப் போன்றது.

புக்கில் அமைந்தின்று கொல்லோ உடம்பினுள்
துச்சில் இருந்த உயிர்க்கு. 340

(நோய்கட்கு இடமான) உடம்பில் ஒரு மூலையில் குடியிருந்த உயிருக்கு நிலையாக நுழைந்து தங்குவதற்குரிய ஓர் இடம் இதுகாறும் அமையவில்லை போலும்.

35. துறவு

யாதனின் யாதனின் நீங்கியான் நோதல்
அதனின் அதனின் இலன். 341

ஒருவன் எந்த எந்தப் பொருளிலிருந்து பற்று விடுபட்டவன் ஆகின்றானோ, அவன் அந்த அந்தப் பொருளால் துன்பம் அடைவதில்லை.

வேண்டின்உண் டாகத் துறக்க துறந்தபின்
ஈண்டுஇயற் பால பல. 342

துன்பம் அற்ற வாழ்வை விரும்பினால் ஆசைகளை எல்லாம் விட்டுவிடல் வேண்டும்; அப்படி விட்டு விட்டபின் இவ்வுலகில் அடையக் கூடிய இன்பம் பலவாகும்.

அடல்வேண்டும் ஐந்தன் புலத்தை விடல்வேண்டும்
வேண்டிய எல்லாம் ஒருங்கு. 343

ஐந்து வகையான புலன்களின் ஆசைகளையும் அடக்கி வெல்லுதல் வேண்டும். அவற்றிற்கு வேண்டிய பொருளாசைகளையெல்லாம் ஒரு சேர விட்டு விடுதல் வேண்டும்.

இயல்பாகும் நோன்பிற்கொன்று இன்மை உடைமை
மயலாகும் மற்றும் பெயர்த்து. 344

ஒரு பொருளின் மீது ஆசையற்றிருத்தலே தவநெறியின் இயல்பாகும். ஆசையுள்ளதானால் மீண்டும் உலக போகத்தில் மயங்குவதற்கு வழியாகும்.

மற்றும் தொடர்ப்பாடு எவன்கொல் பிறப்பறுக்கல்
உற்றார்க்கு உடம்பும் மிகை. 345

பிறவித் துன்பத்தை ஒழிக்க முயல்பவர்கட்கு உடம்பு மிகையான பொருள்; ஆகவே அதற்கு மற்ற ஆசைகளின் தொடர்பு கொள்வது எதற்காகவோ?

35. துறவு

யான்எனது என்னும் செருக்குஅறுப்பான் வானோர்க்கு
உயர்ந்த உலகம் புகும். 346

> உடலை யான் எனவும் பொருள்களை எனது எனவும் நினைக்கின்ற மயக்கத்தை அறுத்தெறிகின்றவன் வானோர்க்கும் எட்டாத உயர்ந்த உலகம் சேர்வான்.

பற்றி விடாஅ இடும்பைகள் பற்றினைப்
பற்றி விடாஅ தவர்க்கு. 347

> பொருள்களின் மீதுள்ள பற்றுகளையே இறுகப் பற்றிக் கொண்டு ஆசையை விடாதவரையில், துன்பங்களும் விடாமல் பற்றிக் கொண்டிருக்கும்.

தலைப்பட்டார் தீரத் துறந்தார் மயங்கி
வலைப்பட்டார் மற்றை யவர். 348

> முற்றத்துறந்தவரே மேலான நிலையினர் ஆவர், மற்றையோர் மயங்கி ஆசை வலையில் அகப்பட்டுக் கொண்டவர்களே ஆவர்.

பற்றற்ற கண்ணே பிறப்பறுக்கும் மற்று
நிலையாமை காணப் படும். 349

> இருவகைப் பற்றுகளும் அறுந்த போன அப்பொழுதே, அந்நிலை, பிறவித்துன்பத்தை ஒழிக்கும். மேலும், உலக நிலையாமையும் அப்பொழுதே காணப்படும்.

பற்றுக பற்றற்றான் பற்றினை அப்பற்றைப்
பற்றுக பற்று விடற்கு. 350

> பற்றில்லாதவனான இறைவனது பற்றினை மட்டிலுமே விடாது பற்றுக. உலகப் பற்றுகளை விடுவதற்காக, அதனையே எப்போதும் விடாமல் பற்றிக் கொள்க.

36. மெய்யுணர்தல்

பொருளல்ல வற்றைப் பொருளென்று உணரும்
மருளானாம் மாணாப் பிறப்பு. 351

உண்மைப் பொருள் அல்லாதவற்றை உண்மைப் பொருள்களாகக் கருதி உணர்கின்ற மயக்கத்தினாலேயே, சிறப்பற்ற பல வகைப் பிறப்புகளும் உண்டாகின்றன.

இருள்நீங்கி இன்பம் பயக்கும் மருள்நீங்கி
மாசறு காட்சி யவர்க்கு. 352

மயக்கம் நீங்கிக் குற்றம் அற்ற மெய்யறிவுடையவர்கட்கு அவ்வுணர்வு அறியாமையை நீக்கி இன்ப நிலையைக் கொடுக்கும்.

ஐயத்தின் நீங்கித் தெளிந்தார்க்கு வையத்தின்
வானம் நணிய துடைத்து. 353

ஐயத்தினின்று நீங்கித் தெளிவுபெற்ற மெய்யறிவாளருக்கு இவ்வையத்தினும் வானம் மிகவும் அண்மையானதும் உறுதியானதும் ஆகும்.

ஐயுணர்வு எய்தியக் கண்ணும் பயமின்றே
மெய்யுணர்வு இல்லா தவர்க்கு. 354

மெய்யுணர்வு இல்லாதவர்க்கு ஐம்புலன்களின் வேறு பாட்டால் வளர்ந்த ஐந்துவகை உணர்வும் முற்றப்பெற்ற போதிலும் யாதும் பயன் இல்லை.

எப்பொருள் எத்தன்மைத் தாயினும் அப்பொருள்
மெய்ப்பொருள் காண்பது அறிவு. 355

எந்தப் பொருள் எத்தன்மை இயல்போடு தோன்றிய போதிலும் அத்தோற்றத்தை மட்டிலும் கண்டு மயங்காமல் அப்பொருளின் உண்மையான இயல்பை அறிவதே மெய்யுணர்வு ஆகும்.

36. மெய்யுணர்தல்

கற்றீண்டு மெய்ப்பொருள் கண்டார் தலைப்படுவர்
மற்றீண்டு வாரா நெறி. 356

> கற்கவேண்டியவற்றைக் கற்று. இங்கு மெய்ப்
> பொருளையும் உணர்ந்தவர், மீண்டும் இப்பிறப்பிற்கு
> வராத பெரு நெறியை அடைவர்.

ஓர்த்துள்ளம் உள்ளது உணரின் ஒருதலையாப்
பேர்த்துள்ள வேண்டா பிறப்பு. 357

> என்றும் உளதான உண்மைப் பொருளை
> ஒருவனுடைய உள்ளம் ஆராய்ந்து உறுதியாக
> உணர்ந்தால், அவனுக்கு மீண்டும் பிறப்பு
> உள்ளதென எண்ணவேண்டா.

பிறப்பென்னும் பேதைமை நீங்கச் சிறப்பென்னும்
செம்பொருள் காண்பது அறிவு. 358

> பிறவித் துன்பத்திற்குக் காரணமான அறியாமை
> நீங்கும் பொருட்டு வீடுபேறு என்னும் சிறந்த
> நிலைக்குக் காரணமான செம்பொருளை முயன்று
> காண்பதே மெய்யுணர்வு ஆகும்.

சார்புணர்ந்து சார்பு கெடஒழுகின் மற்றழித்துச்
சார்தரா சார்தரு நோய். 359

> எல்லாப் பொருள்கட்கும் சார்பான
> செம்பொருளை உணர்ந்து பற்றுக் கெடுமாறு
> ஒழுகினால் சார்வதற்குரிய துன்பங்கள் திரும்பவும்
> வந்து சாரமாட்டா.

காமம் வெகுளி மயக்கம் இவைமூன்றன்
நாமம் கெடக்கெடும் நோய். 360

> விருப்பு, வெறுப்பு, அறியாமை ஆகிய இக்குற்றங்கள்
> மூன்றின் பெயர்களைக் கூட உள்ளத்திலிருந்து
> நீக்கிவிட்டால், பிறவித் துன்பமும் கெடும்.

37. அவா அறுத்தல்

அவாஎன்ப எல்லா உயிர்க்குமஞ் ஞான்றும்
தவாஅப் பிறப்பீனும் வித்து. 361

எல்லா உயிர்க்கும் எக்காலத்திலும் பிறவி என்னும் துன்பத்தைத் தருகின்றதான வித்து 'அவா' என்பதுதான் என்று கூறுவர்.

வேண்டுங்கால் வேண்டும் பிறவாமை மற்றது
வேண்டாமை வேண்ட வரும். 362

ஒருவன் ஒன்றை விரும்ப வேண்டுமானால் பிறவாமை என்பதைனையே விரும்ப வேண்டும். அந்த நிலை அவா அற்ற நிலையை விரும்பினால் உண்டாகும்.

வேண்டாமை அன்ன விழுச்செல்வம் ஈண்டில்லை
யாண்டும் அஃதொப்பது இல். 363

அவாவற்ற தன்மை போன்ற சிறந்த செல்வம் இவ்வுலகில் இல்லை. எவ்விடத்தும் அதற்கு இணையானதான செல்வம் ஒன்றும் இல்லை.

தூஉய்மை என்பது அவாவின்மை மற்றது
வாஅய்மை வேண்ட வரும். 364

அவாவில்லாத நிலையே தூய்மையான நிலை; வாய்மையையே விரும்பி நடந்தால் அந்த நிலை தானாகவே நம்மை வந்து அடையும்.

அற்றவர் என்பார் அவாஅற்றார் மற்றையார்
அற்றாக அற்றது இலர். 365

பற்றற்றவர் என்று கூறப்படுவோர் அவா அற்றவரே, அவா அறாத மற்றையவர் எல்லாரும் அவ்வளவாகப் பற்று அற்றவர் அல்லர்.

37. அவா அறுத்தல்

அஞ்சுவ தோரும் அறனே ஒருவனை
வஞ்சிப்ப தோரும் அவா.   366

> ஒருவனை அவன் தளர்ச்சி கண்டு வஞ்சிப்பது
> அவா ஆகும்; அதனால் அவாவிற்குப் பயந்து
> ஒதுங்கி வாழ்வதே மேன்மையான அறநெறியாகும்.

அவாவினை ஆற்ற அறுப்பின் தவாவினை
தான்வேண்டு மாற்றான் வரும்.   367

> ஆசையை ஒருவன் முழுதும் அறுத்து விட்டால்,
> அவன் கெடாமல் வாழ்வதற்குரிய நல்ல செயல்கள்
> அவன் விரும்பிய படியே வந்து வாய்க்கும்.

அவாஇல்லார்க் கில்லாகுந் துன்பம் அஃதுண்டேல்
தவாஅது மேன்மேல் வரும்.   368

> ஆசை அற்றவர்க்குத் துன்பம் இல்லையாகும்;
> ஆசை இருப்பின் எல்லாத் துன்பங்களும் ஒழியாமல்
> மேலும் மேலும் வந்து கொண்டிருக்கும்.

இன்பம் இடையறா தீண்டும் அவாவென்னும்
துன்பத்துள் துன்பங் கெடின்.   369

> அவா எனப்படுகின்ற மிக்க கொடிய துன்பமானது
> கெடுமானால், வாழ்வில் துன்பம் இடையறாமல்
> வந்து வாய்த்துக் கொண்டிருக்கும்.

ஆரா இயற்கை அவாநீப்பின் அந்நிலையே
பேரா இயற்கை தரும்.   370

> ஒருபோதும் நிரம்பாத தன்மையுடைய அவாவினை
> ஒழித்தால் ஒழிந்த அந்நிலையே பெரிதான இன்ப
> வாழ்வைத் தானாகவே தந்துவிடும்.

38. ஊழ்

ஆகூழால் தோன்றும் அசைவின்மை கைப்பொருள்
போகூழால் தோன்றும் மடி. 371

பொருள் உண்டாவதற்குக் காரணமான ஊழால் சோர் வில்லாத முயற்சி தோன்றும், பொருள் போவதற்குக் காரணமான ஊழ் வந்தால் சோம்பல் தோன்றும்.

பேதைப் படுக்கும் இழவூழ் அறிவகற்றும்
ஆகலூழ் உற்றக் கடை. 372

பொருள் இழத்தற்கான ஊழ் ஒருவனைப் பேதையாக்கும்; பொருள் ஆவதற்குக் காரணமான ஊழ் அறிவை விரிவாக்கிப் பெருக்கும்.

நுண்ணிய நூல்பல கற்பினும் மற்றுந்தன்
உண்மை அறிவே மிகும். 373

ஒருவன் நுண்மையான நூல்கள் பலவற்றை முயன்று கற்றாலும், ஊழின் நிலைமைக்குத் தகுந்தவாறு உள்ளதாகும் அறிவே மேம்பட்டுத் தோன்றும்.

இருவேறு உலகத்து இயற்கை திருவேறு
தெள்ளிய ராதலும் வேறு. 374

ஊழின் காரணமாக உலகத்தின் இயற்கை இருவேறு வகைப்படும். செல்வராதல் வேறு; அறிவு உடையவராதல் வேறு.

நல்லவை எல்லாஅந் தீயவாம் தீயவும்
நல்லவாம் செல்வம் செயற்கு. 375

செல்வம் ஈட்டும் முயற்சிக்கு நல்லூழால் தீயவை நல்லவையாவதும் தீயூழால் நல்லவையும் தீயவையாதலும் உண்டு

38. ஊழ்

பரியினும் ஆகாவாம் பாலல்ல உய்த்துச்
சொரியினும் போகா தம. 376

வருந்திக் காப்பாற்ற முயன்றாலும் நல்லூழ் வாய்க்காத போது தமக்கு உரியவை அல்லாத பொருள்கள் நில்லாமல் போகும்; நல்லூழ் வாய்க்கும் போது தமக்கு உரியவை வெளியே கொண்டு போய்ச் சொரிந்தாலும் போகா.

வகுத்தான் வகுத்த வகையல்லால் கோடி
தொகுத்தார்க்கும் துய்த்தல் அரிது. 377

ஊழை வகுத்தவன் வகுத்து விட்ட வகைப்படி அல்லாமல் கோடிக்கணக்கான பொருள்களைச் சேர்த்தவர்க்கும் அவற்றைத் துய்த்தல் அரிதாகும்.

துறப்பார்மன் துப்புர வில்லார் உறற்பால
ஊட்டா கழியும் எனின். 378

ஊழால் வரும் துன்பங்கள் வந்து வருத்தாமற் போகுமானால் நுகரும் பொருள் இல்லாத வறியவர்கள் தம்முடைய ஆசைகளைத் துறப்பார்கள்.

நன்றாங்கால் நல்லவாக் காண்பவர் அன்றாங்கால்
அல்லற் படுவ தெவன். 379

நல்வினை விளையும் போது அவற்றை நல்லனவாகக் காண்பவர்கள், தீவினை விளையும் போது துன்பமுற்றுக் கலங்குவது ஏனோ?

ஊழிற் பெருவலி யாவுள மற்றொன்று
சூழினுந் தான்முந் துறும். 380

ஊழைவிட மிக்க வலிவுள்ளவை வேறு யாவை உள்ளன? ஊழை விலக்கும் பொருட்டு மற்றொரு வழியை ஆய்ந்தாலும் அங்கும் ஊழே முன் வந்து நிற்கும்.

திருவள்ளுவ மாலை

பொருக்கு மணிகள்

தினையளவு போதாச் சிறுபுன்னீர் நீண்ட
பனையளவு காட்டும் படித்தான் - மனையளகு
வள்ளைக் குறங்கும் வள்நாட வள்ளுவனார்.
வெள்ளைக் குறட்பா விரி. (5)

- கபிலர்

மாலுங் குறளாய் வளர்ந்திரண்டு மாண்டியால்
ஞால முழுதும் நயந்தளந்தான் - வாலறிவன்
வள்ளுவருந் தங்குறள் வெண் பாவடியால் வையத்தார்
உள்ளுவவெல் லாமளந்தார் ஓர்ந்து. (6)

- பரணர்

தானே முழுதுணர்ந்து தண்டமிழின் ஒண்குறளால்
ஆனா அறமுதலா அந்நான்கும் - ஏனோருக்கு
ஊழின் உரைத்தாற்கும் ஒண்ணீர் முகிலுக்கும்
வாழி உலகு என்னாற்று மற்று. (7)

- நக்கீரர்

அறம்பொருள் இன்பம் வீ(டு) என்னும் அந்
நான்கின் திறந்தெரிந்து செப்பிட தேவை -
மறந்தேயும் வள்ளுவன் என்பான் பேதை அவன்
வாய்ச்சொல் கொள்ளார் அறிவுடை யார். (8)

- மாமூலனார்

2
பொருட்பால்

அரசியல் 381 முதல் 630 முடிய
அமைச்சியல்: 631 முதல் 730 முடிய
அரணியல் 731 முதல் 750 முடிய
கூழியல்: 751 முதல் 750 முடிய
படையியல்: 761 முதல் 780 முடிய
நட்பியல்: 781 முதல் 950 முடிய
குடியியல்: 951 முதல் 1080 முடிய

39. இறைமாட்சி

படைகுடி கூழ்அமைச்சு நட்பரண் ஆறும்
உடையான் அரசருள் ஏறு. 381

படை குடி, விளைபொருள், அமைச்சு. நட்பு, அரண் என்று கூறப்படும் ஆறு அங்கங்களையும் உடையவனே அரசருள் ஆண்சிங்கம் போன்றவன்.

அஞ்சாமை ஈகை அறிவூக்கம் இந்நான்கும்
எஞ்சாமை வேந்தர்க் கியல்பு. 382

அஞ்சாமை, எளியோர்க்குக் கொடுத்து உதவுதல், அறிவுடைமை, ஊக்கமுடைமை ஆகிய இந்த நான்கு பண்புகளும் குறைவுப்படாமல் இருத்தலே வேந்தருக்கு இயல்பாகும்.

தூங்காமை கல்வி துணிவுடைமை இம்மூன்றும்
நீங்கா நிலனாள் பவர்க்கு. 383

காலம் தாழ்த்தாத தன்மை, கல்வியுடைமை, துணிவுடைமை என்ற மூன்று பண்புகளும் நாடாளும் மன்னனுக்கு நீங்காமல் இருத்தல் வேண்டும்.

அறனிழுக்கா தல்லவை நீக்கி மறனிழுக்கா
மானம் உடைய தரசு. 384

அறநெறியிலிருந்து வழுவாமை, நெறியல்லாதவற்றை நாட்டைவிட்டு நீக்குதல் வீரத்தில் குறைவுபடாத மானமுடைமை ஆகிய மூன்றும் உடையவனே சிறந்த அரசனாவான்.

இயற்றலும் ஈட்டலும் காத்தலும் காத்த
வகுத்தலும் வல்ல தரசு. 385

பொருள் வரும் வழிகளை உண்டாக்கலும், வந்த பொருள்களைச் சேமித்தலும், சேமித்த பொருள் களைப் பாதுகாத்தலும், நாட்டின் நலத்திற்குத் தக்கப்படி செலவிடுதலும் வல்லவனே அரசனாவான்.

39. இறைமாட்சி

காட்சிக் கெளியன் கடுஞ்சொல்லன் அல்லனேல்
மீக்கூறும் மன்னன் நிலம். 386

காண்பதற்கு எளியவனாய், கடுஞ்சொல் கூறாத வனாய், அரசன் திகழ்ந்தால் அந்த மன்னனுடைய ஆட்சிக்கு உட்பட்ட நாட்டை உலகம் புகழும்.

இன்சொலால் ஈத்தளிக்க வல்லார்க்குத் தன்சொலால்
தான்கண் டனைத்திவ் வுலகு. 387

இனிமையான சொற்களோடு தக்கவர்க்குப் பொருளை உதவிக் காக்க வல்ல அரசன் தன் மனத்தில் கருதியவாறே இவ்வுலகமும் அமையும்.

முறைசெய்து காப்பாற்றும் மன்னவன் மக்கட்கு
இறையென்று வைக்கப் படும். 388

முறைமையோடு ஆட்சி புரிந்து மக்களைக் காப்பாற்றும் மன்னவன் அம்மக்களுக்குத் தெய்வம் என்று மதிக்கப்படும் உயர்நிலையில் வைத்து போற்றப்படுவான்.

செவிகைப்பச் சொற்பொறுக்கும் பண்புடை வேந்தன்
கவிகைக்கீழ்த் தங்கும் உலகு. 389

குறை கூறுவோரின் சொற்கள் கேட்பதற்கு வெறுப்பாக இருந்தாலும் பொறுக்கின்ற பண்புடைய அரசனின் குடைநிழலில் உலகம் தங்கும்.

கொடையளி செங்கோல் குடியோம்பல் நான்கும்
உடையானாம் வேந்தர்க் கொளி. 390

கொடை, இரக்ககுணம், செங்கோல் முறை, தளர்ந்த குடிகளைக் காத்தல் ஆகிய நான்கையும் சிறப்பாக உடைய அரசன் அரசர்க்கெல்லாம் ஒளிவிளக்கு ஆவான்.

40. கல்வி

கற்க கசடறக் கற்பவை கற்றபின்
நிற்க அதற்குத் தக.   391

கற்கத் தகுதியான நூல்களைப் பழுதில்லாமல் கற்க வேண்டும்; அவ்வாறு கற்றபிறகு கற்ற கல்வியின் தகுதிக்குத் தகுந்தபடி நடக்கவும் வேண்டும்.

எண்ணென்ப ஏனை எழுத்தென்ப இவ்விரண்டும்
கண்ணென்ப வாழும் உயிர்க்கு.   392

'எண்' என்று சொல்லப்படுவதும் 'எழுத்து' என்று சொல்லப்படுவதும் ஆகிய இவை இரண்டும் இவ்வுலகில் வாழும் மக்களுக்குக் 'கண்' என்று கூறுவர்.

கண்ணுடையர் என்பவர் கற்றோர் முகத்திரண்டு
புண்ணுடையர் கல்லா தவர்.   393

'கண்' உடையவர் என்று உயர்வாகக் கூறப்படுபவர் கற்றவரே; கல்லாதவர் தம் முகத்தில் இரண்டு 'புண்' உடையவர் ஆவர்.

உவப்பத் தலைக்கூடி உள்ளப் பிரிதல்
அனைத்தே புலவர் தொழில்.   394

எல்லோரும் மகிழும் வகையில் கூடியிருந்து பழகி 'இனி என்று மீண்டும் கூடுவோம்' என்று வருந்தி நினைக்கும் படியாகப் பிரிதல் புலவரின் தொழிலாகும்.

உடையார்முன் இல்லார்போல் ஏக்கற்றுங் கற்றார்
கடையரே கல்லா தவர்.   395

செல்வர் முன் உதவி கோரும் எளியவர் பணிந்து நிற்பது போல், ஆசிரியரிடம் பணிந்து நின்று கற்றவரே சிறந்தவர்; கல்லாதவர் இழிந்தவர்.

40. கல்வி

**தொட்டனைத் தூறும் மணற்கேணி மாந்தர்க்குக்
கற்றனைத் தூறும் அறிவு.** 396

மணலில் தோண்டும் கிணற்றில் தோண்டிய அளவிற்கு நீர் ஊறும், அதுபோல மாந்தருக்கும் அவரவர் முயன்று கற்பதன் அளவுக்கே அறிவும் ஊறிச் சுரக்கும்.

**யாதானும் நாடாமல் ஊராமால் என்னொருவன்
சாந்துணையுங் கல்லாத வாறு.** 397

கற்றவருக்குத் தன் நாடும் ஊரும் போலவே வேறு எதுவாயினும் நாடாகும்; ஊராகும்; ஆகையால், ஒருவன் சாகும் வரையில் கல்லாமல் காலங்கழிப்பது ஏன்?

**ஒருமைக்கண் தான்கற்ற கல்வி ஒருவற்கு
எழுமையும் ஏமாப் புடைத்து.** 398

ஒரு பிறப்பில் தான் கற்ற கல்வி அப்பிறப்பிற்கும் மட்டும் அல்லாமல் ஒருவனுக்கு எழுபிறப்பிலும் உதவும் தன்மையுடையது ஆகும்.

**தாமின் புறுவது உலகின் புறக்கண்டு
காமுறுவர் கற்றறிந் தார்.** 399

தாம் இன்பம் அடைவதற்குக் காரணமான கல்வி யால் உலகமும் இன்புறுவதைக் கண்டு, கற்றறிந்த அறிஞர் மேன் மேலும் அக் கல்வியையே விரும்புவர்.

**கேடில் விழுச்செல்வம் கல்வி ஒருவற்கு
மாடல்ல மற்றை யவை.** 400

ஒருவனுக்கு அழிவில்லாத சிறந்த செல்வம் என்பது கல்விச் செல்வமே; கல்வி தவிர மற்றப் பொருட் செல்வங்கள் எல்லாம் அழியக்கூடியவையாகையால் அவை சிறப்புடைய செல்வம் ஆகா.

41. கல்லாமை

அரங்கின்றி வட்டாடி யற்றே நிரம்பிய
நூலின்றிக் கோட்டி கொளல். 401

அறிவு நிரம்புவதற்குக் காரணமான நூல்களைக் கற்காமல் கற்றவர் அவையிலே சென்று ஒருவன் பேசுதல் அரங்கம் இழைக்காமலே வட்டுக்காயை உருட்டி ஆடினாற் போன்றது.

கல்லாதான் சொற்கா முறுதல் முலையிரண்டும்
இல்லாதாள் பெண்காமுற் றற்று. 402

கற்றவரின் அவையில் கல்லாதவன் பேச வேண்டும் என்று விரும்புதல் முலை இரண்டும் இல்லாதவள் பெண்மையை விரும்பினாற் போன்ற அறியாமையாகும்.

கல்லா தவரும் நனிநல்லர் கற்றார்முன்
சொல்லா திருக்கப் பெறின். 403

கற்றவரின் முன்னிலையில் ஒன்றையும் சொல்லாமல் அமைதியாக இருந்தால், கல்லாதவர்களும் மிகவும் நல்லவரே ஆவர்.

கல்லாதான் ஒட்பம் கழியநன் றாயினும்
கொள்ளார் அறிவுடை யார். 404

கல்லாதவனுடைய அறிவுடைமை சில சமயங்களில் மிகவும் நன்றாக இருந்தாலும் அறிவுடையோர் அதனை நன்றென்று ஏற்றுக் கொள்ளார்.

கல்லா ஒருவன் தகைமை தலைப்பெய்து
சொல்லாடச் சோர்வு படும். 405

கல்லாத ஒருவன் தன்னைத்தான் மதித்துக் கொள்ளும் மதிப்பு கற்றவரிடம் கூடிப் பேசுங்கால் அவனுக்கு இயல்பாக உள்ள மதிப்பும் கெட்டொழியும்.

41. கல்லாமை

உளரென்னும் மாத்திரையர் அல்லால் பயவாக்
களரனையர் கல்லா தவர். 406

கல்லாதவர் உயிர் தாங்கியிருக்கிறார் என்று சொல்லப் பெறும் அளவினரேயன்றி எந்தப் பயனும் இல்லாத களர் நிலத்தைப் போன்றவர்களே யாவர்.

நுண்மாண் நுழைபுலம் இல்லான் எழில்நலம்
மண்மாண் புனைபாவை யற்று. 407

நுட்பமாகவும் சிறப்பாகவும் நுழைந்து கற்ற அறிவு நலம் இல்லாதவனின் உடல் அழகு, மண்ணால் அழகாகச் செய்த ஒரு பாவையின் உடல் அழகு போன்றதே.

நல்லார்கண் பட்ட வறுமையின் இன்னாதே
கல்லார்கண் பட்ட திரு. 408

கல்வியறிவு உடைய நல்லவரிடம் உள்ளதான வறுமையை விடக் கல்லாதவனிடம் சேர்ந்த அளவற்ற செல்வம் பெரிதும் துன்பம் தருவதாகும்.

மேற்பிறந்தா ராயினும் கல்லாதார் கீழ்ப்பிறந்தும்
கற்றார் அனைத்திலர் பாடு. 409

கல்லாதவர் மேலான குடியில் பிறந்தவராக இருப்பினும், தாழ்ந்த குடியில் பிறந்திருந்தும் கல்வி கற்றவரைப் போன்ற பெருமை இல்லாதவர் ஆவர்.

விலங்கொடு மக்கள் அனையர் இலங்குநூல்
கற்றாரோடு ஏனை யவர். 410

அறிவு பொலிவதற்குக் காரணமான நூல்களைக் கல்லாதவர்கள், மக்களை நோக்க விலங்குகள் தாழ்ந்தவை ஆவது போல, கற்றவரைக் கருதத் தாமும் இழிந்தவர் ஆவர்.

42. கேள்வி

செல்வத்துள் செல்வஞ் செவிச்செல்வம் அச்செல்வம்
செல்வத்து ளெல்லாந் தலை. 411

> கேள்வியால் அடைகின்ற அறிவு, செல்வங்களுள் ஒன்றாகப் போற்றப்படும் சிறந்த செல்வமாகும்; அச்செல்வம் பிற செல்வங்கள் எல்லாவற்றிலும் முதன்மையானதும் ஆகும்.

செவிக்குண வில்லாத போழ்து சிறிது
வயிற்றுக்கும் ஈயப் படும். 412

> செவிக்குக் கேள்வியாகிய உணவு இல்லாதபொழுது, அதற்குத் துணையாக உடலை ஓம்புவதன் பொருட்டு வயிற்றுக்கும் சிறிது உணவு தரப்படும்.

செவியுணவிற் கேள்வி யுடையார் அவியுணவின்
ஆன்றாரோ டொப்பர் நிலத்து. 413

> செவியுணவாகிய கேள்வியை உடையவர் நிலவுலகில் வாழ்கின்றவரானாலும் அவியுணவை ஏற்றுக் கொள்ளும் தேவ ரோடு ஒப்பாவர்.

கற்றில னாயினும் கேட்க அஃதொருவற்கு
ஒற்கத்தின் ஊற்றாந் துணை. 414

> தான் முயன்று நூல்களைக் கற்கவில்லையானாலும், கற்றவரிடம் கேட்டாவது அறிவு பெறவேண்டும்; அஃது ஒருவனுக்கு வாழ்க்கையில் தளர்ச்சி வரும்போது ஊன்று கோல் போல் துணையாகும்.

இழுக்கல் உடையுழி ஊற்றுக்கோல் அற்றே
ஒழுக்க முடையார்வாய்ச் சொல். 415

> நல்லொழுக்கம் உடைய சான்றோரின் வாய்ச் சொற்கள் வழுக்கும் சேற்றில் உதவும் ஊன்று கோல்போல் வாழ்க்கையில் எப்போதும் உதவியாக இருக்கும்.

42 கேள்வி

எனைத்தானும் நல்லவை கேட்க அனைத்தானும்
ஆன்ற பெருமை தரும். 416

> எவ்வளவு சிறிதாயினும் நல்லவற்றைக் கேட்டறிய
> வேண்டும்; அஃது அந்த அளவுக்கேனும் நிறைந்த
> பெருமையைத் தரும்.

பிழைத்துணர்ந்தும் பேதைமை சொல்லார் இழைத்துணர்ந்
தீண்டிய கேள்வி யவர். 417

> நுட்பமாகக் கற்றுணர்ந்த அறிவோடு கேள்வி
> அறிவையும் உடையவர்கள், ஒன்றைப் பிறழ
> உணர்ந்தாலும் தமக்குப் பேதைமை தருகின்ற
> சொற்களைச் சொல்லார்.

கேட்பினுங் கேளாத் தகையவே கேள்வியால்
தோட்கப் படாத செவி. 418

> கேள்வியறிவால் துளைக்கல் பெறாத செவிகள் பிற
> ஒலிகளையெல்லாம் கேட்குமாயினும் உண்மையில்
> செவிடான தன்மையுடையவே.

நுணங்கிய கேள்விய ரல்லார் வணங்கிய
வாயின ராதல் அரிது. 419

> நுட்பமான கேள்வியறிவைப் பெறாதவர்கள்
> வணக்கமாகப் பேசும் வாயினர் ஆகுதல்
> அருமையேயாகும்.

செவியிற் சுவையுணரா வாயுணர்வின் மாக்கள்
அவியினும் வாழினும் என். 420

> செவியால் கேள்விச் சுவையை உணராமல்
> வாயால் அறியும் நாவின் சுவையுணர்வு மட்டுமே
> உடையவர்கள் இறந்தாலும் வாழ்ந்தாலும்
> ஒன்றுதான்.

43. அறிவுடைமை

**அறிவற்றங் காக்குங் கருவி செறுவார்க்கும்
உள்ளழிக்க லாகா அரண்** 421

அறிவு அழிவுவராமல் காக்கும் கருவியாகும். அன்றி பகை கொண்டு எதிர்ப்பவர்க்கும் அழிக்க முடியாத கோட்டையும் ஆகும்.

**சென்ற இடத்தால் செலவிடா தீதொரீஇ
நன்றின்பால் உய்ப்ப தறிவு.** 422

மனத்தை அது சென்ற இடங்களில் செல்ல விடாமல், தீமையானவற்றிலிருந்து நீக்கிக் காத்து. நன்மையானவற்றில் மட்டுமே செல்லவிடுவதே அறிவு ஆகும்.

**எப்பொருள் யார்யார்வாய்க் கேட்பினும் அப்பொருள்
மெய்ப்பொருள் காண்ப தறிவு.** 423

எப்பொருளை எவரெவரிடமிருந்து கேட்பதானாலும், அப்பொருளின் மெய்யான தன்மைகளைக் காண்பதுவே அறிவாகும்.

**எண்பொருள வாகச் செலச்சொல்லித் தான்பிறர்வாய்
நுண்பொருள் காண்ப தறிவு.** 424

கேட்பவருக்குப் புரியும்படி எளிமையாகத் தான் விளக்கிச் சொல்லுவது, தான் பிறரிடம் கேட்பவற்றின் நுட்பமான பொருளை ஆராய்ந்து காண்பதுவும் அறிவாகும்.

**உலகம் தழீஇயது ஒட்பம் மலர்தலும்
கூம்பலும் இல்லது அறிவு.** 425

உலகத்து உயர்ந்தவர்களைத் தனக்கு நட்பாக்கிக் கொள்வது அறிவு; அத்தொடர்பில் முன்னே மகிழ்ந்து விரிதலும் பின்னே வருந்திக் குவிதலும் இல்லாதது அறிவு ஆகும்.

43. அறிவுடைமை

எவ்வ துறைவது உலகம் உலகத்தோடு
அவ்வ துறைவது அறிவு. 426

உலகம் எவ்வாறு நடைபெறுகின்றதோ, உலகத்தோடு பொருந்திய வகையில் தானும் அவ்வாறு வாழ்வதுதான் அறிவுடைமையாகும்.

அறிவுடையார் ஆவ தறிவார் அறிவிலார்
அஃதறி கல்லா தவர் 427

அறிவுடையோர் எதிர்காலத்தில் நிகழப் போவதை முன்னதாக எண்ணி அறியவல்லார்; அறிவில்லாதவர் அதனை அறிய முடியாதவர்

அஞ்சுவ தஞ்சாமை பேதைமை அஞ்சுவது
அஞ்சல் அறிவார் தொழில். 428

அஞ்சத்தக்கவற்றைக் கண்டு அஞ்சாதிருப்பது அறிவற்ற தன்மையாகும்; அஞ்ச வேண்டியவற்றைக் கண்டு அஞ்சுவதே அறிவுடையவர் செய்வாகும்.

எதிரதாக் காக்கும் அறிவினார்க் கில்லை
அதிர வருவதோர் நோய். 429

பின்னர் வரப்போவதை முன்னதாகவே அறிந்து காத்துக் கொள்ளவல்ல அறிவுடையவர்க்கு அவர் நடுங்கும்படியாக வரக்கூடிய துன்பம் ஒன்றும் இல்லை.

அறிவுடையார் எல்லாம் உடையார் அறிவிலார்
என்னுடைய ரேனும் இலர். 430

அறிவுடைவர் எல்லா நன்மையுமே உடையவர் ஆவர; அறிவில்லாதவர் வேறு எதனை உடையவரானாலும் ஒன்றும் இல்லாதவரே ஆவர்.

44. குற்றங்கடிதல்

செருக்குஞ் சினமும் சிறுமையும் இல்லார்
பெருக்கம் பெருமித நீர்த்து. 431

செருக்கும், சினமும். சிறுமைக் குணமும் இல்லாத வருடைய வாழ்வில் காணும் பெருஞ்செல்வம் சான்றோரால் மதிக்கப்படும் தன்மையை உடையது ஆகும்.

இவறலும் மாண்பிறந்த மானமும் மாணா
உவகையும் ஏதம் இறைக்கு. 432

ஈயாத உலோப குணமும் மாட்சியில்லாத மான உணர்வும், தகுதியில்லாத உலகையும் தலைவனாக இருப்பவனுக்குக் குற்றங்களாகும்.

தினைத்துணையாங் குற்றம் வரினும் பனைத்துணையாக்
கொள்வர் பழிநாணு வார். 433

பழி நாணுகின்ற பெருமக்கள் தினையளவாகிய சிறுகுற்றம் தம்மிடம் நேர்ந்தாலும், அதனைப் பனையளவாகக் கருதிக் குற்றம் செய்யாமல் காத்துக் கொள்வர்.

குற்றமே காக்க பொருளாகக் குற்றமே
அற்றம் தரூஉம் பகை. 434

குற்றமே ஒருவனுக்கு அழிவைத் தருகின்ற கொடிய பகையாகும்; ஆகவே, குற்றம் செய்யாமலிருப்பதே நோக்கமாகக் கொண்டு காத்துக் கொள்ள வேண்டும்.

வருமுன்னர்க் காவாதான் வாழ்க்கை எரிமுன்னர்
வைத்தூறு போலக் கெடும். 435

குற்றம் நேர்வதற்கு முன்பே வராமல் காத்துக் கொள்ளாதவனுடைய வாழ்க்கை நெருப்பின் முன்னர் வைத்த வைக்கோல் போர்போல் அழிந்து விடும்.

44. குற்றங்கடிதல்

**தன்குற்றம் நீக்கிப் பிறர்குற்றம் காண்கிற்பின்
என்குற்ற மாகும் இறைக்கு.** 436

முன்னே தன் குற்றத்தைக் கண்டு நீக்கிக் கொண்ட பிறகு பிறருடைய குற்றங்களையும் கண்டறிந்து நீக்குவானானால், தலைவனுக்கு என்ன குற்றம் உண்டாகும்?

**செயற்பால செய்யா திவறியான் செல்வம்
உயற்பால தன்றிக் கெடும்.** 437

பொருளைப் பெற்றபோது அதனால் செய்ய வேண்டிய வற்றைச் செய்யாமல் தவறியவனுடைய செல்வம், உய்யும் தன்மையில்லாமல் அழியும்.

**பற்றுள்ளம் என்னும் இவறன்மை எற்றுள்ளும்
எண்ணப் படுவதொன் றன்று.** 438

பொருளினிடத்துப் பற்றுக்கொள்ளும் உள்ளமாகிய உலோபத்தன்மை எந்தக் குற்றங்களோடும் சேர்த்து எண்ணத்தகாத ஒரு தனிக் குற்றமாகும்.

**வியவற்க எஞ்ஞான்றும் தன்னை நயவற்க
நன்றி பயவா வினை.** 439

எக்காலத்திலும் தன்னையே மிக உயர்வாக வியந்து பேசுதல் கூடாது; நன்மை பயவாத செயல்களையும் ஒருபோதும் செய்யவிரும்புதலும் செய்தலும் கூடாது.

**காதல காதல் அறியாமை உயக்கிற்பின்
ஏதில ஏதிலார் நூல்.** 440

தன் விருப்பம் பிறர் அறியாதபடி விருப்பமானவற்றை நுகர வல்லவனானால் தன்னை வஞ்சித்துப் பகைவர் செய்யும் சூழ்ச்சிகள் யாவும் பயனில்லாமல் அழிந்தொழியும்.

45. பெரியாரைத் துணைக்கோடல்

அறனறிந்து மூத்த அறிவுடையார் கேண்மை
திறனறிந்து தேர்ந்து கொளல். 441

அறத்தின் தன்மைகளை உணர்ந்தவராய்த் தன்னை விட முதிர்ந்த அறிவுடையவரது நட்பினைக் கொள்ளும் வகையறிந்து ஆராய்ந்து பெற்றுக் கொள்ள வேண்டும்.

உற்றநோய் நீக்கி உறாஅமை முற்காக்கும்
பெற்றியார்ப் பேணிக் கொளல். 442

நாட்டிற்கு வந்துள்ள துன்பத்தை நீக்கி, மேலும் துன்பம் நேராதபடி முற்படக் காக்கும் தகுதியுடைய பெரியோரையே துணையாகக் கொள்ள வேண்டும்.

அரியவற்று ளெல்லாம் அரிதே பெரியாரைப்
பேணித் தமராக் கொளல். 443

பெரியோரையே விரும்பித் தமக்குரிய சுற்றத்தின ராக்கிக் கொள்ளுதல், பெறுதற்கரிய பேறுகள் எல்லாவற்றிலும் அரிதான பெரும்பேறு ஆகும்.

தம்மிற் பெரியார் தமரா ஒழுகுதல்
வன்மையு ளெல்லாந் தலை. 444

தம்மைவிட அறிவு முதலியவற்றால் பெரியோராக உள்ளவர்கள் தமக்குச் சுற்றத்தாராகுமாறு நடந்து வருதல் வல்லமை எல்லாவற்றிலும் தலையாய வலிமையாகும்.

சூழ்வார்கண் ணாக ஒழுகலான் மன்னவன்
சூழ்வாரைச் சூழ்ந்து கொளல். 445

தக்க வழிகளை ஆராய்ந்து கூறும் அறிஞரையே உலகம் கண்ணாகக் கொண்டு நடத்தலால், மன்னவன் அவரை ஆராய்ந்து நட்புக் கொள்ள வேண்டும்.

45. பெரியாரைத் துணைக்கோடல்

தக்கா ரினத்தனாய்த் தானொழுக வல்லானைச்
செற்றார் செயக்கிடந்த தில். 446

> தகுதியுள்ள பெரியோர்களின் துணையுள்ளவனாகத்
> தான் நடந்து கொள்ள வல்லவனுக்குப் பகைவர்
> செய்யக் கூடிய தீங்கு ஒன்றும் இல்லை.

இடிக்குந் துணையாரை ஆள்வாரை யாரே
கெடுக்குந் தகைமை யவர். 447

> கடிந்து அறவுரை கூறித் திருத்தவல்ல பெரியோரின்
> துணை கொண்டு நடப்பவரை எவர்தாம் கெடுக்க
> வல்ல ஆற்றலுள்ளவா?

இடிப்பாரை இல்லாத ஏமரா மன்னன்
கெடுப்பா ரிலானுங் கெடும். 448

> கடிந்து அறவுரை கூறும் பெரியோரின்
> துணையில்லாத பாதுகாப்பற்ற மன்னன் தன்னைக்
> கெடுக்கும் பகைவர் எவரும் இல்லாதபோது
> தானாகவே கெட்டழிவான்.

முதலிலார்க்கு ஊதியம் இல்லை மதலையாஞ்
சார்பிலார்க்கு இல்லை நிலை. 449

> முதல் இல்லாத வணிகருக்கு அதனால் வரும்
> இலாபமும் இல்லை. அதுபோல் தம்மைத் தாங்கும்
> துணையில்லாதவர்க்கு உலகில் நிலைபேறும்
> இல்லை.

பல்லார் பகைகொளலிற் பத்தடுத்த தீமைத்தே
நல்லார் தொடர்கை விடல். 450

> நல்லவனாகிய பெரியோரின் தொடர்பைக்
> கைவிடுதல் பலருடைய பகையைத் தேடிக்
> கொள்வதைவிடப் பதின்மடங்கு தீமை
> பயப்பதாகும்.

46. சிற்றினம் சேராமை

சிற்றினம் அஞ்சும் பெருமை சிறுமைதான்
சுற்றமாச் சூழ்ந்து விடும். 451

> பெரியோரின் இயல்பு சிற்றினத்தைக் கண்டு
> அஞ்சும்; சிறியோரின் இயல்பு அதனையே
> சுற்றமாகக் கருதித் தழுவிக் கொள்ளும்.

நிலத்தியல்பால் நீர்திரிந்து அற்றாகும் மாந்தர்க்கு
இனத்தியல்பது ஆகும் அறிவு. 452

> சேர்ந்த நிலத்தின் தன்மையால் நீர் வேறுபட்டு
> அந்நிலத்தின் தன்மையுடையதாகும்; அதுபோல
> மக்களுடைய அறிவு இனத்தின் இயல்பினை
> உடையதாகும்.

மனத்தான்ஆம் மாந்தர்க்கு உணர்ச்சி இனத்தானாம்
இன்னான் எனப்படுஞ் சொல். 453

> மாந்தர்க்கு உணர்ச்சி என்பது மனத்தின்
> தன்மையால் ஏற்படும்; இவன் இன்னவன்
> எனப்படும் சொல் அன்னவன் சேர்ந்த இனத்தாலே
> உண்டாகும்.

மனத்துளது போலக் காட்டி ஒருவற்கு
இனத்துளது ஆகும் அறிவு. 454

> ஒருவனது சிறப்பறிவு அவனது மனத்தில்
> உள்ளது போலக் காட்டினாலும், உண்மையாக
> நோக்கும்போது அஃது அவன் சேர்ந்த
> இனத்தையொட்டியதாகவே இருப்பது தெரியவரும்.

மனந்தூய்மை செய்வினை தூய்மை இரண்டும்
இனந்தூய்மை தூவா வரும். 455

> மனத்தின் தூய்மை செய்யும் செயலின் தூய்மை
> ஆகிய இரண்டும் ஒருவன் சேர்ந்த இனத்தின்
> தூய்மையை ஒட்டியே அமையும்.

46. சிற்றினம் சேராமை

மனந்தூயார்க் கெச்சம்நன் றாகும் இனந்தூயார்க்கு
இல்லைநன் றாகா வினை. 456

மனம் தூய்மை உடையவர்களுக்கு அவருக்குப் பின் எஞ்சி நிற்கும் புகழ் முதலியவை நன்றாக அமையும். இனம் தூய்மையாக உள்ளவர்க்கு நன்மையாகாத செயல் யாதும் இல்லை.

மனநலம் மன்னுயிரக் காக்கம் இனநலம்
எல்லாப் புகழும் தரும். 457

மனத்தின் நல் நிலையே மன்னுயிர்க்கு ஆக்கம் தரும்; இனத்தின் நல்ல துணையோ எல்லா வகையான புகழையும் ஒருவனுக்குத் தரும்.

மனநலம் நன்குடைய ராயினும் சான்றோர்க்கு
இனநலம் ஏமாப் புடைத்து. 458

சான்றோர் மன நலத்தினை உறுதியாக உடையவராயினும், அவர்க்கு இனத்தின் நன்மை மேலும் நல்ல காவலாக அமையும்.

மனநலத்தின் ஆகும் மறுமைமற் றஃதும்
இனநலத்தின் ஏமாப் புடைத்து. 459

மனத்தின் செம்மையால் மறுமை இன்பம் உண்டாகும். அதுவும் தான் சேர்ந்த இனத்தின் செம்மையால் மேலும் நல்ல காவலுடையதாகும்.

நல்லினத்தி னூங்குந் துணையில்லை தீயினத்தின்
அல்லற் படுப்பதூஉம் இல். 460

நல்ல இனத்தைவிடச் சிறந்த துணையாவது உலகத்தில் யாதும் இல்லை. தீய இனத்தை விட அல்லல் படுத்துவதுமான பகையும் இல்லை.

47. தெரிந்து செயல்வகை

அழிவதூஉம் ஆவதூஉம் ஆகி வழிபயக்கும்
ஊதியமும் சூழ்ந்து செயல். 461

ஒரு செயலைத் தொடங்குவதற்கு முன்பாக அதனால் முதலில் அழிவதையும் அழிந்தபின் ஆவதையும் பின்னர்க் கிடைக்கும் ஊதியத்தையும் ஆராய்ந்து செய்ய வேண்டும்.

தெரிந்த இனத்தொடு தேர்ந்தெண்ணிச் செய்வார்க்கு
அரும்பொருள் யாதொன்றும் இல். 462

ஆராய்ந்து சேர்ந்த இனத்துடன் தான் மேற்கொள்ளும் செயலைப் பற்றி நன்றாகத் தேர்ந்து தாமும் எண்ணிப் பார்த்துச் செய்கின்றவர்க்கு அரிய பொருள் ஒன்றும் இல்லை.

ஆக்கம் கருதி முதலிழக்கும் செய்வினை
ஊக்கார் அறிவுடை யார். 463

பின் விளையும் ஊதியத்தைக் கருதி இப்போது உள்ள முதலை இழந்து விடக் காரணமான செயலை அறிவுடையோர் ஒருபோதும் மேற்கொள்ளார்.

தெளிவி லதனைத் தொடங்கார் இளிவென்னும்
ஏதப்பாடு அஞ்சு பவர். 464

தமக்கு இழிவு தருவதான ஒரு குற்றத்திற்கு அஞ்சு கின்றவர் இன்ன ஊதியம் பயக்கும் என்னும் தெளிவில்லாத செயலை ஒரு போதும் தொடங்கார்.

வகையறச் சூழா தெழுதல் பகைவரைப்
பாத்திப் படுப்பதோ ராறு. 465

ஒரு செயலைப்பற்றி எல்லா வகையிலும் முற்றிலும் எண்ணாமல் செய்யத் தொடங்குதல் பகைமை நன்கு வளரும் பாத்தியில் நிலைபெறச் செய்வதொரு வழியாகும்.

47. தெரிந்து செயல்வகை

செய்தக்க அல்ல செயக்கெடும் செய்தக்க
செய்யாமை யானும் கெடும். 466

ஒருவன் செய்யத் தகாத செயல்களைச் செய்வதனால் கெட்டழிவான். செய்யத்தக்க செயல்களைச் செய்யாமல் விடுவதனாலும் கெடுவான்.

எண்ணித் துணிக கருமம் துணிந்தபின்
எண்ணுவம் என்பது இழுக்கு. 467

நன்றாக எண்ணிய பிறகே ஒரு செயலைத் துணிந்து தொடங்க வேண்டும். 'துணிந்த பின்னர் எண்ணுவோம்' என்று கருதுவது குற்றமாகும்.

ஆற்றின் வருந்தா வருத்தம் பலர்நின்று
போற்றினும் பொத்துப் படும். 468

செய்வதற்குத் தக்க வழிகளிலே செய்யப்படாத முயற்சி பலர் துணையாக நின்று அதனை முடிக்குமாறு காத்தபோதிலும் அது குறைப்பட்டுப் போய்விடும்.

நன்றாற்ற லுள்ளுந் தவறுண்டு அவரவர்
பண்பறிந் தாற்றாக் கடை. 469

அவரவரது இயல்புகளை நன்றாக அறிந்து அவரவர்க்குத் தகுந்தவாறு செய்யாவிட்டால், நன்மை செய்வதிலும் கூடக் குற்றம் உண்டாகி விடும்.

எள்ளாத எண்ணிச் செயல்வேண்டும் தம்மொடு
கொள்ளாத கொள்ளாது உலகு. 470

தம் நிலைமையோடு பொருந்தாதவற்றை உலகம் ஏற்றுக் கொள்ளாது. ஆகையால் உலகம் இகழ்ந்து ஒதுக்காத செயல்களையே ஆராந்து செய்யவேண்டும்.

48. வலியறிதல்

வினைவலியும் தன்வலியும் மாற்றான் வலியும்
துணைவலியும் தூக்கிச் செயல். 471

செயலின் வலிமையும், தன் வலிமையும் பகைவனது வலிமையும் இருவர்க்கும் துணை செய்வாரின் வலிமையும் ஆராய்ந்தே செயலில் இறங்க வேண்டும்.

ஒல்வ தறிவது அறிந்ததன் கண்தங்கிச்
செல்வார்க்குச் செல்லாதது இல். 472

தனக்குப் பொருந்தக் கூடிய செயலையும், அதற்காக அறிய வேண்டியவற்றையும் ஆராய்ந்து அறிந்து அதனிடம் நிலைத்து நின்று முயல்கின்றவர்க்கு முடியாதது எதுவும் இல்லை.

உடைத்தம் வலியறியார் ஊக்கத்தின் ஊக்கி
இடைக்கண் முரிந்தார் பலர். 473

தம்முடைய வலிமையை இன்ன அளவு என்று அறியாமல் மனவெழுச்சியினால் தூண்டப்பட்டுத் தொடங்கி இடையில் அதனை முடிக்க வகையில்லாமல் அழிந்தவர் பலர்.

அமைந்தாங் கொழுகான் அளவறியான் தன்னை
வியந்தான் விரைந்து கெடும். 474

மற்றவரோடு பொருந்தி நடக்காமல், தன் வலிமையின் அளவையும் அறுதியிடாமல் தன்னை வல்லவனாக வியந்து மதித்துக் கொண்டிருப்பவன் விரைவில் கெட்டழிவான்.

பீலிபெய் சாகாடும் அச்சிறும் அப்பண்டம்
சால மிகுத்துப் பெயின். 475

மென்மையான மயிலிற்கு ஏற்றியுள்ள வண்டியும், அப்பண்டத்தை அளவுக்கு மிகுதியாக ஏற்றினால், அச்சு முறிந்து கெடும்.

48. வலியறிதல்

நுனிக்கொம்பர் ஏறினார் அஃதிறந் தூக்கின்
உயிர்க்கிறுதி யாகி விடும். 476

    ஒரு மரத்தின் நுனிக் கொம்பில் ஏறியவர், அதனையும் கடந்து மேலும் ஏற முனைவதால், அது அவருடைய உயிருக்கே உலை வைத்து விடும்.

ஆற்றின் அளவறிந்து ஈக அதுபொருள்
போற்றி வழங்கும் நெறி. 477

    தன்னிடம் உள்ள பொருளின் அளவை நன்கு தெரிந்து கொண்டு, அதற்குத் தகுந்த அளவில் கொடுத்து உதவுக; அதுவே பொருள்தனைப் போற்றி வாழும் நெறியாகும்.

ஆகாறு அளவிட்டி தாயினுங் கேடில்லை
போகாறு அகலாக் கடை. 478

    ஒருவனது வருவாய் வருகின்ற வழி சிறிதாக இருந்தாலும், அது செலவாகிப் போகும் வழி விரிவுபடாவிட்டால் அவனுக்குக் கேடில்லை.

அளவறிந்து வாழாதான் வாழ்க்கை உளபோல
இல்லாகித் தோன்றாக் கெடும். 479

    செல்வத்தின் அளவு அறிந்து வாழாதவனுடைய வாழ்க்கை பலவளமும் இருப்பது போல் தோன்றி இல்லாமல் மறைந்து அழியும்.

உளவரை தூக்காத ஒப்புர வாண்மை
வளவரை வல்லைக் கெடும். 480

    ஒருவன் தன்னுடைய செல்வத்தின் அளவை ஆராயாமல் அளவு கடந்து உதவி வந்தால், அவனுடைய செல்வத்தின் அளவு விரைவில் கெடும்.

49. காலம் அறிதல்

பகல்வெல்லும் கூகையைக் காக்கை இகல்வெல்லும்
வேந்தர்க்கு வேண்டும் பொழுது. 481

> காக்கை தன்னைவிட வலிய கோட்டானைப் பகல் நேரத்தில் வென்றுவிடும். அதுபோல் பகைவரை வெல்லக் கருதும் வேந்தர்க்கும் அதற்குத் தகுந்த காலம் வேண்டும்.

பருவத்தோடு ஒட்ட ஒழுகல் திருவினைத்
தீராமை ஆர்க்கும் கயிறு. 482

> காலத்தோடு பொருந்துமாறு ஆராய்ந்து நடத்தல் நில்லாத இயல்புடைய செல்வத்தை நீங்காமல் நிற்குமாறு பிணிக்கும் கயிறு ஆகும்.

அருவினை என்ப உளவோ கருவியான்
காலம் அறிந்து செயின். 483

> தகுந்த கருவிகளோடு தகுதியான காலத்தை அறிந்து செயலை மேற்கொண்டால் அரிய செயல்கள் என்பவையும் உளவோ?

ஞாலம் கருதினுங் கைகூடும் காலம்
கருதி இடத்தாற் செயின். 484

> ஏற்ற காலத்தை ஆராய்ந்து அறிந்து ஏற்ற இடத்தையும் தெரிந்து ஒரு செயலை மேற்கொண்டால் உலகத்தையே அடைய நினைத்தாலும் அதுவும் கை கூடும்.

காலம் கருதி இருப்பர் கலங்காது
ஞாலம் கருது பவர். 485

> உலகத்தை வெற்றி கொள்ளக் கருதுகின்றவர் அதைப்பற்றி எண்ணிக் கலங்காமல் அதற்கு ஏற்ற காலத்தை கருதிக்கொண்டு பொறுத்துக் கொண்டிருப்பர்.

49. காலம் அறிதல்

ஊக்க முடையான் ஒடுக்கம் பொருதகர்
தாக்கற்குப் பேருந் தகைத்து. 486

ஊக்கம் மிகுந்தவன் (காலத்தை எதிர் பார்த்து) போருக்குச் செல்லாமல் அடங்கியிருப்பது, போரிடும் ஆட்டுக்கடா தன் பகையைத் தாக்குவதற்காகப் பின்வாங்கும் தன்மையது.

பொள்ளென ஆங்கே புறம்வேரார் காலம்பார்த்து
உள்வேர்ப்பர் ஒள்ளி யவர். 487

அறிவுடையவர் பகைவர் தீங்கு செய்த அப்பொழுதே தம் சினத்தை வெளிக்காட்டார்; வெல்வதற்குத் தகுந்த காலம் பார்த்து உள்ளத்தில் மட்டுமே சினம் கொள்வர்,

செறுநரைக் காணின் சுமக்க இறுவரை
காணின் கிழக்காம் தலை. 488

பகைவரைக் கண்டால் தமக்குச் சாதகமான காலம் வரும் வரைப் பொறுத்துக்கொள்ள வேண்டும். அப்பகைவருக்கு முடிவு காலம் வரும்போது அவர்கள் தலைகீழாக வீழ்ந்து மாய்வர்.

எய்தற் கரியது இயைந்தக்கால் அந்நிலையே
செய்தற் கரிய செயல். 489

கிடைப்பதற்கு அரிய காலம் வந்து வாய்க்குமானால் அப்போதே தாம் செய்வதற்கு அரியவான செயல்களைச் செய்து முடித்தல் வேண்டும்.

கொக்கொக்க கூம்பும் பருவத்து மற்றதன்
குத்தொக்க சீர்த்த இடத்து. 490

பொறுத்திருக்கும் காலத்தில் கொக்கைப் போல் அமைதியாக இருத்தல் வேண்டும். ஏற்ற காலம் வாய்த்த போது. அது மீனைக் குத்துவதுபோலத் தவறாமல் செய்து முடிக்க வேண்டும்.

50. இடன் அறிதல்

தொடங்கற்க எவ்வினையும் எள்ளற்க முற்றும்
இடங்கண்ட பின்அல் லது.   491

*பகைவரை முற்றுகை செய்வதற்கு ஏற்ற இடத்தைக்
கண்டபின் அல்லாமல் எந்தச் செயலையும் செய்ய
வேண்டா; அவருடைய வலிமையை இகழவும்
கூடாது.*

முரண்சேர்ந்த மொய்ம்பி னவர்க்கும் அரண்சேர்ந்தாம்
ஆக்கம் பலவுந் தரும்.   492

*மாறுபாடு பொருந்திய வலிமையுடையவருக்கும்
அரணோடு சேர்ந்திருப்பதால் உண்டாகும் வெற்றி
பலவகைப் பயன்களையும் கொடுக்கும்.*

ஆற்றாரும் ஆற்றி அடுப இடனறிந்து
போற்றார்கண் போற்றிச் செயின்.   493

*தக்க இடத்தை அறிந்து தம்மைக் காத்துக் கொண்டு
பகைவர்களுடன் போராடுதலைச் சிறப்பாகச்
செய்தால் அவர்க்கு எதிர் நிற்க ஆற்றாதவரும்
வலிமையுடையவராய் வெல்வர்.*

எண்ணியார் எண்ணம் இழப்பர் இடனறிந்து
துன்னியார் துன்னிச் செயின்.   494

*தக்க இடத்தை ஆராய்ந்து அறிந்து பற்றிக்
கொண்டவர்கள் போரையும் நெருங்கிச்
செய்வாராயின் அவரை வெல்ல எண்ணியிருந்த
பகைவர் தம் எண்ணத்தை இழப்பர்.*

நெடும்புனலுள் வெல்லும் முதலை அடும்புனலின்
நீங்கின் அதனைப் பிற.   495

*ஆழமான நீரினுள் முதலை மற்ற உயிர்களை
வெல்லும், ஆனால் நீரிலிருந்து நீங்கி வந்தால் அந்த
முதலையையும் மற்ற உயிர்கள் கொன்று விடும்.*

50. இடன் அறிதல்

கடலோடா கால்வல் நெடுந்தேர் கடலோடும்
நாவாயும் ஓடா நிலத்து. 496

வலிய சக்கரங்களையுடைய நிலத்தில் ஓடக்கூடிய பெரிய தேர்கள் கடலில் ஓடமுடியாது; கடலில் ஓடும் கப்பல்களும் நிலத்தில் ஓட முடியாது.

அஞ்சாமை அல்லால் துணைவேண்டா எஞ்சாமை
எண்ணி இடத்தாற் செயின். 497

செய்ய வேண்டியவற்றையெல்லாம் நன்கு ஆராய்ந்து தக்க இடத்தில் பொருந்திச் செய்தால் அவருக்கு மனவுறுதியைத் தவிர வேறு துணை வேண்டியதில்லை.

சிறுபடையான் செல்லிடம் சேரின் உறுபடையான்
ஊக்கம் அழிந்து விடும். 498

சிறிய படையை உடையவனும் தன் வலிமையைச் செலுத்தக்கூடிய தக்க இடத்தில் பொருந்தி நின்றால் பெரும் படை உடையவனும் தன் முயற்சியில் தோல்வி காண்பான்.

சிறைநலனும் சீரும் இலரெனினும் மாந்தர்
உறைநிலத்தோடு ஒட்டல் அரிது. 499

கடக்க முடியாத அரணும் மற்றச் சிறப்பும் இல்லாதவராயிலும் பகைவர் வாழ்கின்ற இடத்திற்குச் சென்று அவரைத் தாக்கி வெற்றி பெறுதல் அரிது.

காலாழ் களரில் நரியடும் கண்ணஞ்சா
வேலாள் முகத்த களிறு. 500

போர்க்களத்தில் வேலேந்திய வீரரையும் கோத்து எடுத்த கொம்புடைய அஞ்சாத யானையையும் அதன் கால் ஆழ்கின்ற சேற்று நிலத்தில் அகப்பட்டபோது சிறு நரிகள் கொன்று விடும்.

51. தெரிந்து தெளிதல்

அறம்பொருள் இன்பம் உயிரச்சம் நான்கின்
திறந்தெரிந்து தேறப் படும்.   501

> அறம், பொருள், இன்பம், உயிர்காக்க அஞ்சும் அச்சம் ஆகிய நான்கு வகையாலும் ஆராயப்பட்ட பிறகே ஒருவன் ஒரு தொழிலுக்கு உரியவனாகத் தெளியப்படுவான்.

குடிப்பிறந்து குற்றத்தின் நீங்கி வடுப்பரியும்
நாணுடையான் கட்டே தெளிவு.   502

> நல்ல குடியிலே பிறந்து குற்றங்களிலிருந்து நீங்கிப் பழி பாவங்களைச் செய்ய அஞ்சுகின்ற நாணம் உடையவனிடத்திலேயே நம்பிக்கை வைக்க வேண்டும்.

அரியகற்று ஆசற்றார் கண்ணும் தெரியுங்கால்
இன்மை அரிதே வெளிறு.   503

> அருமையான நூல்களைக் கற்றுத் தேர்ந்து குற்றம் அற்றவர்களிடத்திலும் ஆராய்ந்து பார்க்கும்போது அறியாமை இல்லாதிருப்பது அருமையாகும்.

குணம்நாடிக் குற்றமும் நாடி அவற்றுள்
மிகைநாடி மிக்க கொளல்.   504

> ஒருவனது குணங்களையும் குற்றங்களையும் ஆராய்ந்து மிகுதியானவற்றைத் தெரிந்து அவற்றையும் தெளிந்து அவனைக் கொள்ள வேண்டும்.

பெருமைக்கும் ஏனைச் சிறுமைக்கும் தத்தம்
கருமமே கட்டளைக் கல்.   505

> ஒருவர் தாம் அடையும் பெருமைக்கும் மற்றொருவர் தாம் அடையும் சிறுமைக்கும் தேர்ந்தறியும் உரைகல்லாக இருப்பவை அவரவருடைய செயல்களேயாகும்.

51. தெரிந்து தெளிதல்

அற்றாரைத் தேறுதல் ஓம்புக மற்றவர்
பற்றிலர் நாணார் பழி.   506

சுற்றத்தாரின் தொடர்பு அற்றவரை நம்பித் தெளிய
வேண்டாம். அவர் உலகத்தோடு தொடர்பு
இல்லாதவர்; அதனால் பிறர் கூறும் பழிக்
சொல்லுக்கு நாணார்.

காதன்மை கந்தா அறிவறியார்த் தேறுதல்
பேதைமை எல்லாம் தரும்.   507

அறிய வேண்டியவற்றை அறியாதிருப்பவரை
அன்புடைமை காரணமாக நம்பித் தெளிதல்,
தெளிந்தவர்க்கு அஃது எல்லா அறியாமையையும்
தரும்

தேரான் பிறனைத் தெளிந்தான் வழிமுறை
தீரா இடும்பை தரும்.   508

மற்றவனைப் பற்றி ஒன்றும் ஆராயாமல்
தெளிந்தால், அஃது அவனுக்கு மட்டுமின்றி
அவனுடைய வழிமுறையில் வருபவர்கட்கும்
தீராத துன்பத்தைக் கொடுக்கும்.

தேறற்க யாரையும் தேராது தேர்ந்தபின்
தேறுக தேறும் பொருள்.   509

யாரையும் ஆராயாமல் தெளியக் கூடாது: நன்றாக
ஆராய்ந்த பிறகு, அவரிடம் தெளிவாகக் கொள்ளத்
தக்க பொருள் களைத் தெளிந்து நம்ப வேண்டும்.

தேரான் தெளிவும் தெளிந்தான்கண் ஐயுறவும்
தீரா இடும்பை தரும்.   510

ஒருவனை ஆராயாமல் தெளிவடைதலும்,
ஆராய்ந்து தெளிந்தவனிடம் ஐயம் கொள்ளுதலும்
ஆகிய இவை நீங்காத துன்பத்தையே தரும்.

52. தெரிந்து வினையாடல்

நன்மையும் தீமையும் நாடி நலம்புரிந்த
தன்மையான் ஆளப் படும். 511

ஒரு செயலால் வருகின்ற நன்மையையும் தீமையையும் ஆராய்ந்து நன்மை தருகின்றவற்றையே விரும்புகின்ற இயல்புடையவனையே அந்தச் செயலுக்குப் பயன் படுத்தவேண்டும்.

வாரி பெருக்கி வளம்படுத்து உற்றவை
ஆராய்வான் செய்க வினை. 512

செல்வம் வருவதற்குரிய வழிகளைப் பெருகச் செய்து அவற்றால் வளத்தை உண்டாக்கி, வரும் இடையூறுகளை ஆராய்ந்து நீக்க வல்லவனே பணியாற்ற வேண்டும்.

அன்பறிவு தேற்றம் அவாவின்மை இந்நான்கும்
நன்குடையான் கட்டே தெளிவு. 513

அன்பு, அறிவு, ஐயமின்றித் தெரியும் ஆற்றல், பேராசை இல்லாமை ஆகிய இந்நான்கு பண்புகளையும் நிலையாக உள்ள வனையே செயலுக்கு உரியவனாகத் தெளியவேண்டும்.

எனைவகையான் தேறியக் கண்ணும் வினைவகையான்
வேறாகும் மாந்தர் பலர். 514

எல்லா வகையிலும் ஆராய்ந்து தெளிந்த போதும் செய்யும் செயலின் வகையினாலே பொருத்தமற்று வேறுபடும் மாந்தர்கள் உலகில் பலர் உண்டு.

அறிந்தாற்றிச் செய்கிற்பாற்கு அல்லால் வினைதான்
சிறந்தானென்று ஏவற்பாற் றன்று. 515

செய்யும் வழிகளை நன்கு அறிந்து இடையில் வரும் துன்பங்களைத் தாங்கிச் செய்பவனை அல்லாமல் மற்றவனைச் சிறந்தவன் என்று கருதி ஒரு செயலைச் செய்யுமாறு ஏவக்கூடாது.

52. தெரிந்து வினையாடல்

செய்வானை நாடி வினைநாடிக் காலத்தோடு
எய்த உணர்ந்து செயல். 516

செய்பவன் பற்றி முதலில் நன்கு ஆராய்ந்து, பின்பு அவன் செய்யும் செயலின் தன்மையையும் ஆராய்ந்து, தக்க காலத்தோடு பொருந்துமாறு உணர்ந்து, அவனைச் செய்விக்க வேண்டும்.

இதனை இதனால் இவன்முடிக்கும் என்றாய்ந்து
அதனை அவன்கண் விடல். 517

இந்தச் செயலை இக்கருவியால் இன்னவன் முடிப்பான் என்று ஆராய்ந்து பிறகு அச் செயலை அவனிடமே செய்யுமாறு ஒப்படைக்க வேண்டும்.

வினைக்குரிமை நாடிய பின்றை அவனை
அதற்குரிய னாகச் செயல். 518

இந்த வேலைக்குத் தகுந்தவன் இவன் என்று ஆராய்ந்து அதன்பிறகு அவனையே அவ் வேலைக்கு உரியவனாகும்படி செய்ய வேண்டும்.

வினைக்கண் வினையுடையான் கேண்மைவே றாக
நினைப்பானை நீங்கும் திரு. 519

மேற்கொண்ட தொழிலில் எப்போதும் முயற்சி உடையவனின் உறவைத் தவறாக நினைக்கும் தலைவனை விட்டுத் திருமகள் நீங்கி விடுவாள்.

நாடோறும் நாடுக மன்னன் வினைசெய்வான்
கோடாமை கோடா துலகு. 520

தொழில் செய்கின்றவன் கோணாதிருக்கும் வரையில் உலகம் கெடாது; ஆதலால், மன்னவன் நாடோறும் அவனுடைய நிலைமையை ஆராந்து அறிய வேண்டும்.

53. சுற்றந் தழால்

பற்றற்ற கண்ணும் பழைமைபா ராட்டுதல்
சுற்றத்தார் கண்ணே யுள. 521

ஒருவன் வறியனானபோதும் அவனுக்கும் தமக்கும் இருந்த பழைய உறவைப் பாராட்டிப் பேசும் பண்புகள் சுற்றத்தாரிடம் உண்டு.

விருப்பறாச் சுற்றம் இயையின் அருப்பறா
ஆக்கம் பலவுந் தரும். 522

அன்பில் நீங்காத சுற்றம் ஒருவனுக்கு அமையுமானால் அது மேன்மேலும் வளர்ச்சி குறையாத செல்வ நலங்களையும் அவனுக்குக் கொடுக்கும்.

அளவளா வில்லாதான் வாழ்க்கை குளவளாக்
கோடின்றி நீர்நிறைந் தற்று. 523

சுற்றத்தாரோடு மனம் கலந்து பழகும் தன்மை இல்லாதவனுடைய வாழ்க்கை குளப்பரப்பு கரையில்லாமல் நீர் நிறைந்தாற் போன்றது

சுற்றத்தால் சுற்றப் படஒழுகல் செல்வந்தான்
பெற்றத்தால் பெற்ற பயன். 524

சுற்றத்தாரால் தான் சூழ்ந்திருக்கும்படியாக அவர்களைத் தழுவி அன்பாக வாழ்தல், ஒருவன் செல்வத்தை அடைந்ததனால் பெற்ற பயனாக அமையும்.

கொடுத்தலும் இன்சொலும் ஆற்றின் அடுக்கிய
சுற்றத்தால் சுற்றப் படும். 525

ஒருவன் சுற்றத்தார்க்கு வேண்டிய பொருள் கொடுத்தலும் அவரோடு இன்சொல் கூறுதலுமாகிய இரண்டும் செய்ய வல்லவனானால், அவன் சுற்றத்தார் பலராலும் சூழப்படுவான்.

53. சுற்றந் தழால்

பெருங்கொடையான் பேணான் வெகுளி அவனின்
மருங்குடையார் மாநிலத்து இல். 526

மிகுதியாகக் கொடுக்கும் இயல்புடையவனாயும், சினமற்றவனாகவும் ஒருவன் இருந்தால் அவனைப்போல் சுற்றம் உடையவர் உலகில் எவரும் இல்லை.

காக்கை கரவா கரைந்துண்ணும் ஆக்கமும்
அன்னநீ ரார்க்கே உள. 527

காக்கை தனக்குக் கிடைத்ததை மறைத்து வைக்காமல் தன் இனத்தைக் கரைந்து அழைத்து உண்ம்;ஆக்கமும் அத்தகைய இயல்பினருக்கே உண்டு.

பொதுநோக்கான் வேந்தன் வரிசையா நோக்கின்
அதுநோக்கி வாழ்வார் பலர். 528

அரசன் எல்லாரையும் பொதுவகையாக நோக்காமல் அவரவர் சிறப்புக்கு ஏற்றவாறு நோக்கினால், அதை விரும்பிச் சுற்றமாக வாழ்கின்றவர் பலர் பெருகுவர்.

தமராகித் தன்துறந்தார் சுற்றம் அமராமைக்
காரணம் இன்றி வரும். 529

முன் சுற்றத்தாராக இருந்து பின் ஒரு காரணத்தால் பிரிந்தவரின் உறவு, பிரிவதற்கு ஏற்பட்ட காரணத்தை நீக்கிவிட்டால் மீண்டும் அவர்களே வந்து சேர்வர்.

உழைப்பிரிந்து காரணத்தின் வந்தானை வேந்தன்
இழைத்திருந்து எண்ணிக் கொளல். 530

தன்னிடமிருந்து காரணமில்லாமல் பிரிந்து சென்று பின் ஒருகாரணம் பற்றித் தன்பால் திரும்பி வந்தவனை, அரசன் அவன் நாடிய உதவியைச் செய்து அவனைத் தழுவிக் கொள்ள வேண்டும்.

54. பொச்சாவாமை

இறந்த வெகுளியின் தீதே சிறந்த
உவகை மகிழ்ச்சியிற் சோர்வு. 531

பெரிய உவகையால் மகிழ்ச்சியடைந்து அதனால் கொள்ளும் மறதி, வரம்பு கடந்த சினம் வருவதைவிடத் தீமை தருவதாகும்.

பொச்சாப்புக் கொல்லும் புகழை அறிவினை
நிச்ச நிரப்புக்கொன் றாங்கு. 532

நாள்தோறும் விடாமல் பெருகிவரும் வறுமைத் துன்பம் ஒருவனது அறிவைக் கெடுத்தல்போல் மறதி அவனது புகழைத் தவறாமல் கெடுத்து விடும்.

பொச்சாப்பார்க்கு இல்லை புகழ்மை அதுவுலகத்து
எப்பால்நூ லோர்க்கும் துணிவு. 533

மறதியால் சோர்ந்து நடப்பவர்கட்குப் புகழுடன் வாழும் தன்மை இல்லை; அஃது உலகிலுள்ள எத்தகைய நூலோர்க்கும் ஒப்ப முடிந்த முடிவாகும்.

அச்ச முடையார்க்கு அரணில்லை ஆங்கில்லை
பொச்சாப் புடையார்க்கு நன்கு. 534

உள்ளத்தில் அச்சம் உடையவர்கட்கு புறத்தில் அரண் இருந்தும் பயன் இல்லை. அதுபோல் மறதி உடையவர்கட்கு நல்ல செல்வ நலம் இருந்தாலும் அதனால் பயன் இல்லை.

முன்னுறக் காவாது இழுக்கியான் தன்பிழை
பின்னூறு இரங்கி விடும். 535

வரும் இடையூறுகளை முன்னதாகவே அறிந்து காத்துக் கொள்ளாமல் மறதியாக இருந்தவன், பின்னர் அவை வந்துற்ற போது தன் பிழையை நினைந்து வருந்துவான்.

54. பொச்சாவாமை

இழுக்காமை யார்மாட்டும் என்றும் வழுக்காமை
வாயின் அதுவொப்பது இல். 536

யாரிடத்திலும் எக்காலத்திலும் மறந்தும் சோர்ந்திருக்காத தன்மை தவறாமல் பொருந்தியிருக்குமானால் அதற்கு ஒப்பான நன்மை தருவது வேறு எதுவும் இல்லை.

அரியஎன்று ஆகாத இல்லைபொச் சாவாக்
கருவியால் போற்றிச் செயின். 537

மறவாமை என்னும் கருவி கொண்டு எதனையும் போற்றிச் செய்தால் செய்வதற்கு அரியன என்று கருதிக் கைவிடும் செயல்களும் இல்லையாகும்.

புகழ்ந்தவை போற்றிச் செயல்வேண்டும் செய்யாது
இகழ்ந்தார்க்கு எழுமையும் இல். 538

சான்றோர்கள் சிறந்தவையாகப் போற்றிச் சொன்ன கடமைகளைத் தவறாமல் செய்ய வேண்டும்; அவ்வாறு செய்யாமல் மறந்து சோர்ந்தவர்க்கு ஏழுபிறப்பிலும் நன்மை இல்லை.

இகழ்ச்சியின் கெட்டாரை உள்ளுக தாந்தம்
மகிழ்ச்சியின் மைந்துறும் போழ்து. 539

தாம் தம் மகிழ்ச்சியினால் செருக்குக் கொண்டு கடமையை மறந்திருக்கும்பொழுது மன்னர் அப்படிப்பட்ட மகிழ்ச்சியினால் சோர்ந்து கெட்டழிந்தவர்களை நினைத்துப் பார்க்க வேண்டும்.

உள்ளியது எய்தல் எளிதுமன் மற்றுந்தான்
உள்ளியது உள்ளப் பெறின். 540

ஒருவன் தான் எண்ணியதை இடைவிடாமல் மறதியின்றி நினைக்கக் கூடுமானால் அவன் கருதியதை அடைதல் எளிதாக அமையும்.

55. செங்கோன்மை

ஓர்ந்துகண் ணோடாது இறைபுரிந்து யார்மாட்டும்
தேர்ந்துசெய் வஃதே முறை.   541

> யாரிடத்திலும் நடுநிலைமை தவறாமல் இரக்கம் காட்டாமல் குற்றம் இன்னதென்று ஆராய்ந்து அதற்குத் தகுந்த தண்டனை விதிப்பதே அரசனது நீதி முறையாகும்.

வானோக்கி வாழும் உலகெல்லாம் மன்னவன்
கோல்நோக்கி வாழும் குடி.   542

> உலகில் உள்ள உயிர்கள் யாவும் மழையை நோக்கி வாழ்கின்றன. அதுபோல மன்னவனின் செங்கோன்மையை நோக்கி குடிகள் வாழ்கின்றனர்.

அந்தணர் நூற்கும் அறத்திற்கும் ஆதியாய்
நின்றது மன்னவன் கோல்.   543

> அந்தணர் போற்றும் மறைநூலுக்கும் அறத்திற்கும் அடிப்படையாய் நின்று உலகத்தைக் காப்பது மன்னவனது செங்கோன்மையாகும்.

குடிதழீஇக் கோலோச்சும் மாநில மன்னன்
அடிதழீஇ நிற்கும் உலகு.   544

> குடிகளை அன்போடு அணைத்துக்கொண்டு செங்கோல் செலுத்துகின்ற அரசனுடைய அடியைத் தழுவி இவ்வுலக வாழ்வு நிலை பெறுவதாகும்

இயல்புளிக் கோலோச்சும் மன்னவன் நாட்ட
பெயலும் விளையுளும் தொக்கு.   545

> நீதி முறைப்படி செங்கோல் செலுத்தும் மன்னவன் நாட்டில் பருவமழையும் நிறைந்த விளைபொருள்களும் ஒருங்கே ஏற்படுவனவாகும்.

55. செங்கோன்மை

வேலன்று வென்றி தருவது மன்னவன்
கோலதூஉம் கோடா தெனின். 546

வேந்தனுக்கு வெற்றியளிப்பது அவன் கையிலுள்ள வேல் அன்று அவனது செங்கோல் கோணாதிருக்குமானால் அதுவே வெற்றியளிப்பதாகும்.

இறைகாக்கும் வையக மெல்லாம் அவனை
முறைகாக்கும் முட்டாச் செயின். 547

உலகத்தையெல்லாம் மன்னன் காப்பாற்றுவான்; நீதி முறை கெடாதவாறு ஆட்சி புரிவானாயின், அரசனை அந்த முறையே காப்பாற்றும்.

எண்பதத்தான் ஓரா முறைசெய்யா மன்னவன்
தண்பதத்தான் தானே கெடும். 548

முறையிட வருபவரது காட்சிக்கு எளியனாய், அவர்களது குறைகளைக் கேட்டு ஆராய்ந்து முறை செய்யாத மன்னவன் தாழ்ந்த நிலையில் நின்று தானே கெட்டழிவான்.

குடிபுறங் காத்தோம்பிக் குற்றம் கடிதல்
வடுவன்று வேந்தன் தொழில். 549

குடிகளைப் பிறர் வருத்தாமல் காத்தும், தானும் அவர்கட்கு நன்மை செய்து பேணியும், அவர்களது குற்றங்களைத் தக்க தண்டனையால் ஒழித்தும் முறை செய்தல் அரசனது தொழில்; பழி அன்று.

கொலையிற் கொடியாரை வேந்தொறுத்தல் பைங்கூழ்
களைகட் டதனொடு நேர். 550

கொடியவர்களைக் கொலைத் தண்டனையால் அரசன் ஒறுத்து மற்றவர்களை அருளோடு காத்து முறைசெய்தல் பசும் பயிரில் களையெடுப்பது போன்ற சிறந்த செயலாகும்.

56. கொடுங்கோன்மை

கொலைமேற்கொண் டாரிற் கொடிதே அலைமேற்கொண்டு
அல்லவை செய்தொழுகும் வேந்து.   551

    குடிகளை வருந்தச் செய்யும் செயல்களை மேற்கொண்டு முறையற்ற செயல்களைச் செய்து ஆட்சி புரியும் அரசன் கொலையையே தொழிலாகக் கொண்டவரினும் கொடியனாவான்.

வேலொடு நின்றான் இடுஎன் றதுபோலும்
கோலொடு நின்றான் இரவு.   552

    ஆட்சிக்குரிய கோலை ஏந்தி நின்ற அரசன் குடிகளிடம் முறை கடந்து பொருளைக் கேட்டால் போகும் வழியில் தனியே வேல் ஏந்தி நின்ற கள்வன் 'அனைத்தையும் தந்துவிடு' என்று கேட்பதைப் போன்றது.

நாடொறும் நாடி முறைசெய்யா மன்னவன்
நாடொறும் நாடு கெடும்.   553

    காலந்தோறும் தன் ஆட்சியில் நேரிடும் நிலைமையை ஆராய்ந்து தகுந்தபடி முறை செய்யாத மன்னன் நாளுக்கு நாள் மெல்ல மெல்லத் தன் நாட்டையும் இழந்து விடுவான்.

கூழும் குடியும் ஒருங்கிழக்கும் கோல்கோடிச்
சூழாது செய்யும் அரசு.   554

    மேல் நடப்பதைக் கருதாமல் முறை தவறி அரசோச்சும் மன்னன், தன் பொருள் வளத்தையும் நாட்டு மக்களது அன்பையும் ஒருங்க இழந்து விடுவான்.

அல்லற்பட்டு ஆற்றாது அழுதகண் ணீரன்றே
செல்வத்தைத் தேய்க்கும் படை.   555

    கொடுங்கோலாட்சியால் அல்லற்பட்ட மக்கள் அதனைப் பொறுக்கமாட்டாது அழுத கண்ணீரே ஓர் அரசனின் செல்வத்தை அழிக்கும் படையாகும்.

56. கொடுங்கோன்மை

மன்னர்க்கு மன்னுதல் செங்கோன்மை அஃதின்றேல்
மன்னாவாம் மன்னர்க் கொளி. 556

> செங்கோல் முறையால்தான் அரசர்க்குப் புகழ்
> நிலைக் கின்றது; அம் முறை இல்லையானால்
> அரசர்க்குப் புகழ்நிலை பெறாது போய்விடும்.

துளியின்மை ஞாலத்திற்கு எற்றற்றே வேந்தன்
அளியின்மை வாழும் உயிர்க்கு. 557

> மழைத்துளி இல்லாத நிலைமை உலகத்திற்கு
> எத்தகைய துன்பம் தருமோ, அவ்வாறே அரசனின்
> அருளற்ற தன்மை அவன் நாட்டில் வாழ்பவருக்குத்
> துன்பம் தரும்.

இன்மையின் இன்னாது உடைமை முறைசெய்யா
மன்னவன் கோற்கீழ்ப் படின். 558

> முறை செய்யாத அரசனுடைய கொடுங்கோல்
> ஆட்சியின் கீழ் இருக்கப்பெற்றால், ஏழ்மையை
> விடச் செல்வம் உடைமையே துன்பம் தரும்.

முறைகோடி மன்னவன் செய்யின் உறைகோடி
ஒல்லாது வானம் பெயல். 559

> முறைதவறி அரசன் நாட்டை அரசு புரிந்தால்
> பருவ மழை தவறிப்போய் மேகமும் மழை
> பொழியாது ஒதுங்கிப் போகும்.

ஆபயன் குன்றும் அறுதொழிலோர் நூல்மறப்பர்
காவலன் காவான் எனின். 560

> அரசன் முறையோடு நாட்டைப் பேணாவிட்டால்
> நாட்டில் பசுக்கள் பால்தரும் பயன்குன்றும்; அறு
> தொழிலோரும் அறநூல்களை மறப்பர்.

57. வெருவந்த செய்யாமை

தக்காங்கு நாடித் தலைச்செல்லா வண்ணத்தால்
ஒத்தாங்கு ஒறுப்பது வேந்து. 561

குற்றத்தைத் தக்கவாறு ஆராய்ந்து மீண்டும் அக்குற்றம் செய்யாதபடி குற்றத்திற்குப் பொருந்துமாறு தண்டிப்பவனே அரசன் ஆவான்.

கடிதோச்சி மெல்ல எறிக நெடிதாக்கம்
நீங்காமை வேண்டு பவர். 562

நெடுங்காலம் ஆக்கம் நீங்காமல் இருத்தலை விரும்புகிறவர்கள் குற்றம் செய்தவரைத் தண்டிக்கத் தொடங்கும்போது அளவு கடந்து செய்வதுபோல் காட்டி அளவு மீறாமல் முறை செய்ய வேண்டும்.

வெருவந்த செய்தொழுகும் வெங்கோல னாயின்
ஒருவந்தம் ஒல்லைக் கெடும். 563

குடிமக்கள் அச்சம் அடையும் கொடுமைகளைச் செய்து ஆளும் கொடுங்கோலரசன் திண்ணமாக விரைவில் கெட்டு அழிவை அடைவான்.

இறைகடியன் என்றுரைக்கும் இன்னாச்சொல் வேந்தன்
உறைகடுகி ஒல்லைக் கெடும். 564

'நம் அரசன் கடுமையானவன்' என்று குடிமக்களால் கூறப்படும் பழிச்சொல்லுக்கு இலக்கான வேந்தன் தன் ஆயுள் குறைந்து விரைவில் அழிவான்.

அருஞ்செவ்வி இன்னா முகத்தான் பெருஞ்செல்வம்
பேஎய்கண் டன்னது உடைத்து. 565

எளிதாகக் காண முடியாத தன்மையும், இனிமையற்ற முகம் காட்டும் இயல்பும் உடையவனது பெருஞ்செல்வம், பேய் கவனித்துக் காக்கும் புதையல் போன்றது.

57. வெருவந்த செய்யாமை

கடுஞ்சொல்லன் கண்ணில னாயின் நெடுஞ்செல்வம்
நீடின்றி ஆங்கே கெடும். 566

கடுமையான மொழியும் இரக்கமற்ற தன்மையும் உடைய அரசன் பெருஞ்செல்வம் நீடித்திருக்காமல் தேய்ந்து அப்பொழுதே கெடும்.

கடுமொழியும் கையிகந்த தண்டமும் வேந்தன்
அடுமுரண் தேய்க்கும் அரம். 567

கடுமையான சொல்லும் முறை கடந்த தண்டனையும் அரசனது பகைவரை வெல்லும் வலிமையைத் தேய்த்து அழிக்கும் அரமாகும்.

இனத்தாற்றி எண்ணாத வேந்தன் சினத்தாற்றிச்
சீறின் சிறுகும் திரு. 568

அமைச்சர் முதலானவரோடு கலந்து ஆராயாமல் செயற்படும் அரசன் தன் சினத்தின் வழியில் சென்று சீறி நிற்பானானால் அவனுடைய செல்வம் சுருங்கும்.

செருவந்த போழ்திற் சிறைசெய்யா வேந்தன்
வெருவந்து வெய்து கெடும். 569

போர் வருவதற்கு முன்பாகவே பாதுகாப்பு ஏற்பாடுகளைச் செய்யாத அரசன் அது வந்த காலத்தில் தற்காப்பு இல்லாதவனாக அஞ்சி விரைவில் அழிந்து போவான்.

கல்லார்ப் பிணிக்கும் கடுங்கோல் அதுவல்லது
இல்லை நிலக்குப் பொறை. 570

கடுங்கோலாகிய ஆட்சி முறை, கல்லாத கயவர்களையே தனக்கு அரணாகச் சேர்த்துக் கொள்ளும்; அந்த ஆட்சியை அல்லாமல் நிலத்திற்குச் சுமை வேறு யாதும் இல்லை.

58. கண்ணோட்டம்

கண்ணோட்டம் என்னும் கழிபெருங் காரிகை
உண்மையான் உண்டிவ் வுலகு. 571

'கண்ணோட்டம்' என்று சொல்லப்படுகின்ற மிகப் பெரிய அழகு இருப்பதனால்தான் இவ்வுலகம் அழிவு அடையாமல் நிலை பெற்றுள்ளது.

கண்ணோட்டத் துள்ளது உலகியல் அஃதிலார்
உண்மை நிலக்குப் பொறை. 572

உலக நடைமுறை என்பது கண்ணோட்டத்தால் நடைபெற்று வருவது; கண்ணோட்டம் இல்லாதவர்கள் உயிரோடு இருப்பது நிலத்திற்குச் சுமையே தவிர வேறு பயன் இல்லை.

பண்என்னாம் பாடற்கு இயைபின்றேல் கண்என்னாம்
கண்ணோட்டம் இல்லாத கண். 573

பாடலோடு பொருந்தவில்லை என்றால் இசை என்ன பயனுடையதாகும்? அதுபோலவே கண்ணோட்டத்தோடு அலையாத கண்களாலும் பயன் இல்லை.

உளபோல் முகத்தெவன் செய்யும் அளவினால்
கண்ணோட்டம் இல்லாத கண். 574

தேவையான அளவிற்குக் கண்ணோட்டம் இல்லாத கண்கள் முகத்தில் உள்ளனபோல் தோன்றுதலைத் தவிர உடையவனுக்கு வேறு என்ன பயனைத் தரும்?

கண்ணிற்கு அணிகலம் கண்ணோட்டம் அஃதின்றேல்
புண்ணென்று உணரப் படும். 575

கண்ணுக்கு அணிகலமாவது கண்ணோட்டம் என்னும் பண்பே; அஃது இல்லையாயின் சான்றோரால் அது 'புண்' என்றே கருதப்படும்.

58. கண்ணோட்டம்

மண்ணோ டியைந்த மரத்தனையர் கண்ணோடு
இயைந்துகண் ணோடா தவர். 576

கண்ணோடு பொருந்தியவராக இருந்தும் கண்ணோட்டம் (இரக்ககுணம்) இல்லாதவர் மண்ணோடு பொருந்தியுள்ள மரத்தைப் போன்றவர்கள் ஆவர்.

கண்ணோட்டம் இல்லவர் கண்ணிலர் கண்ணுடையார்
கண்ணோட்டம் இன்மையும் இல். 577

கண்ணோட்டம் இல்லாத மக்கள் கண் இருந்தும் குருடரே ஆவர், கண்ணுடையவர்கள் கண்ணோட்டம் இல்லா திருத்தல் என்பது பொருத்தம் இல்லை.

கருமஞ் சிதையாமல் கண்ணோட வல்லார்க்கு
உரிமை உடைத்திவ் வுலகு. 578

தம்தம் கடமையாகின்ற தொழில் கெடாமல் எவரிடமும் கண்ணோட்டத்துடன் நடந்து கொள்ள வல்லவர்கட்கு இவ்வுலகமே உரிமையுடையது.

ஒறுத்தாற்றும் பண்பினார் கண்ணும்கண் ணோடிப்
பொறுத்தாற்றும் பண்பே தலை. 579

தண்டித்து அடக்கப்பட வேண்டியவரிடத்தும் கண்ணோட்டம் காட்டி அவரது குற்றத்தையும் பொறுத்து நடக்கும் பண்பே சிறந்தது.

பெயக்கண்டும் நஞ்சுண் டமைவர் நயத்தக்க
நாகரிகம் வேண்டு பவர். 580

யாவராலும் விரும்பத் தகுந்த கண்ணோட்டம் என்னும் நாகரிகத்தை விரும்புகின்றவர்கள், பழகியவர் தமக்கு நஞ்சைப் பெய்வதைக் கண்டாலும் அதனை உண்டு அமைவார்கள்.

59. ஒற்றாடல்

ஒற்றும் உரைசான்ற நூலும் இவையிரண்டும்
தெற்றென்க மன்னவன் கண். 581

ஒற்றர்களும் புகழ் அமைந்த அறநூலும் ஆகிய இந்த இருவகைக் கருவிகளையும் ஓரரசன் தனக்குரிய இரு கண்களாகக் கொண்டு தெரிய வேண்டும்.

எல்லார்க்கும் எல்லாம் நிகழ்பவை எஞ்ஞான்றும்
வல்லறிதல் வேந்தன் தொழில். 582

எல்லாரிடத்திலும் நிகழ்கின்ற எல்லாவற்றையும் எல்லாக் காலத்திலும் மிகவும் விரைவாக ஒற்றர்மூலம் அறிந்துகொள்ளுதல் வேந்தனுக்கு உரிய தொழிலாகும்.

ஒற்றினான் ஒற்றிப் பொருள்தெரியா மன்னவன்
கொற்றம் கொளக்கிடந்தது இல். 583

ஒற்றினால் எல்லார்க்கண்ணும் நிகழ்கின்றவற்றைத் தெரிந்துகொண்டு அவற்றின் பயனை ஆராய்ந்து தெளியாத அரசன் வெற்றி பெறத்தக்க வழி வேறு இல்லை.

வினைசெய்வார் தம்சுற்றம் வேண்டாதார் என்றாங்கு
அனைவரையும் ஆராய்வது ஒற்று. 584

தம்முடைய செயல்களைச் செய்கின்றவர், தம் சுற்றத்தார், தம் பகைவர் என்று கூறப்படும் அனைவரையும் ஆராய்வதே ஒற்றரின் கடமையாகும்.

கடாஅ உருவொடு கண்ணஞ்சாது யாண்டும்
உகாஅமை வல்லதே ஒற்று. 585

ஐயப்பாடத மாற்றுருவுடன், எவருடைய பார்வைக்கும் அஞ்சாமல், அறிந்தவற்றைத் தன் அரசனைத் தவிர பிறருக்கு வெளிப்படுத்தாமல் இருக்க வல்லவனே ஒற்றனாவான்.

59. ஒற்றாடல்

துறந்தார் படிவத்த ராகி இறந்தாராய்ந்து
என்செயினும் சோர்விலது ஒற்று. 586

புகமுடியாத இடங்களுக்கும் துறவியர் வேடத்தோடு சென்று அனைத்தையும் ஆராய்ந்து எவர் என்ன செய்தாலும் சோர்ந்து விடாமல் இருப்பவரே ஒற்றராவார்.

மறைந்தவை கேட்கவற் றாகி அறிந்தவை
ஐயப்பாடு இல்லதே ஒற்று. 587

மறைவான செய்திகளையும் கேட்டு அறியக்கூடிய திறமை உள்ளவனாய் தான் அறிந்த செய்திகளை எவ்வித ஐயப்பாடு மின்றித் துணிய வல்லவனாய் உள்ளவனே நல்ல ஒற்றனாவான்.

ஒற்றொற்றித் தந்த பொருளையும் மற்றுமோர்
ஒற்றினால் ஒற்றிக் கொளஎல். 588

ஓர் ஒற்றன் மறைந்து கேட்டுத் தெரிவித்த செய்தியையும் மற்றோர் ஒற்றன்மூலம் கேட்டுவரச் செய்து ஒற்றுமை கண்டபின் உண்மை என்று கொள்ள வேண்டும்.

ஒற்றொற் றுணராமை ஆள்க உடன்மூவர்
சொல்தொக்க தேறப் படும். 589

ஓர் ஒற்றன் மற்றுமோர் ஒற்றனை அறியாதபடி ஆள வேண்டும்; அவ்வாறு அளப்பட்ட ஒற்றர் மூவரின் சொல் ஒத்திருப்பின் அவை உண்மை எனத் தெளிய வேண்டும்.

சிறப்பறிய ஒற்றின்கண் செய்யற்க செய்யின்
புறப்படுத்தா னாகும் மறை. 590

பிறர் அறியும்படியாக ஒற்றனுக்குச் சிறப்புகள் செய்தல் ஆகாது; அங்ஙனம் செய்தால் மறைபொருளைத் தானே வெளிப்படுத்தினவன் ஆவான்.

50. ஊக்கம் உடைமை

உடையர் எனப்படுவது ஊக்கம் அஃதில்லார்
உடையது உடையரோ மற்று. 591

ஒருவர் 'பெற்றுள்ளார்' என்று சொல்லத் தக்க சிறப்புடையது ஊக்கமாகும்; ஊக்கம் இல்லாதவர் வேறு எதைப் பெற்றிருந்தாலும் அதை உடையவர் அல்லர்.

உள்ளம் உடைமை உடைமை பொருளுடைமை
நில்லாது நீங்கி விடும். 592

ஊக்கம் உடைமையே ஒருவரது நிலையான செல்வம் ஆகும்; மற்றைய செல்வம் எல்லாம் நிலைபேறு இல்லாமல் ஒரு காலத்தில் நீங்கியும் போய்விடும்.

ஆக்கம் இழந்தேமென்று அல்லாவார் ஊக்கம்
ஒருவந்தம் கைத்துடை யார். 593

உறுதியான ஊக்கத்தையே தமது கைப்பொருளாகப் பெற்றவர்கள் தாம் செல்வம் இழந்துவிட்ட காலத்திலும் இழந்தோம் என்று நினைத்துக் கலங்கமாட்டார்கள்.

ஆக்கம் அதர்வினாய்ச் செல்லும் அசைவிலா
ஊக்க முடையா னுழை. 594

தளராத ஊக்கம் உயைவர்களிடத்தில் ஆக்கமானது தானே அவர் இருக்கும் இடத்திற்கு வழிகேட்டுக் கொண்டு போய்ச் சேரும்.

வெள்ளத் தனைய மலர்நீட்டம் மாந்தர்தம்
உள்ளத் தனையது உயர்வு. 595

நீர்ப் பூக்களின் தாளின் நீளம் அவை நின்ற நீரின் ஆழத்தின் அளவானது; அதுபோலவே, மக்களின் உயர்வும் அவர்களது ஊக்கத்தின் அளவான தேயாகும்.

50. ஊக்கம் உடைமை

உள்ளுவ தெல்லாம் உயர்வுள்ளல் மற்றது
தள்ளினும் தள்ளாமை நீர்த்து. 596

எண்ணுவதெல்லாம் உயர்வைப் பற்றியனவாகவே இருத்தல் வேண்டும். அந்த உயர்ந்த நிலை கைகூடாவிடினும் அவ்வாறு எண்ணுவதை மட்டிலும் கைவிடவே கூடாது.

சிதைவிடத்து ஒல்கார் உரவோர் புதையம்பிற்
பட்டுப்பா டூன்றும் களிறு. 597

தன் உடம்பை மறைக்கும் அளவு தைத்துள்ள அம்புகளாலே புண்பட்டு வேதனை அடைந்தபோதும் யானை தன் பெருமையை நிலை நிறுத்தும்; அதுபோல, ஊக்கம் உடையவர் அழிவு வந்தவிடத்தும் தளர மாட்டார்கள்.

உள்ளம் இலாதவர் எய்தார் உலகத்து
வள்ளியம் என்னும் செருக்கு. 598

ஊக்கம் இல்லாதவர் 'யாம் வள்ளன்மை உடையோம்' என்னும் இறுமாந்து மகிழ்ந்திருக்கும் நிலையை இவ்வுலகில் ஒருபோதும் அடையவே மாட்டார்கள்.

பரியது கூர்ங்கோட்டது ஆயினும் யானை
வெரூஉம் புலிதாக் குறின். 599

யானை பருத்த உடம்பையும் கூர்மையான கொம்பு களையும் உடையதாக இருந்தாலும், ஊக்கம் உள்ளதாகிய புலி தன் மீது பாய்ந்தால் அதற்கு அஞ்சும்.

உரமொருவற்கு உள்ள வெறுக்கை அஃதில்லார்
மரம்மக்க ளாதலே வேறு. 600

ஒருவருக்கு வலிமையானது மிகுதியான ஊக்கமே வேறுபாட்டால் மக்களாகத் தோன்றினாலும், உண்மையில் மரங்களைப் போன்றவரே!

61. மடி இன்மை

குடியென்னும் குன்றா விளக்கம் மடியென்னும்
மாசூர மாய்ந்து கெடும். 601

ஒருவன் வந்து தோன்றிய குடி என்னும் மங்காத விளக்கு அவனது சோம்பல் என்னும் மாசு படரப்படர, ஒளி மங்கிக் கெட்டு விடும்.

மடியை மடியா ஒழுகல் குடியைக்
குடியாக வேண்டு பவர். 602

தாம் பிறந்த குடியை மேன்மேலும் சிறப்புடைய குடியாக விளங்குமாறு செய்ய விழைகின்றவர்கள். சோம்பலை அறவே போக்கி, முயற்சியாளராக விளங்க வேண்டும்.

மடிமடிக் கொண்டொழுகும் பேதை பிறந்த
குடிமடியும் தன்னினும் முந்து. 603

அழிக்கும் இயல்புடைய சோம்பலைத் தன்னிடத்தே கொண்டிருக்கும் அறிவற்றவன் பிறந்த குடியின் பெருமை அவன் அறிவதற்கு முன் அழிந்துவிடும்.

குடிமடிந்து குற்றம் பெருகும் மடிமடிந்து
மாண்ட உஞற்றி லவர்க்கு. 604

சோம்பலில் ஆழ்ந்து சிறந்த முயற்சியில் ஈடுபடாமல் வாழ்கின்றவருடைய குடிப்பெருமையும் கெட்டு, குற்றமும் நாளுக்கு நாள் பெருகும்.

நெடுநீர் மறவி மடிதுயில் நான்கும்
கெடுநீரார் காமக் கலன். 605

காலம் நீட்டித்தல், மறதி, சோம்பல், அளவு மீறிய உறக்கம் ஆகிய இந்நான்கும் அழிந்துவிடக்கூடிய இயல்புடையவர் விரும்பி ஏறும் மரக்கலமாகும்.

61. மடி இன்மை

படியுடையார் பற்றமைந்தக் கண்ணும் மடியுடையார்
மாண்பயன் எய்தல் அரிது. 606

நாடாளும் மன்னனின் தொடர்பு தானே இயல்பாக வந்து அமைந்தாலும் சோம்பலையுடையவர்கள் அதனால் சிறந்த பயனை அடைய முடியாது.

இடிபுரிந்து எள்ளுஞ்சொல் கேட்பர் மடிபுரிந்து
மாண்ட உஞற்றி லவர். 607

சோம்பலை விரும்பி மேற்கொண்டு சிறந்த முயற்சியற்றவராய் வாழ்கின்றவர் பிறர் இடித்துக் கூறி இகழ்கின்ற சொற்களைக் கேட்கும் நிலைமையை அடைவர்.

மடிமை குடிமைக்கண் தங்கின்தன் ஒன்னார்க்கு
அடிமை புகுத்தி விடும். 608

நல்ல குடியில் வந்து பிறந்தவனிடம் சோம்பல் என்பது வந்து சேர்ந்துவிடுமானால் அஃது அவனை அவனது பகைவர்க்கு விரைவில் அடிமைப்படுத்தி விடும்.

குடியாண்மை யுள்வந்த குற்றம் ஒருவன்
மடியாண்மை மாற்றக் கெடும். 609

ஒருவன் தன்னிடமுள்ள சோம்பலை ஒழித்துவிடக் கூடுமானால் அவனுடைய குடியிலும் ஆண்மையிலும் நேரிட்ட குற்றங்கள் எல்லாம் நீங்கி விடும்.

மடியிலா மன்னவன் எய்தும் அடியளந்தான்
தாஅய தெல்லாம் ஒருங்கு. 610

தன் திருவடியில் உலகத்தைத் திருமால் தாவி அளந்த எல்லாவற்றையும் சோம்பல் இல்லாத வேந்தன் ஒருசேரப் பெற்று விடுவான்.

62. ஆள்வினை உடைமை

அருமை உடைத்தென்று அசாவாமை வேண்டும்
பெருமை முயற்சி தரும். 611

இச்செயல் தம்மால் செய்ய முடியாதென்று சோர்வுறாமல் இருத்தல் வேண்டும்; அதனைச் செய்வதற்குத் தக்க பெருமையை முயற்சி உண்டாக்கும்.

வினைக்கண் வினைகெடல் ஓம்பல் வினைக்குறை
தீர்ந்தாரின் தீர்ந்தன்று உலகு. 612

ஒரு செயலைச் செய்து முடிக்காமல் இடையிலே கைவிட்டவரை உலகமும் கைவிடும்; ஆதலால் செயலில் முயற்சியற்றிருப்பதை விட்டொழித்தல் வேண்டும்.

தாளாண்மை என்னுந் தகைமைக்கண் தங்கிற்றே
வேளாண்மை என்னுஞ் செருக்கு. 613

பிறருக்கு உதவி செய்தல் என்னும் மேம்பட்ட நிலைமை, விடாமல் முயற்சி செய்கின்ற உயர்ந்த பண்பில் நிலைத்துள்ளது.

தாளாண்மை இல்லாதான் வேளாண்மை பேடிகை
வாளாண்மை போலக் கெடும். 614

போருக்கு அஞ்சுகின்ற பேடியின் கையிலுள்ள வாளிடத்தில் ஆண்மைச் செயல் எதுவும் தோன்றாதது போல, விடாமுயற்சி இல்லாதவன் உதவுகின்ற தன்மையும் கெட்டுப்போகும்

இன்பம் விழையான் வினைவிழைவான் தன்கேளிர்
துன்பம் துடைத்தூன்றும் தூண். 615

தன் இன்பத்தை விரும்பாமல் மேற்கொண்ட செயலை முடிப்பதையே விரும்புகின்றவன், தன் சுற்றத்தாரின் துன்பத்தைப் போக்கித் தாங்குகின்ற தூண் ஆவான்.

62. ஆள்வினை உடைமை

முயற்சி திருவினை யாக்கும் முயற்றின்மை
இன்மை புகுத்தி விடும். 616

இடைவிடாத முயற்சி ஒருவனுடைய செல்வத்தைப் பெருகச் செய்யும்; முயற்சி இல்லாமையோ அவனுக்கு வறுமையைச் சேர்த்து விடும்.

மடியுளாள் மாமுகடி என்ப மடியிலான்
தாளுளாள் தாமரையி னாள். 617

ஒருவன் சோம்பலிலே கரிய நிறமுடைய மூதேவி வாழ்கின்றாள்; சோம்பல் இல்லாதவனுடைய முயற்சியில் திருமகள் வாழ்கின்றாள்.

பொறியின்மை யார்க்கும் பழியன்று அறிவறிந்து
ஆள்வினை இன்மை பழி. 618

நன்மை விளைவிக்கும் ஊழ்இல்லாதிருத்தல் யார்க்கும் பழி அன்று; அறியவேண்டியவற்றை அறிந்து முயற்சி செய்யாமலிருப்பதே ஒருவனுக்குப் பழி ஆகும்.

தெய்வத்தான் ஆகாது எனினும் முயற்சிதன்
மெய்வருத்தக் கூலி தரும். 619

ஊழின் காரணத்தால் ஒருசெயல் கை கூடாது போயினும், முயற்சி தன் உடம்பு வருந்திய வருத்தத்தின் கூலியையாவது கொடுக்கும்.

ஊழையும் உப்பக்கம் காண்பர் உலைவின்றித்
தாழாது உஞற்று பவர். 620

சோர்வின்றி இடைவிடாது முயற்சி செய்பவர்கள் செயலுக்கு இடையூறாக இருக்கும், விதியையும் ஒரு காலத்தில் தோல்வியுறச் செய்வர்.

63. இடுக்கண் அழியாமை

இடுக்கண் வருங்கால் நகுக அதனை
அடுத்தூர்வது அஃதொப்பது இல். 621

துன்பம் வரும்போது அதற்காக மனம் தளராமல்
நகைத்து ஒதுக்கு; அதனை நெருங்கி எதிர்த்து
வெல்ல வல்லது அதனைப் போன்ற சிறந்த வழி
வேறு எதுவும் இல்லை.

வெள்ளத் தனைய இடும்பை அறிவுடையான்
உள்ளத்தின் உள்ளக் கெடும். 622

வெள்ளம்போல் அளவற்றதாய்ப் பெருகி வரும்
துன்பமும் அறிவுடையவன் தன் உள்ளத்தினால்
அத்துன்பத்தின் இயல்பை நினைத்த அளவில்
அவனைவிட்டு மறைந்து போய்விடும்.

இடும்பைக்கு இடும்பை படுப்பர் இடும்பைக்கு
இடும்பை படாஅ தவர். 623

துன்பம் வந்தபோது அதற்காக வருந்திக் கலங்காத
மனத்தெளிவு உள்ளவர்கள் அத்துன்பத்திற்கே
துன்பம் உண்டாக்கி அதை வென்று விடுவர்.

மடுத்தவா யெல்லாம் பகடன்னான் உற்ற
இடுக்கண் இடர்ப்பாடு உடைத்து. 624

தடைப்படும் இடங்களில் எல்லாம் தளர்ந்து
விடாமல் வண்டியை இழுத்துச் செல்லும் எருதைப்
போன்ற விடாமுயற்சி உடையவன் உற்ற துன்பமே
துன்பப் படுவதாகும்.

அடுக்கி வரினும் அழிவிலான் உற்ற
இடுக்கண் இடுக்கப் படும். 625

விடாமல் துன்பங்கள் மேன்மேலும் வந்தாலும்
நெஞ்சம் கலங்காதவனுக்கு நேர்ந்த துன்பமானது
தானே துன்பப்பட்டு அவனிடமிருந்து
விலகிப்போகும்.

63. இடுக்கண் அழியாமை

அற்றேமென்று அல்லற் படுபவோ பெற்றேமென்று
ஓம்புதல் தேற்றா தவர். 626

செல்வத்தைப் பெற்றோமே என்று மகிழ்ந்து அதனைப் பாதுகாக்காதவர், வறுமை வந்த காலத்தில் அதை இழந்துவிட்டோம் என்று அல்லற்படுவரோ?

இலக்கம் உடம்பிடும்பைக் கென்று கலக்கத்தைக்
கையாறாக் கொள்ளாதாம் மேல். 627

இவ்வுடல் துன்பத்திற்கு இலக்கானது என்று உணர்ந்து அதற்கு வரும் துன்பங்களுக்கு உள்ளம் கலங்காமல் இருப்பவர்களே மேலோர்கள் ஆவர்.

இன்பம் விழையான் இடும்பை இயல்பென்பான்
துன்பம் உறுதல் இலன். 628

இன்பம் உண்டாகும் போது அதனை விரும்பிப் போற்றாதவன் துன்பம் வந்தபோது அதனை இயற்கை என்று தெளிந்திருப்பவன் எந்தக் காலத்திலும் துன்பம் அடையமாட்டான்.

இன்பத்துள் இன்பம் விழையாதான் துன்பத்துள்
துன்பம் உறுதல் இலன். 629

இன்பம் வந்த காலத்தில் அந்த இன்பத்தை நுகர விரும்பிப் போற்றாதவன், துன்பம் வந்த காலத்தில் அந்தத் துன்பத்தை அடைவதும் இல்லை.

இன்னாமை இன்பம் எனக்கொளின் ஆகுந்தன்
ஒன்னார் விழையுஞ் சிறப்பு. 630

ஒருவன் வினையாற்றுமிடத்து துன்பத்தையே தனக்கு இன்பமாகக் கருதிக் கொள்வானானால் அவனுடைய பகைவரும் அவனுபைய முயற்சியை விரும்பும் சிறப்பு நிலையை அடைவான்.

64. அமைச்சு

கருவியும் காலமும் செய்கையும் செய்யும்
அருவினையும் மாண்டது அமைச்சு. 631

ஒரு செயலைச் செய்வதற்கு வேண்டிய கருவியையும், ஏற்ற காலத்தையும், செய்யும் வகையையும் செயலின் அருமையை யும் நன்கு சிந்திப்பவனே நல்ல அமைச்சனாவான்.

வன்கண் குடிகாத்தல் கற்றறிதல் ஆள்வினையோடு
ஐந்துடன் மாண்டது அமைச்சு. 632

மனவலியும் குடிபிறப்பும் காக்கும் திறனும் அறநூல்களைக் கற்றறிந்த அறிவும் விடா முயற்சியும் ஆகிய ஐந்தும் திருந்தப் பெற்றவனே அமைச்சனாவான்.

பிரித்தலும் பேணிக் கொளலும் பிரிந்தார்ப்
பொருத்தலும் வல்லது அமைச்சு. 633

பகைவர்க்குத் துணையானவரைப் பிரித்தலும், தம்மிடம் உள்ளவரைப் பிரிந்து போகாமல் காத்தலும், பிரிந்து சென்றவரை மீண்டும் சேர்த்துக் கொள்வதிலும் வல்லவனே அமைச்சனாவான்.

தெரிதலும் தேர்ந்து செயலும் ஒருதலையாச்
சொல்லலும் வல்லது அமைச்சு. 634

செயத்தக்க செயலை நன்கு ஆராய்தலும் ஆராய்ந்தபின் அதற்குரிய வழிகளை ஆராய்ந்து செய்தலும், எதனையும் ஐயத்திற்கு இடமில்லாமல் துணிவாக உரைப்பதிலும் வல்லவனே அமைச்கணவான்

அறனறிந்து ஆன்றமைந்த சொல்லன்எஞ் ஞான்றும்
திறனறிந்தான் தேர்ச்சித் துணை. 635

அறத்தை அறிந்தவனாக, அறிவு நிறைந்து அமைந்த சொற்செல்வனாய், எக்காலத்திலும் செயலாற்றும் திறன் அறிந்தவனாய் உள்ளவனே ஆராய்ந்து கூறும் துணையாவான்.

64. அமைச்சு

மதிநுட்பம் நூலோடு உடையார்க்கு அதிநுட்பம்
யாஉள முன்னிற் பவை. 636

இயற்கையான நுண்ணறிவும் அதனோடு சேர்ந்த நூலறிவும் ஒருங்கே உடையவரான அமைச்சர்களின் எதிராக எந்த நுட்பமான சூழ்ச்சிகளும் நிற்க முடியாமல் போய்விடும்.

செயற்கை அறிந்தக் கடைத்தும் உலகத்து
இயற்கை அறிந்து செயல். 637

செயலைச் செய்யும் வகைகளை நூலறிவால் அறிந்திருந்த போதிலும் உலகத்தில் நடைமுறை இயல்பை அறிந்து அதனோடு பொருந்துமாறு முறையாகச் செய்ய வேண்டும்.

அறிகொன்று அறியான் எனினும் உறுதி
உழையிருந்தான் கூறல் கடன். 638

அறிந்து சொல்பவரின் அறவுரைகளை ஏற்றுக்கொள்ளாமலும் தானும் அறிவற்ற அரசனானாலும் அவனுக்கும் உறுதியானவற்றை எடுத்துக் கூறுதல் அமைச்சரது கடமையாகும்.

பழுதெண்ணும் மந்திரியின் பக்கத்துள் தெவ்வோர்
எழுபது கோடி உறும். 639

அருகில் இருந்தவாறே தன் அரசனுக்குத் தவறான வழியைக் கூறுகின்ற அமைச்சரைவிட எழுபது கோடி பகைவர்கள் பக்கத்தில் இருந்தாலும் நன்மைத் தரத்தக்கதாகும்.

முறைப்படச் சூழ்ந்தும் முடிவிலவே செய்வர்
திறப்பாடு இலாஅ தவர். 640

முறையாக ஆராய்ந்து அறிந்து உணர்ந்தபோதிலும் செயல்திறன் அற்ற அமைச்சர்கள் குறையானவை களையே செய்வர்.

65. சொல்வன்மை

நாநலம் என்னும் நலனுடைமை அந்நலம்
யாநலத்து உள்ளதூஉம் அன்று. 641

நாவன்மையாகிய நலம் பெற்றிருப்பது ஒரு தனிச்சிறப்பாகும; அந்தச் சிறப்பு மற்றெந்தச் சிறப்பினுள்ளும் அடங்குவது அன்று.

ஆக்கமும் கேடும் அதனால் வருதலால்
காத்தோம்பல் சொல்லின்கண் சோர்வு. 642

மேன்மையும் கெடுதியும் சொல்கின்ற சொல்லால் வருவதால் சொல்லிலே சோர்வு உண்டாகாதபடி ஒருவன் தன்னைக் காத்துக் கொள்ளவேண்டும்,

கேட்டார்ப் பிணிக்குந் தகையவாய்க் கேளாரும்
வேட்ப மொழிவதாம் சொல். 643

சொல்லும் போது கேட்பவர் உள்ளத்தைத் தன்வயப் படுத்தும் பண்புகளுடன், கேட்காதவரும் கேட்பதற்கு விருப்பப்படும் வகையிலும் சொல்லப்படுவதே சிறந்த சொல்வன்மை ஆகும்.

திறனறிந்து சொல்லுக சொல்லை அறனும்
பொருளும் அதனினூங்கு இல். 644

சொல்லின் திறத்தை அறிந்து எந்தச் சொல்லையும் சொல்ல வேண்டும்; அத்தகைய சொல்வன்மையைவிட மேலான அறமும் பொருளும் இல்லை

சொல்லுக சொல்லைப் பிறிதோர்சொல் அச்சொல்லை
வெல்லுஞ்சொல் இன்மை அறிந்து. 645

தாம் சொல்ல நினைத்த சொல்லை வெல்லக் கூடிய மற்றொரு சொல் இல்லை என்பதை நன்றாக அறிந்த பின்னரே சொல்லக் கருதியதைச் சொல்லவேண்டும்.

65. சொல்வன்மை

வேட்பத்தாம் சொல்லிப் பிறர்சொல் பயன்கோடல்
மாட்சியின் மாசற்றார் கோள்.   646

> தாம் சொல்லும்போது பிறர் விரும்புமாறு
> சொல்லிப் பிறர் சொல்லும்போது அச் சொல்லின்
> பயனை ஆராய்ந்து ஏற்றுக் கொள்ளுதல் மாசற்ற
> சிறப்புடையவரின் கொள்கையாகும்.

சொலல்வல்லன் சோர்விலன் அஞ்சான் அவனை
இகல்வெல்லல் யார்க்கும் அரிது.   647

> தான் கருதியவற்றை நன்கு சொல்ல வல்லவனாய்,
> சொல்லும் போது சோர்வு இல்லாதவனாய், அவைக்கு
> அஞ்சாதவனாய் உள்ள ஒருவனை மாறுபாட்டால்
> வெல்வது எவர்க்குமே அருமையாகும்.

விரைந்து தொழில்கேட்கும் ஞாலம் நிரந்தினிது
சொல்லுதல் வல்லார்ப் பெறின்.   648

> கருத்துகளை ஒழுங்காக வரிசைப்படுத்தி
> இனிமையாகச் சொல்ல வல்லவர்களைப் பெற்றால்
> இவ்வுலகம் விரைந்து அவர்களுடைய ஏவலைக்
> கேட்டு நிற்கும்.

பலசொல்லக் காமுறுவர் மன்ற மாசற்ற
சிலசொல்லல் தேற்றா தவர்.   649

> குறையில்லாத சில சொற்களாலே தம் கருத்தை
> விளக்கிச் சொல்வதற்கு அறியாதவர்களே
> உண்மையாகவே பல சொற்களைச் சொல்லுவதற்கு
> எப்போதும் விரும்புவர்.

இணரூழ்த்தும் நாறா மலரனையர் கற்றது
உணர விரித்துரையா தார்.   650

> தாம் கற்ற நூற்பொருளைப் பிறர் உணருமாறு
> விளக்கிச் சொல்லத் தெரியாதவர் கொத்தாக
> மலர்ந்திருந்த போதிலும் மணம் கமழாத மலரைப்
> போன்றவர்கள் ஆவர்.

66. வினைத்தூய்மை

துணைநலம் ஆக்கம் தரூஉம் வினைநலம்
வேண்டிய எல்லாம் தரும். 651

துணைவர்களால் உண்டாகும் நன்மை செல்வத்தை மட்டுமே கொடுக்கும்; செய்யும் செயலின் செம்மையோ ஒருவன் விரும்பும் எல்லாவற்றையும் நல்கும்.

என்றும் ஒருவுதல் வேண்டும் புகழொடு
நன்றி பயவா வினை. 652

புகழையும் அறத்தையும் தராத தூய்மையற்ற செயல்களை எக்காலத்திலும் ஒருவன் செய்யாமல் விட்டொழிக்க வேண்டும்.

ஓஒதல் வேண்டும் ஒளிமாழ்கும் செய்வினை
ஆஅதும் என்னு மவர். 653

மேன்மேலும் உயர்வதற்கு எண்ணுவோர் தம்முடைய புகழ் கெடுவதற்குக் காரணமான எந்த ஒரு செயலையும் எப்போதும் செய்யாமல் இருக்கவேண்டும்.

இடுக்கண் படினும் இளிவந்த செய்யார்
நடுக்கற்ற காட்சி யவர். 654

கலக்கம் இல்லாத அறிவை உடையவர்கள் தாம் துன்பத்திற்கு உட்பட நேர்ந்த காலத்திலும் இழிவான செயல்கள் எதனையுமே செய்யார்.

எற்றென்று இரங்குவ செய்யற்க செய்வானேல்
மற்றன்ன செய்யாமை நன்று. 655

பின்னர் நினைந்து வருந்துவதற்குக் காரணமான செயல்களைச் செய்தல் கூடாது. ஒருகால் தவறிச் செய்தாலும் மீண்டும் அத்தன்மையானவற்றைச் செய்யாதிருத்தல் நன்று.

66. வினைத்தூய்மை

ஈன்றாள் பசிகாண்பான் ஆயினும் செய்யற்க
சான்றோர் பழிக்கும் வினை. 656

தன்னைப் பெற்ற அன்னையின் பசித் துன்பத்தைக் கண்ணால் கண்டு வருந்த நேர்ந்தாலும் சான்றோர்கள் பழிப்பதற்குக் காரணமான இழிவான செயல்கள் ஒருவன் செய்தல் கூடாது.

பழிமலைந்து எய்திய ஆக்கத்தின் சான்றோர்
கழிநல் குரவே தலை. 657

பழியை மேற்கொண்டு இழிதொழில் செய்து பெறும் செல்வப் பெருக்கத்தைவிடச் சான்றோர் செயல் தூய்மையோடிருந்து அடையும் பொல்லாத வறுமையே சிறந்தது.

கடிந்த கடிந்தொரார் செய்தார்க்கு அவைதாம்
முடிந்தாலும் பீழை தரும். 658

ஆகாதவை எனச் சான்றோர்களால் விலக்கப்பட்ட செயல்களைக் கடிந்து ஒதுக்காமல் செய்தவர்க்கும் அவை நிறைவேறினாலும் துன்பத்தையே தரும்.

அழக்கொண்ட எல்லாம் அழப்போம் இழப்பினும்
பிற்பயக்கும் நற்பா லவை. 659

பிறர் வருந்துமாறு செய்து பெற்ற பெருள் எல்லாம் பெற்றவன் அழும்படியாகச் செய்து அகன்று விடும்; நல்வழியில் வந்தவற்றை இழந்தாலும் பின்னர் பயன் தரும்.

சலத்தாற் பொருள்செய்தே மார்த்தல் பசுமண்
கலத்துள்நீர் பெய்திரீஇ யற்று. 660

வஞ்சனையான வழியில் பொருளைச் சேர்த்து ஒருவனைக் காப்பாற்றுதல் என்பது பச்சை மண்ணாலான கலத்தினுள் நீரைப் பெய்து அதனைக் காப்பாற்றி வைத்தாற் போன்றது.

67. வினைத்திட்பம்

**வினைத்திட்பம் என்பது ஒருவன் மனத்திட்பம்
மற்றைய எல்லாம் பிற.** 661

மேற்கொண்ட செயலைச் செம்மையாக முடிக்கும் திறமை என்பது மனவலிமையேயாகும்; பிற வலிமைகள் யாவும் வேறானவை.

**ஊறொரால் உற்றபின் ஒல்காமை இவ்விரண்டின்
ஆறென்பர் ஆய்ந்தவர் கோள்.** 662

இடையூறு வருவதற்கு முன்பாகவே விலக்கிக் கொள்ளலும், வந்தபின் மனம் தளராமையும் ஆகிய இந்த இரண்டினது வழியே வினைத்திட்பம் பற்றி ஆராய்ந்தவரின் கொள்கையாகும்.

**கடைக்கொட்கச் செய்தக்க தாண்மை இடைக்கொட்கின்
எற்றா விழுமந் தரும்.** 663

செய்யும் செயலை முடிவில் வெளிப்படும்படியாகச் செய்யும் தகுதியே ஆண்மையாகும்; இடையில் வெளிப்பட்டால் அது தீராத துன்பத்தையே விளைவிக்கும்.

**சொல்லுதல் யார்க்கும் எளிய அரியவாம்
சொல்லிய வண்ணம் செயல்** 664

'இச்செயலை இப்படியெல்லாம் செய்து முடிக்கலாம்' என்று சொல்லுதல் எவர்க்கும் எளியது; சொல்லியபடி செய்து முடித்தல் மிகவும் அரியது.

**வீறெய்தி மாண்டார் வினைத்திட்பம் வேந்தன்கண்
ஊறெய்தி உள்ளப் படும்.** 665

செயல்திறனால் சிறந்த மன உறுதி கொண்டு உயர்ந்தவரின் வினைத் திட்பம் நாடாளும் வேந்தனிடமும் சென்று பதிந்து பலராலும் நன்கு மதிக்கப்படும்.

67. வினைத்திட்பம்

எண்ணிய எண்ணியாங்கு எய்துப எண்ணியார்
திண்ணிய ராகப் பெறின். 666

ஒரு செயலை எண்ணியவர் தாம் எண்ணியபடியே செயல் ஆற்றுவதிலும் உறுதி உடையவர்களானால், நினைத்ததை நினைத்தவாறே செய்து வெற்றியடைவர்.

உருவுகண்டு எள்ளாமை வேண்டும் உருள்பெருந்தேர்க்கு
அச்சாணி அன்னார் உடைத்து. 667

உருளுகின்ற பெரிய தேருக்கு அச்சில் நின்று தாங்கும் சிறிய ஆணி போன்றவர்கள் உலகில் உள்ளனர்; அதனால், ஒருவரது உருவத்தின் சிறுமையைக் கண்டு இகழ்தல் கூடாது.

கலங்காது கண்ட வினைக்கண் துளங்காது
தூக்கங் கடிந்து செயல். 668

மனம் கலங்காமல் ஆராய்ந்து துணிந்து மேற்கொண்ட செயலைச் சோர்வடையாமல், காலம் தாழ்த்தாமல் ஈடுபட்டு விரைவாகச் செய்து முடிக்க வேண்டும்.

துன்பம் உறவரினும் செய்க துணிவாற்றி
இன்பம் பயக்கும் வினை. 669

இறுதியில் இன்பம் பயக்கும் தொழிலைச் செய்யும்போது முதலில் துன்பங்களால் வருத்தம் அடைய நேர்ந்தாலும் அதனை மனத்துணிவுடன் செய்து முடிக்க வேண்டும்.

எனைத்திட்பம் எய்தியக் கண்ணும் வினைத்திட்பம்
வேண்டாரை வேண்டாது உலகு. 670

வேறு எத்தகைய வகையில் உறுதி உடையவராக இருந்தாலும், செய்யும் தொழிலில் மனவுறுதி இல்லாதவரை உலகம் மதியாது; சிறந்தோராகவும் ஏற்காது.

68. வினைசெயல்வகை

சூழ்ச்சி முடிவு துணிவெய்தல் அத்துணிவு
தாழ்ச்சியுள் தங்குதல் தீது. 671

ஒரு செயலை ஆராய்ந்து எண்ணுவதற்கு முடிவு மனத்துணிவு கொள்வதேயாகும். அவ்வாறு துணிவு கொண்டபின் காலம் தாழ்த்துவது குற்றமாகும்

தூங்குக தூங்கிச் செயற்பால தூங்கற்க
தூங்காது செய்யும் வினை. 672

காலம் தாழ்த்திச் செய்யத்தக்கவற்றைக் காலம் தாழ்த்தியே செய்தல் வேண்டும்; காலம் கடத்தாமல் செய்யவேண்டியவற்றை விரைந்து செய்தல் வேண்டும்.

ஒல்லும்வா யெல்லாம் வினைநன்றே ஒல்லாக்கால்
செல்லும்வாய் நோக்கிச் செயல். 673

இயலுமிடங்களில் எல்லாம் செயலைச் செய்து முடித்தல் நல்லது; இயலாத நிலையில் அதை முடிப்பதற்கேற்ற வழிகளை ஆராய்ந்த பின்பே செய்ய வேண்டும்

வினைபகை என்றிரண்டின் எச்சம் நினையுங்கால்
தீயெச்சம் போலத் தெறும். 674

செய்யத் தொடங்கிய தொழில், ஒழிக்கும் பகை, இவ்விரண்டின் எச்சம் ஆராய்ந்து நோக்கின், தீயின் எச்சம் போல் பெருகிப் பெருங்கேடு விளைவிக்கும்.

பொருள்கருவி காலம் வினையிடனொடு ஐந்தும்
இருள்தீர எண்ணிச் செயல் 675

வேண்டிய பொருள், ஏற்ற கருவிகள், தக்க காலம், மேற்கொண்ட தொழில், உரிய இடம் ஆகிய ஐந்தினையும் மயக்கம் இல்லாமல் ஆராய்ந்து கொண்டபின்னரே செய்ய வேண்டும்.

68. வினைசெயல்வகை

முடிவும் இடையூறும் முற்றியாங்கு எய்தும்
படுபயனும் பார்த்துச் செயல். 676

> செயலை முடிக்கும் வகையும், வரக் கூடிய இடையூறும், முடிந்த பின்னர் அடையும் பெரும் பயனையும் ஆராய்ந்தே ஒரு செயலைச் செய்ய வேண்டும்.

செய்வினை செய்வான் செயல்முறை அவ்வினை
உள்ளறிவான் உள்ளம் கொளல். 677

> செயலைச் செய்கின்றவன் செய்யவேண்டிய முறை, அந்தச் செயலின் உண்மையான இயல்பினை அறிந்தவனுடைய கருத்தைத் தான் ஏற்றுக்கொள்வதாகும்.

வினையால் வினையாக்கிக் கோடல் நனைகவுள்
யானையால் யானையாத் தற்று. 678

> மதநீரால் கன்னம் நனையும் யானையைக் கொண்டு வேறொரு யானையைக் கட்டுதல் போல, பழகிய செயலின் அறிவைக் கொண்டே பிற செயல்களையும் செய்தல் வேண்டும்.

நட்டார்க்கு நல்ல செயலின் விரைந்ததே
ஒட்டாரை ஒட்டிக் கொளல். 679

> மாறுபட்டவரையும் தம்முடன் பொருந்துமாறு சேர்த்துக் கொள்ளல், நண்பர்க்கு உதவியானவற்றைச் செய்வதைவிட மிகவும் விரைவாகச் செய்வதற்கு உரியதாகும்.

உறைசிறியார் உள்நடுங்கல் அஞ்சிக் குறைபெறின்
கொள்வர் பெரியார்ப் பணிந்து. 680

> ஒன்றைச் செய்யும் வல்லமை இல்லாதவர். தம்மைச் சார்ந்துள்ளவர் நடுங்குவதற்காகத் தாம் அஞ்சி, வேண்டியது கிடைக்குமானால் வலிமை மிக்கவரைப் பணிந்தும் ஏற்றுக் கொள்வர்.

69. தூது

அன்புடைமை ஆன்ற குடிப்பிறத்தல் வேந்தவாம்
பண்புடைமை தூதுரைப்பான் பண்பு. 681

அன்பு உடையவனாதல், உயர்ந்த குடிபிறப்பு உடையவனாதல், வேந்தன் விரும்புகின்ற பண்பு உடையவனாதல் ஆகிய இவை தூது உரைப்பவனுடைய தகுதிகளாகும்.

அன்பறிவு ஆராய்ந்த சொல்வன்மை தூதுரைப்பார்க்கு
இன்றி யமையாத மூன்று. 682

அன்பு, அறிவு, ஆராய்ந்து சொல்கின்ற சொல்வன்மை ஆகிய இவை தூது உரைப்பவர்க்கு இன்றியமையாத மூன்று தகுதிகளாகும்.

நூலாருள் நூல்வல்லன் ஆகுதல் வேலாருள்
வென்றி வினையுரைப்பான் பண்பு. 683

வேற்றரசனிடம் சென்று தன் அரசனுடைய வெற்றிக்குக் காரணமான செயலைப் பற்றித் தூது உரைப்பவனின் திறம் அரசியல் நூல்கள் அறிந்தவருள் தான் வல்லவனாக விளங்குதல் ஆகும்.

அறிவுரு ஆராய்ந்த கல்விஇம் மூன்றன்
செறிவுடையான் செல்க வினைக்கு. 684

இயல்பாக அமைந்த நுண்ணறிவு, விரும்பத்தக்க தோற்றம் ஆராய்ந்து பெற்ற கல்வி என்ற இம்மூன்றின் செறிவை யுடையவனே தூது உரைக்கும் செயலுக்குத் தகுதியானவன்.

தொகச்சொல்லித் தூவாத நீக்கி நகச்சொல்லி
நன்றி பயப்பதாம் தூது. 685

விரிக்காமல் தொகுத்துச் சொல்லியும், அவற்றுள் பயனற்றவைகளை நீக்கியும், கேட்கும் மாற்றார் மகிழுமாறு சுவைபடச் சொல்லியும் தன் தலைவனுக்கு நன்மை விளைவிப்பவனே தூதன் ஆவான்.

69. தூது

கற்றுக்கண் அஞ்சான் செலச்சொல்லிக் காலத்தால்
தக்கது அறிவதாம் தூது. 686

கற்பனவற்றைக் கற்று. பிறரது பகையான கடும் பார்வைக்கு அஞ்சாமல், கேட்பவர் உள்ளத்தில் பதியுமாறு சொல்லிக் காலத்தோடு பொருந்துவதை அறிபவனே தூதன் ஆவான்.

கடனறிந்து காலம் கருதி இடனறிந்து
எண்ணி உரைப்பான் தலை. 687

தன் கடமை இன்னது என்பதைத் தெளிவாக அறிந்து, நிறைவேற்றும் காலத்தையும் கருத்திற் கொண்டு, ஏற்ற இடத்தையும் அறிந்து நன்றாகச் சிந்தித்துச் சொல்பவனே சிறந்த தூதன் ஆவான்.

தூய்மை துணைமை துணிவுடைமை இம்மூன்றின்
வாய்மை வழியுரைப்பான் பண்பு. 688

ஒழுக்கத்தில் தூய்மையும், தக்க துணைவரை உடைமையும், மனத்தில் துணிவு உடைமையும் ஆகிய இம் மூன்றினையும் வாய்த்திருப்பவனாக விளங்குதலே தூதனின் தகுதியாகும்.

விடுமாற்றம் வேந்தர்க்கு உரைப்பான் வடுமாற்றம்
வாய்சோரா வன்க ணவன். 689

வாய் சோர்ந்தும் வடுப்படுஞ் சொற்களைச் சொல்லாத உறுதி உடையவனே அரசன் சொல்லியனுப்பிய சொற்களை மாற்றரசனுக்கு உரைக்கும் தகுதியுடையவன்.

இறுதி பயப்பினும் எஞ்சாது இறைவற்கு
உறுதி பயப்பதாம் தூது. 690

தனக்கு அழிவையே தருவதாக இருந்தாலும் அதற்கு அஞ்சி தன் கடமையில் குறைவுபடாமல் தன் அரசனுக்கு நன்மை உண்டாகுமாறு செய்கின்றவனே தூதன் ஆவான்.

70. மன்னரைச் சேர்ந்தொழுகல்

அகலாது அணுகாது தீக்காய்வார் போல்க
இகல்வேந்தர்ச் சேர்ந்தொழுகு வார். 691

வலிமையுள்ள அரசரைச் சேர்ந்து வாழ்கின்றவர் அவரை விட்டு மிகவும் நீங்காமலும் மிகவும் அணுகாமலும் நெருப்பில் குளிர் காய்பவரைப் போலப் பழகி வரவேண்டும்.

மன்னர் விழைப விழையாமை மன்னரான்
மன்னிய ஆக்கம் தரும். 692

மன்னர் விரும்புகின்றவற்றைத் தாம் விரும்பாமலிருந்தால் அவரைச் சார்ந்திருப்பவர்கட்கு அம்மன்னராலே நிலையான ஆக்கத்தைப் பெற்றுத் தரும்.

போற்றின் அரியவை போற்றல் கடுத்தபின்
தேற்றுதல் யார்க்கும் அரிது. 693

அமைச்சர் தம்மைக் காத்துக் கொள்ள விரும்பினால் பொறுத்தற்கு அரிய தவறுகள் நேராமல் காத்துக் கொள்ள வேண்டும்: ஐயுற்று அரசன் சினம் கொண்டால் அவரைத் தெளிவித்தல் எவர்க்கும் முடியாது.

செவிச்சொல்லும் சேர்ந்த நகையும் அவித்தொழுகல்
ஆன்ற பெரியா ரகத்து. 694

பெரியவர்கள் குழுமியுள்ள அரசவையில் இருக்கும்போது ஒருவன் மற்றொருவனிடம் காதோடு காதாக நெருங்கிப் பேசுதலும், உடன் சேர்ந்து நகைத்தலும் செய்யாமல் ஒழுக வேண்டும்.

எப்பொருளும் ஓரார் தொடரார்மற் றப்பொருளை
விட்டக்கால் கேட்க மறை. 695

அரசர் மறைபொருள் பேசும்போது உற்றுக் கேளாமலும், தொடர்பாக எதுவும் வினவாமலும் இருந்து அவரே அதனைச் சொல்லும்போது மட்டிலும் கேட்டறிய வேண்டும்.

70. மன்னரைச் சேர்ந்தொழுகல்

குறிப்பறிந்து காலம் கருதி வெறுப்பில
வேண்டுப வேட்பச் சொலல். 696

அரசருடைய உள்ளக்குறிப்பை அறிந்து, தக்க காலத்தையும் கருத்தில் கொண்டு, வெறுப்பில்லாதவற்றையும் விருப்பமானவற்றையும் அவர் விரும்பிக் கேட்குமாறு சொல்ல வேண்டும்.

வேட்பன சொல்லி வினையில எஞ்ஞான்றும்
கேட்பினும் சொல்லா விடல். 697

அரசர் விரும்புகின்றவற்றை மட்டிலும் அவரிடம் சொல்லி பயனில்லாதவற்றை அவரே கேட்டபோதிலும் எப்போதும் சொல்லாமல் கைவிடுதலும் வேண்டும்.

இளையர் இனமுறையர் என்றிகழார் நின்ற
ஒளியோடு ஒழுகப் படும். 698

'இளையர்' எனக் கருதியோ, 'இன்னமுறை' எனக் கருதியோ இகழாமல் அவருடைய நிலைக்கு ஏற்றவாறு அமைந்த புகழுடன் பொருந்த நடந்து கொள்ள வேண்டும்.

கொளப்பட்டேம் என்றெண்ணிக் கொள்ளாத செய்யார்
துளக்கற்ற காட்சி யவர். 699

அசைவற்ற தெளிந்த அறிவினையுடையவர் தாம் அரசரால் விரும்பப்பட்டவராகக் கருதிக் கொண்டு அவர் விரும்பாத செயல்களைச் செய்யமாட்டார்கள்.

பழையம் எனக்கருதிப் பண்பல்ல செய்யும்
கெழுதகைமை கேடு தரும். 700

'யாம் அரசர்க்கு மிகப் பழைய காலத் தொடர்புடையோம்' என நினைத்துத் தகுதி அல்லாதனவற்றைச் செய்பவரின் நெருக்கமான உரிமை அவனுக்கே கேட்டை விளைவிக்கும்.

71. குறிப்பறிதல்

கூறாமை நோக்கிக் குறிப்பறிவான் எஞ்ஞான்றும்
மாறாநீர் வையக்கு அணி. 701

ஒருவர் சொல்வதன் முன்பதாகவே அவருடைய முகத்தை நோக்கி அவர் கருதிய குறிப்பை அறியக் கூடியவன் வற்றாத கடலால் சூழப்பெற்றுள்ள உலகத்திற்கே ஓர் அணிகலன் ஆவான்.

ஐயப் படாஅது அகத்தது உணர்வானைத்
தெய்வத்தோ டொப்பக் கொளல். 702

சிறிதும் ஐயப்படாத வகையில் பிறர் உள்ளத்திலுள்ள எண்ணங்களை உணர்ந்துகொள்ளக் கூடியவனை (அவன் மனிதனே ஆனாலும்) தெய்வத்தோடு ஒப்பாகக் கொள்ள வேண்டும்.

குறிப்பிற் குறிப்புணர் வாரை உறுப்பினுள்
யாது கொடுத்தும் கொளல். 703

ஒருவரது முகக்குறிப்பினாலேயே அவரது உள்ளக்குறிப்பை உணரவல்லவரை நமது உறுப்புகளுள் எதனைக் கொடுத்தேனும் துணையாக்கிக் கொள்ள வேண்டும்.

குறித்தது கூறாமைக் கொள்வாரோ டேனை
உறுப்போ ரனையரால் வேறு. 704

ஒருவன் மனத்தில் கருதியதை அவன் சொல்வதற்கு முன்பாகவே அறிந்துகொள்ள வல்லவரோடு மற்றவர் உறுப்பால் ஒத்தவராக இருந்தாலும் அறிவால் வேறுபட்டவர் ஆவர்.

குறிப்பிற் குறிப்புணரா வாயின் உறுப்பினுள்
என்ன பயத்தவோ கண். 705

ஒருவர் ஒரு கருத்தைக் குறிப்பாற் காட்டியபோது அதனை உணராமல் இருந்தால் உடலுறுப்புகளுள் கண்கள் என்ன பயனைச் செய்வதாகுமோ?

71. குறிப்பறிதல்

அடுத்தது காட்டும் பளிங்குபோல் நெஞ்சம்
கடுத்தது காட்டும் முகம் 706

தன்னை அடுத்திருக்கும் ஒரு பொருளின் உருவத்தைத் தன்னிடம் காட்டும் பளிங்குபோல் ஒருவர் நெஞ்சத்தில் மிகுந்துள்ளதை அவருடைய முகம் தெளிவாகக் காட்டிவிடும்.

முகத்தின் முதுக்குறைந்தது உண்டோ உவப்பினும்
காயினும் தான்முந் துறும். 707

ஒருவனுடைய உள்ளம் மகிழ்ந்தாலும் சினந்தாலும் அவனுடைய முகம் முற்பட்டு அதைத் தெரிவித்துவிடும்; முகத்தைவிட அறிவால் மிக்கது வேறு ஒன்று உண்டோ?

முகம்நோக்கி நிற்க அமையும் அகம்நோக்கி
உற்ற துணர்வார்ப் பெறின். 708

உள்ளக் குறிப்பை நோக்கி உற்றதை உணர வல்ல ஒருவரைத் துணையாகப் பெற்றால், அவர் எதிரே நின்றாலே போதும்; எதுவும் சொல்ல வேண்டா.

பகைமையுங் கேண்மையும் கண்ணுரைக்கும் கண்ணின்
வகைமை உணர்வார்ப் பெறின். 709

கண் பார்வையால் கருத்தை வகைப்படுத்தி உணர்பவரைத் துணையாகப் பெற்றால் ஒருவரது பகைமையையும் நட்பையும் அவரது கண்களே நமக்கு உணத்திவிடும்.

நுண்ணியம் என்பார் அளக்குங்கோல் காணுங்கால்
கண்ணல்லது இல்லை பிற. 710

'நுண்ணறிவுடையோர் யாம்' என்பவர் பிறரை அளந்தறியும் அளவுகோல் யாதென ஆராயுங் காலத்து, அப்பிறரது கண்களே அல்லாமல் பிற உறுப்புகள் யாதும் இல்லை.

72. அவை அறிதல்

அவையறிந்து ஆராய்ந்து சொல்லுக சொல்லின்
தொகையறிந்த தூய்மை யவர். 711

> சொற்களின் தொகைபற்றி அறிந்த தூய அறிவுடையவர்கள் அவைக்களத்தின் தன்மை அறிந்து ஏற்ற சொற்களை ஆராய்ந்து சொல்வாராக.

இடைதெரிந்து நன்குணர்ந்து சொல்லுக சொல்லின்
நடைதெரிந்த நன்மை யவர். 712

> சொற்களின் நடையை ஆராய்ந்தறிந்த நல்லறிவுடையவர்கள் தாமிருக்கும் அவையின் செவ்வியைத் தெரிந்து, சொல்லவேண்டியவற்றை நன்கு உணர்ந்து சொல்ல வேண்டும்.

அவையறியார் சொல்லல்மேற் கொள்பவர் சொல்லின்
வகையறியார் வல்லதூஉம் இல். 713

> அவையின் தன்மையை அறியாமல் சொல்லுதலை மேற்கொள்ளுகின்றவர் சொற்களின் வகையை அறியாதவர்கள்; அவர் கொல்ல வல்லதும் ஒன்றும் இல்லை.

ஒளியார்முன் ஒள்ளிய ராதல் வெளியார்முன்
வான்சுதை வண்ணம் கொளல். 714

> அறிவினால் ஒளியுடையவரின் முன்பாகத் தாமும் அறிவிற் சிறந்தவராய்ப் பேசுதல் வேண்டும்; அறிவில்லாதவர்முன் தாமும் அறிவில்லாதவர் போல் இருந்து கொள்ள வேண்டும்.

நன்றென்ற வற்றுள்ளும் நன்றே முதுவருள்
முந்து கிளவாச் செறிவு. 715

> அறிவு மிகுந்தவர்கள் குழுமியுள்ள அவையில் தாம் முந்திச் சென்று பேசாத அடக்கம், ஒருவனுக்கு நன்மை என்று சொல்லப்பட்டவை அனைத்திலும் சிறந்தது.

72. அவை அறிதல்

ஆற்றின் நிலைத்தளர்ந் தற்றே வியன்புலம்
ஏற்றுணர்வார் முன்னர் இழுக்கு.   716

> விரிந்த அறிவு நுட்பங்களை அறிந்து உணர்கின்ற வர்களின் முன் சென்று பேசிக் குற்றப்படுதல், ஒழுக்கநெறியிலிருந்து நிலை தளர்ந்து கெடுவதைப் போன்றதாகும்.

கற்றறிந்தார் கல்வி விளங்கும் கசடறச்
சொல்தெரிதல் வல்லார் அகத்து.   717

> குற்றமறச் சொற்களை ஆராய்வதில் வல்ல அறிஞரிடத்தில்; பல நூல்களையும் கற்றறிந்தவரின் கல்வியறிவு மேலும் விளக்கம் பெற்றுத் தோன்றும்.

உணர்வது உடையார்முன் சொல்லல் வளர்வதன்
பாத்தியுள் நீர்சொரிந் தற்று.   718

> தாமே உணர்கின்ற தன்மை உடையவரின் முன்பாகக் கற்றவர் ஒன்றைச் சொல்லுதல் தானாக வளரும் பயிருள்ள பாத்தியினுள்ளே நீர் சொரிந்தாற் போன்றது.

புல்லவையுள் பொச்சாந்தும் சொல்லற்க நல்லவையுள்
நன்கு செலச்சொல்லு வார்.   719

> நல்ல அறிஞரின் அவையில் நல்ல பொருளை நன்கு மனத்தில் பதியுமாறு சொல்ல வல்லவர்கள், அறிவற்றவரின் கூட்டத்தில் மறந்தும் பேசாதிருக்க வேண்டும்.

அங்கணத்துள் உக்க அமிழ்தற்றால் தங்கணத்தர்
அல்லார்முன் கோட்டி கொளல்.   720

> நல்லார் தம் இனத்தவர் அல்லாதவரின் கூட்டத்தின் முன் ஒரு பொருள் பற்றிப் பேசுதல் தூய்மையில்லாத முற்றத்தின் கண் சிந்திய அமிழ்தம் போன்றது.

73. அவை அஞ்சாமை

வகையறிந்து வல்லவை வாய்சோரார் சொல்லின்
தொகையறிந்த தூய்மை யவர். 721

சொற்களின் தொகைப் பற்றி நன்கு அறிந்த தூய அறிவுடையவர்கள் அவையின் தன்மையை அறிந்து வல்லவரின் அவையில் அச்சத்தால் வாய்சோர்ந்து பிழைபடப் பேசமாட்டார்கள்.

கற்றாருள் கற்றார் எனப்படுவர் கற்றார்முன்
கற்ற செலச்சொல்லு வார். 722

கற்றவரின் முன் தாம் கற்றவற்றை அவருடைய மனத்தில் பதியுமாறு சொல்லவல்லவர், கற்றவர் எல்லாரிலும் கற்றவர் என்று மதித்துப் புகழப்படுவர்.

பகையகத்துச் சாவார் எளியர் அரியர்
அவையகத்து அஞ்சா தவர். 723

பகைவர் உள்ள போர்க்களத்தில் அஞ்சாமல் சென்று சாகத் துணிந்தவர்கள் உலகில் பலர்; ஆனால், கற்றோர் அவைக் களத்தில் அஞ்சாமல் துணிவாகப் பேசவல்லவர்கள் சிலரே.

கற்றார்முன் கற்ற செலச்சொல்லித் தாம்கற்ற
மிக்காருள் மிக்க கொளல். 724

கற்றவரின் முன் தாம் கற்றவற்றை அவர்கள் மனம் கொள்ளும்படியாகச் சொல்லி மிகுதியாகக் கற்றவர்களிடம் தாமும் மிகுதியான கல்வியை அறிந்து கொள்ள வேண்டும்.

ஆற்றின் அளவறிந்து கற்க அவையஞ்சா
மாற்றம் கொடுத்தற் பொருட்டு. 725

அவையில் எழும் வினாக்களுக்கு அஞ்சாமல் விடை யளிக்கும் பொருட்டு நூல்களைக் கற்கும் நெறியில் அளவை நூல் அறிந்து கற்க வேண்டும்.

73. அவை அஞ்சாமை

வாளொடென் வன்கண்ணர் அல்லார்க்கு நூலொடென்
நுண்ணவை அஞ்சு பவர்க்கு. 726

அஞ்சாத வீரர் அல்லாத மற்றவர்க்கு அவர் ஏந்தியுள்ள வாளினால் என்ன பயன்? நுட்பமான அறிவுடையவர்களின் அவைக்கு அஞ்சுபவர்கட்கு நூலோடு என்ன தொடர்பு உண்டு?

பகையகத்துப் பேடிகை ஒள்வாள் அவையகத்து
அஞ்சு மவன்கற்ற நூல். 727

அவையினிடத்தில் நின்று அஞ்சுகின்றவன் கற்ற நூல், பகைவரின் போர்க்களத்தில் அஞ்சுகின்ற பேடியின் கையில் எந்திய கூர்மையான வாள் போன்றது.

பல்லவை கற்றும் பயமிலரே நல்லவையுள்
நன்கு செலச்சொல்லா தார். 728

நல்ல அறிஞரின் அவையில் நல்ல பொருளைக் கேட்பவர் மனம் ஏற்றுக் கொள்ளும் வகையில் சொல்ல முடியாதவர் பலவகையான நூல்களைக் கற்றவராயினும் பயன் இல்லாதவரே.

கல்லா தவரின் கடையென்ப கற்றறிந்தும்
நல்லார் அவையஞ்சு வார். 729

நல்ல நூல்களைக் கற்றறிந்திருந்தாலும் நல்ல அறிஞரின் அவைக்கு அஞ்சுகின்றவர் கல்லாதவரை விடக் கடைப்பட்டவர்கள் என்று கூறுவர்.

உளரெனினும் இல்லாரொடு ஒப்பர் களன்அஞ்சிக்
கற்ற செலச்சொல்லா தார். 730

அவைக்களத்திற்கு அஞ்சித் தாம் கற்றவற்றைக் கேட்டவர் மனம் ஏற்றுக்கொள்ளும் வகையில் எடுத்துக்கூற முடியாதவர் உயிர்வாழ்கின்றவராயினும் இறந்தவர்க்கு ஒப்பாவர்.

74. நாடு

தள்ளா விளையுளும் தக்காரும் தாழ்விலாச்
செல்வரும் சேர்வது நாடு. 731

குறையாத விளைபொருளும் தக்க அறிஞரும் கேடில்லாத செல்வம் உடையவரும் ஒன்று சேர்ந்திருப்பதே நல்ல நாடாகும்.

பெரும்பொருளால் பெட்டக்க தாகி அருங்கேட்டால்
ஆற்ற விளைவது நாடு. 732

மிக்க பொருள் உடையதாயும், அனைவராலும் விரும்பத் தக்கதாயும், கேடுகள் இல்லாததாயும் மிகுதியான விளைபொருள் உள்ளதாயும் திகழ்வதே நல்ல நாடாகும்.

பொறையொருங்கு மேல்வருங்கால் தாங்கி இறைவற்கு
இறையொருங்கு நேர்வது நாடு. 733

வேற்று நாட்டு மக்கள் குடியேறுவதில் சுமை ஒருசேரத் தன்மேல் வரும்போது தாங்கியும் தன் அரசனுக்குரிய திறைப் பொருள் முழுவதும் தரவல்லதுமானதே நல்ல நாடு.

உறுபசியும் ஓவாப் பிணியும் செறுபகையும்
சேரா தியல்வது நாடு. 734

மிக்க பசியும் ஓயாத நோயும் வெளியிலிருந்து வந்து தாக்கி அழிவு செய்யும் பகையும் தன்னிடம் சேராமல் இனிதாக நடைபெறுவதே நல்ல நாடாகும்.

பல்குழுவும் பாழ்செய்யும் உட்பகையும் வேந்தலைக்கும்
கொல்குறும்பும் இல்லது நாடு. 735

பலவகையாகப் பிரிந்து இயங்கும் கூட்டங்களும். உடனிருந்தே அழிவு செய்யும் பகையும், வேந்தனை வருத்துகின்ற கொலை வெறியுள்ள குறுநில மன்னரும் இல்லாததே நல்ல நாடு.

74. நாடு

கேடறியாக் கெட்ட விடத்தும் வளங்குன்றா
நாடென்ப நாட்டின் தலை.   736

    பகைவரால் கெடுக்கப் படாததாயும் இயற்கையின்
மாறுபாடுகளால் கெட்ட விடத்தும் வளம்
குன்றாததாயும் உள்ள நாடுதான் நாடுகளுள்
சிறந்த நாடு.

இருபுனலும் வாய்ந்த மலையும் வருபுனலும்
வல்லரணும் நாட்டிற்கு உறுப்பு.   737

    ஊற்று நீரும் மழை நீரும் ஆகிய இருவகை நீர்
வளமும் தக்கவாறு வளமாய் அமைந்த மலையும்,
அந்த மலையிலிருந்து வரும் ஆற்றுநீர் வளமும்,
வலிய அரணும் நாட்டிற்குகந்த நல்லுறுப்புகளாகும்.

பிணியின்மை செல்வம் விளைவின்பம் ஏமம்
அணியென்ப நாட்டிற்கிவ் வைந்து.   738

    மக்கள் நோயில்லாதிருத்தல், செல்வம் உடைமை,
விளைபொருள் பெருக்கம், இன்பம் தரும் கவின்
கலைகள், நல்ல காவல் ஆகிய இந்த ஐந்தும்
நாட்டிற்கு அழகு என்று கூறுவர்.

நாடென்ப நாடா வளத்தன நாடல்ல
நாட வளந்தரு நாடு.   739

    முயற்சி செய்து வருந்தித் தேடாமல் தரும்
வளத்தையுடைய நாடே நல்ல நாடு என்பர்; தேடி
முயன்றால் வளம் தரும் நாடு சிறந்த நாடு ஆகாது.

ஆங்கமை வெய்தியக் கண்ணும் பயமின்றே
வேந்தமை வில்லாத நாடு.   740

    மேற்கூறிய எல்லாம் சிறப்பாக அமைந்திருந்த
போதிலும் ஆட்சி புரியும் அரசன் பொருத்த
மில்லாமல் இருந்தால் அந்த நாடு பயனற்ற நாடாகும்.

75. அரண்

ஆற்று பவர்க்கும் அரண்பொருள் அஞ்சித்தற்
போற்று பவர்க்கும் பொருள். 741

அறிவு, பெருமை, ஆண்மை என்ற மூவகை ஆற்றலும் உடையவராய்ப் போரிடவல்லவர்க்கும் அரண் சிறந்தது; படை எடுத்தவர்க்கு அஞ்சித் தன்னைப் புகலிடமாக அடைந்தவர்க்கும் அது சிறந்தது.

மணிநீரும் மண்ணும் மலையும் அணிநிழல்
காடும் உடையது அரண். 742

நீல மணி போன்ற தெளிந்த நீரினை உடைய அகழியும் வெளியான நிலப்பரப்பும்,உயரமான மலையும், அழகிய நிழலால் செறிந்த காடும் ஆகிய இவை நான்கும் உடையதே பாதுகாப்பான நல்ல அரண்.

உயர்வகலம் திண்மை அருமைஇந் நான்கின்
அமைவரண் என்றுரைக்கும் நூல். 743

உயரம், அகலம், உறுதி, பகைவரால் அழிக்க முடியாத அருமை ஆகிய நான்கும் சிறப்பாக அமைந்திருப்பதே அரண் என்று போரியல் நூல்கள் கூறும்.

சிறுகாப்பிற் பேரிடத்த தாகி உறுபகை
ஊக்கம் அழிப்பது அரண். 744

காக்க வேண்டிய இடம் சிறிதாயும் மற்ற இடம் பெரிய பரப்புள்ளதாயும் தன்னை எதிர்த்து வந்த பகைவருடைய ஊக்கத்தை அழிக்க வல்லதாகவும் அமைந்திருப்பதே நல்ல அரண்.

கொளற்கரிதாய்க் கொண்டகூழ்த் தாகி அகத்தார்
நிலைக்கெளிதாம் நீரது அரண். 745

பகைவரால் கைப்பற்றப்படுவதற்கு அரிதாயும், தன்னிடம் உணவுப் பொருள் கொண்டதாயும், உள்ளிருப்போர் போர் செய்யும் நிலைக்கு எளிதாயம் உள்ளதே நல்ல அரண்.

75. அரண்

எல்லாப் பொருளும் உடைத்தாய் இடத்துதவும்
நல்லாள் உடையது அரண். 746

உள்ளே இருப்பவர்க்குத் தேவையான எல்லாப் பொருளும் உடையதாயும், போர் நெருக்கடியான நேரத்தில் உதவ வல்ல நல்லவீரர்களைக் கொண்டதாயும் உள்ளதே நல்ல அரண்.

முற்றியும் முற்றா தெறிந்தும் அறைப்படுத்தும்
பற்றற் கரியது அரண். 747

முற்றுகையிட்டும், முற்றுகை இடாமல் திடீரென்று தாக்கியும், வஞ்சனை செய்தும் பகைவரால் கைப்பற்ற முடியாத அருமையுடையது நல்ல அரண்.

முற்றாற்றி முற்றி யவரையும் பற்றாற்றிப்
பற்றியார் வெல்வது அரண். 748

வந்து சூழ்ந்துள்ள பகைவரது பெரும் படையையும் உள்ளிருப்போர் இடம் பெயராமல் நிலைத்து நின்றபடியே வெல்லும் அமைப்பு பொருந்தியதே நல்ல அரண்.

முனைமுகத்து மாற்றலர் சாய வினைமுகத்து
வீறெய்தி மாண்டது அரண். 749

முற்றுகையிட்ட பகைவர்கள் போர் முனையின் முகப்பிலேயே அழியும்படியாக உள்ளிருப்பவர் போர்செயல் வகையால் வீறுபெற்றுச் சிறப்புடையதாய்த் திகழ்வது நல்ல அரண்.

எனைமாட்சித் தாகியக் கண்ணும் வினைமாட்சி
இல்லார்கண் இல்லது அரண். 780

எத்தகைய பாதுகாவலை உடையதாக இருந்தாலும் அரண் காக்கும் செயல்வகையால் சிறப்பு இல்லாத மறவர்கள் இல்லாதவிடத்து அரணும் பயனற்று அழிவெய்தும்.

76. பொருள் செயல்வகை

பொருளல் லவரைப் பொருளாகச் செய்யும்
பொருளல்லது இல்லை பொருள். 751

ஒரு பொருளாக மதிப்பதற்குத் தகுதியல்லாத வரையும் பிறர் மதிக்கும்படியாகச் செய்யக்கூடிய பொருள் அல்லாமல் சிறப்புடைய பொருள் வேறு இல்லை.

இல்லாரை எல்லாரும் எள்ளுவர் செல்வரை
எல்லாரும் செய்வா சிறப்பு. 752

பொருள் இல்லாத வறியரை (வேறு நன்மை பெற்றிருந்த போதிலும் எல்லாரும் இகழ்வர்; பொருள் உடையவரையோ எல்லாத் தீமையும் உடையவராயினும்)சிறப்புச் செய்து போற்றுவர்.

பொருளென்னும் பொய்யா விளக்கம் இருளறுக்கும்
எண்ணிய தேயத்துச் சென்று. 753

'பொருள்' என்று கூறப்பெறும் நந்தா விளக்கு தன்னை உடையவர் எண்ணிய இடங்களுக்குச் சென்று அவர் பகையாகிய இருளைப் போக்கும் ஆற்றல் உடையது.

அறன்ஈனும் இன்பமும் ஈனும் திறனறிந்து
தீதின்றி வந்த பொருள். 754

தீமை ஒன்றும் இல்லாமல் பொருள் தேடும் திறம் அறிந்து வந்தடைந்த பொருள் ஒருவனுக்கு அறத்தையும் இன்பத்தையும் ஒருங்கே கொடுக்கும்.

அருளொடும் அன்பொடும் வாராப் பொருளாக்கம்
புல்லார் புரள விடல். 755

அருளோடும் அன்போடும் பொருந்தி வராத வழிகளில் வந்தடைந்த பொருட் பெருக்கத்தைத் தீமையானது என்று விலக்கி விடவேண்டும்.

76. பொருள் செயல்வகை

உறுபொருளும் உல்கு பொருளும்தன் ஒன்னார்த்
தெறுபொருளும் வேந்தன் பொருள். 756

உடையவர் இல்லாததாலே வந்து சேரும் பொருளும், சுங்க வரியாக வந்து சேரும் பொருளும் பகைவரை வென்று திறையாகப் பெறும் பொருளும் வேந்தனின் உரிமைப் பொருளாகும்.

அருளென்னும் அன்பின் குழவி பொருவொன்னும்
செல்வச் செவிலியால் உண்டு. 757

'அன்பு' என்னும் அன்னை பெற்றெடுத்த 'அருள்' என்று கூறப்பெறும் குழந்தை 'பொருள்' என்று கூறப்பெறும் செல்வம் படைத்த செவிலித் தாயால் வளர்வதாகும்.

குன்றேறி யானைப்போர் கண்டற்றால் தன்கைத்தொன்று
உண்டாகச் செய்வான் வினை. 758

தன் கைப்பொருள் ஒன்று தன்னிடம் இருக்க அதைக் கொண்டு ஒருவன் ஒரு செயலை ஆற்றத் தொடங்குதல் ஒரு குன்றின்மீது ஏறி நின்று யானைப் போரைக் கண்டாற் போன்றதாகும்.

செய்க பொருளைச் செறுநர் செருக்கறுக்கும்
எஃகதனிற் கூரியது இல். 759

ஒருவன் எப்போதும் பொருளைத் தேடி ஈட்ட வேண்டும்; அவனுடைய பகைவரின் செருக்கை அழிக்க வல்ல வாள் அதைவிடக் கூர்மையானது வேறு இல்லை.

ஒண்பொருள் காழ்ப்ப இயற்றியார்க்கு எண்பொருள்
ஏனை இரண்டும் ஒருங்கு. 760

நல்ல வழியில் சிறந்ததாகிய பொருளை மிகுதியாக ஈட்டியவர்க்கு மற்ற அறமும் இன்பமுமாகிய இரண்டும் ஒருங்கே வந்து வாய்க்கும் எளிய பொருள்களாகும்.

77. படைமாட்சி

உறுப்பமைந்து ஊறஞ்சா வெல்படை வேந்தன்
வெறுக்கையு ளெல்லாம் தலை. 761

எல்லா உறுப்புக்களும் முறையாக அமைந்து களத்திற்படும் இடையூறுகளுக்கு அஞ்சாமல் பகைவரை எதிர்த்து நின்று வெற்றி தரும் படையே அரசனுடைய செல்வங்கள் எல்லாவற்றிலும் சிறந்ததாகும்.

உலைவிடத்து ஊறஞ்சா வன்கண் தொலைவிடத்துத்
தொல்படைக் கல்லால் அரிது. 762

போரில் அழிவு வந்தவரிடத்தில் வலிமை குன்றினாலும் இடையூறுகளுக்கு அஞ்சாமல் பகைவர்மேல் செல்லும் ஆண்மை வழிவழிப் புகழோடு விளங்கும் தொல் படைக்கே இயல்வதாகும்.

ஒலித்தக்கால் என்னாம் உவரி எலிப்பகை
நாகம் உயிர்ப்பக் கெடும். 763

எலிகள் திரண்டு கடல்போல் ஆரவாரம் செய்தாலும் ஒரு பாம்பு மூச்சுவிட்ட அளவில் அவை முற்றவும் கெட்டழியும்.

அழிவின்று அறைபோகா தாகி வழிவந்த
வன்க னதுவே படை. 764

போர்முனையில் மனத்தின் உறுதியில் அழிவற்றதாய், பகைவருடைய வஞ்சனைக்கு உட்படாததாய் வழிவழித் தொடர்ந்து வந்த அஞ்சாமை உடையதே அரசனது சிறந்த படையாகும்.

கூற்றுடன்று மேல்வரினும் கூடி எதிர்நிற்கும்
ஆற்ற லதுவே படை 765

எமனே சினங்கொண்டு தன்மீது எதிர்த்து வந்தாலும் அதனோடு ஒன்றாகத் திரண்டு எதிர்த்து நின்று தாங்கும் ஆற்றலையுடையதே சிறந்த படையாகும்.

77. படைமாட்சி

மறமானம் மாண்ட வழிச்செலவு தேற்றம்
எனநான்கே ஏமம் படைக்கு. 766

மறப்பண்பு (வீரம்), மான உணர்வு, சிறந்த வழியில் செயற்படும் தன்மை, மன்னனால் தெளியப்பட்ட சிறப்பு ஆகிய நான்கும் படைக்குச் சிறந்த பாதுகாப்பாகும்.

தார்தாங்கிச் செல்வது தானை தலைவந்த
போர்தாங்கும் தன்மை யறிந்து. 767

தன்மீது எதிர்த்து வந்த பகைவரின் போரைத் தாங்கி நின்று, அவர்களை வெல்லும் வகைகளை ஆராய்ந்து, அவருடைய துசிப்படையைத் தாக்கி அதனைத் தடுத்து நிறுத்த மேற்செல்வதே சிறந்த படையாகும்.

அடற்றகையும் ஆற்றலும் இல்லெனினும் தானை
படைத்தகையால் பாடு பெறும். 768

போரிடுகின்ற வீரமும் எதிர்ப்பைத் தாங்கும் ஆற்றலும் இல்லையாயினும், படை தன்னுடைய அணி வகுப்பின் தோற்றத்தால் பெருமை பெறும்.

சிறுமையும் செல்லாத் துனியும் வறுமையும்
இல்லாயின் வெல்லும் படை. 769

தேய்ந்து சிறுத்தலும், தலைவனிடம் நீங்காத வெறுப்பும், பொருளில்லாத வறுமையும் இல்லாதிருக்குமானால் அத்தகைய படை தவறாமல் வெற்றிபெறும்

நிலைமக்கள் சால உடைத்தெனினும் தானை
தலைமக்கள் இல்வழி இல். 770

நெடுங்காலமாக நிலைத்திருக்கும் மறவர்களை உடையதேயானாலும், தலைமை தாங்கும் தலைவர்கள் திறமையில்லாதபோது படைக்குப் பெருமையின்றி அழிந்து படும்.

78. படைச்செருக்கு

என்னைமுன் நில்லன்மின் தெவ்விர் பலர்என்னை
முன்நின்று கல்நின் றவர். 771

பகைவரே! என் தலைவனின் முன்னே எதிர்த்து நிற்காதீர்! அவன் முன் எதிர்த்து நின்று களத்தில் வேலால் வீழ்ந்துபட்டு நடுகற்களாய் நிற்பவர் மிகப் பலர்.

கான முயலெய்த அம்பினில் யானை
பிழைத்தவேல் ஏந்தல் இனிது. 772

காட்டு முயலைக் குறி தவறாமல் எய்து வீழ்த்திக் கொன்ற அம்பை ஏந்துதலைவிட, வெட்ட வெளியில் நின்ற யானைமீது எறிந்து குறி தவறிய வேலினை ஏந்துதல் சிறந்தது.

பேராண்மை என்ப தறுகண்ஒன் றுற்றக்கால்
ஊராண்மை மற்றதன் எஃகு. 773

பகைவரை அஞ்சாமல் எதிர்க்கும் வீரத்தை மிக்க ஆண்மை என்று கூறுவர்; அப்பகைவருக்கு ஒரு கேடு வந்தவிடத்து உதவி செய்தலை அந்த ஆண்மையின் கூர்மை என்று பகர்வர்.

கைவேல் களிற்றொடு போக்கி வருபவன்
மெய்வேல் பறியா நகும். 774

கையில் ஏந்திய வேலை தன்னை எதிர்த்து வந்த ஒரு யானையின் மீது எறிந்து அதன் உயிரைப் போக்கி விட்டு வேறு வேல் தேடி வருகின்றவன் தன் மார்பில் தைத்திருந்த பகைவரின் வேலைக் கண்டு பறித்து மகிழ்கின்றான்.

விழித்தகண் வேல்கொண் டெறிய அழித்திமைப்பின்
ஓட்டன்றோ வன்க ணவாக்கு. 775

பகைவரைச் சினந்து நோக்கிய கண் அவர் தம் கைவேலை எறிந்தபோதும் அந்நோக்கை அழித்து இமைக்குமானாலும் அது வீரமுள்ளவருக்குத் தோல்வி அல்லவோ?

78. படைச்செருக்கு

விழுப்புண் படாதநாள் எல்லாம் வழுக்கினுள்
வைக்கும்தன் நாளை எடுத்து. 776

கழிந்து போன நாட்களைக் கணக்கிட்டு, விழுப்புண் படாத நாட்களையெல்லாம் பயன்படாமல் தான் தவறவிட்ட நாட்களுள் சேர்ப்பவனே சிறந்த வீரன்.

சுழலும் இசைவேண்டி வேண்டா உயிரார்
கழல்யாப்புக் காரிகை நீர்த்து. 777

உலகைக் சூழ்ந்து பரந்து நிற்கும் புகழை விரும்பி உயிர் வாழ்தலையும் விரும்பாத ஆண்மையுள்ள வீரரின் காலில் விளங்கும் வீரக்கழல்களே அழகு செய்யும் தன்மையுடையனவாகும்.

உறின்உயிர் அஞ்சா மறவர் இறைவன்
செறினும்சீர் குன்றல் இலர். 778

போர் நேரிட்டால் தம் உயிருக்கும் அஞ்சாமல் போர்புரியும் வீரர்கள் தம் அரசனே தடுத்தாலும் தம்முடைய மனவூக்கத்தில் சிறிதும் குன்றாதவர் ஆவர்.

இழைத்தது இசவாமைச் சாவாரை யாரே
பிழைத்தது ஒறுக்கிற் பவர். 779

தாம் உரைத்த சூளுரையிலிருந்து தவறாமல் போர்செய்து சாகத் துணிந்தவரை எவர்தாம் சூளுரை பிழைத்தற்காகத் தண்டிக்க வல்லவர்?

புரந்தார்கண் நீர்மல்கச் சாகிறபின் சாக்காடு
இரந்துகோள் தக்க துடைத்து. 780

தம்மைப் பேணியவரின் கண்கள் நீர் பெருக்குமாறு சாகப்பெற்றால், சாவு ஒருவன் இரந்தும் பெற்றுக் கொள்ளத்தக்க சிறப்பினை உடையதாகும்.

79. நட்பு

செயற்கரிய யாவுள நட்பின் அதுபோல்
வினைக்கரிய யாவுள காப்பு. 781

நட்பைப் போல் செய்து கொள்வதற்கு அருமையான செயல் எதுவுமே இல்லை; அதைப்போல் பகைவர் செயலைத் தடுத்து நிறுத்தும் அரிய பாதுகாப்பு எதுவும் இல்லை.

நிறைநீர நீரவர் கேண்மை பிறைமதிப்
பின்நீர பேதையார் நட்பு 782

அறிவுடையவரின் நட்பு திங்களின் வளர்பிறை போல் நாள் தோறும் வளரும் தன்மையுடையது. அறிவில்லாதவரின் நட்பு தேய்பிறை போல் நாள் தோறும் தேய்ந்து போகும் தன்மையுடையது.

நவில்தொறும் நூல்நயம் போலும் பயில்தொறும்
பண்புடை யாளர் தொடர்பு. 783

நற்பண்பு உடையவரின் நட்பு பழகப் பழக இன்பம் தருதல். நூலின் நற்பொருள் கற்கக் கற்க மேன்மேலும் இன்பம் தருதலைப் போன்றது.

நகுதற் பொருட்டன்று நட்டல் மிகுதிக்கண்
மேற்சென்று இடித்தற் பொருட்டு. 784

நட்புக் செய்து கொள்வது ஒருவரோடொருவர் சிரித்து மகிழ்வதற்காக மட்டும் அன்று; நண்பர் நெறிகடந்து செல்லும் போது முற்பட்டுச் சென்று இடித்து உரைப்பதற்காகவும் ஆகும்.

புணர்ச்சி பழகுதல் வேண்டா உணர்ச்சிதான்
நட்பாம் கிழமை தரும். 785

நட்புச் செய்வதற்கு தொடர்பும் பழக்கமும் கூடத் தேவை இல்லை. இருவரிடமும் உள்ள ஒத்த உணர்ச்சியே நட்பு ஏற்படுவதற்கு வேண்டிய உரிமையைத் தரும்.

79. நட்பு

முகநக நட்பது நட்பன்று நெஞ்சத்து
அகநக நட்பது நட்பு. 786

முகம் மட்டிலும் மலரும் படியாக நட்புக் கொள்வது நல்ல நட்பு ஆகாது; நெஞ்சம் மலரும்படியாக உள்ளன்பு கொண்டு நட்பு செய்வதே நல்ல நட்பாகும்.

அழிவி னவைநீக்கி ஆறுய்த்து அழிவின்கண்
அல்லல் உழைப்பதாம் நட்பு. 787

நண்பனை அழிவைத் தரும் தீமைகளிலிருந்து விலக்கி, அவனை நல்ல வழியில் நிலைபெறச் செய்து, அழிவு நேரிட்ட காலத்தில் தானும் அவனோடு இருந்து துன்பப்படுவதே நல்ல நட்பாகும்.

உடுக்கை இழந்தவன் கைபோல ஆங்கே
இடுக்கண் களைவதாம் நட்பு. 788

உடை நெகிழ்ந்தவனது கை உடனே உதவி மானத்தைக் காப்பது போல, நண்பனுக்குத் துன்பம் வந்தால் அப்பொழுதே சென்று துன்பத்தை விரைந்து நீக்குவதுதான் சிறந்த நட்பு.

நட்பிற்கு வீற்றிருக்கை யாதெனில் கொட்பின்றி
ஒல்லும்வாய் ஊன்றும் நிலை. 789

நட்பிற்குச் சிறந்த நிலை எது என்றால் எப்போதும் மன மாறுபாடின்றி இயலும் போதெல்லாம் இணைந்து நின்று உதவி செய்து பேணும் நிலையாகும்.

இணையர் இவர்எமக்கு இன்னயாம் என்று
புனையினும் புல்லென்னும் நட்பு. 790

'இவர் எமக்கு இத்தன்மையர், யாம் இவருக்கு இத்தன்மையோம்' என்று நட்பின் அளவைப் புனைந்துரைத்தாலும் அந்த நட்பு தன் சிறப்பினை இழந்து விடும்.

80. நட்பாராய்தல்

**நாடாது நட்டலிற் கேடில்லை நட்டபின்
வீடில்லை நட்பாள் பவர்க்கு. 791**

நன்றாக ஆராயாமல் நட்புச் செய்தலைவிடக் கெடுதி எதுவும் இல்லை; அப்படி நட்புச் செய்த பிறகு நட்பை உடையவர்க்கு அதிலிருந்து விடுதலை இல்லை.

**ஆய்ந்தாய்ந்து கொள்ளாதான் கேண்மை கடைமுறை
தான்சாம் துயரம் தரும். 792**

பலவகையாலும் ஒருவனை ஆராய்ந்து தெளிந்தபின் கொள்ளாதவனுடைய நட்பு இறுதியில் தானே சாவதற்குக் காரணமான துயரத்தைப் பயந்து விடும்.

**குணனும் குடிமையும் குற்றமும் குன்றா
இன்னும் அறிந்தியாக்க நட்பு. 793**

ஒருவனுடைய குணத்தையும், அவன் பிறந்த குடியின் சிறப்பையும், அவன் குற்றங்குறைகளையும், நிலையாக இருக்கும் தோழர்களையும் அறிந்தே நட்புக் கொள்ள வேண்டும்.

**குடிப்பிறந்து தன்கண் பழிநாணு வானைக்
கொடுத்தும் கொளல்வேண்டும் நட்பு. 794**

உயர்ந்த குடியில் பிறந்தவனும், தன்னிடத்தில் வரக் கூடிய பழிக்கு நாணப்படுகின்றவனும் ஆகிய ஒருவனைப் பொருள் கொடுத்தாவது நட்புக் கொள்ள வேண்டும்.

**அழச்சொல்லி அல்லது இடித்து வழக்கறிய
வல்லார்நட்பு ஆய்ந்து கொளல். 795**

நன்மையற்ற செயலைக் கண்டபோது வருந்தும் படியாக இடித்து உரைத்தும், மேலும் செய்யாதபடி தடுத்தும் உலகநடைமுறையை அறிய வல்லவரின் நட்பை ஆராய்ந்து கொள்ள வேண்டும்.

80. நட்பாராய்தல்

கேட்டினும் உண்டோர் உறுதி கிளைஞரை
நீட்டி அளப்பதோர் கோல். 796

ஒருவனுக்குக் கேடு வந்தவிடத்தும் ஒருவகை நன்மை உண்டு; அது நண்பரின் இயல்புகளை அளந்து அறிந்து கொள்ள உதவும் அளவு கோலாக அமையும்.

ஊதியம் என்பது ஒருற்குப் பேதையார்
கேண்மை ஓரீஇ விடல். 797

ஒருவனுக்கு நற்பேறு என்பது யாதெனில் அவன் அறிவில்லாதவருடன் செய்து கொண்ட நட்பிலிருந்து நீங்கி அவரைக் கைவிடுதலாகும்

உள்ளற்க உள்ளஞ் சிறுகுவ கொள்ளற்க
அல்லற்கண் ஆற்றறுப்பார் நட்பு. 798

நண்பனைக் குறித்து ஊக்கம் குறைவதற்குக் காரணமான செயல்களை எண்ணாமல் இருத்தல் வேண்டும்; அதுபோல் துன்பம் வந்துற்ற போது கைவிடுகின்றவரின் நட்பையும் கொள்ளா திருத்தல் வேண்டும்.

கெடுங்காலைக் கைவிடுவார் கேண்மை அடுங்காலை
உள்ளினும் உள்ளம் சுடும். 799

கேடு வருங்காலத்தில் கைவிட்டு ஒதுங்கிப் போகின்றவரின் நட்பு ஒருவன் சாகின்ற காலத்தில் நினைத்தாலும் உள்ளம் வேதனையால் எரியும்

மருவுக மாசற்றார் கேண்மைஒன் றீத்தும்
ஒருவுக ஒப்பிலார் நட்பு. 800

குற்றமற்ற நல்லோர்களின் நட்பையே கொள்ள வேண்டும்; ஒத்த பண்பு இல்லாதவருடைய நட்பினை ஒன்றைக் கொடுத்தாவது கைவிடுதல் வேண்டும்.

81. பழைமை

பழைமை எனப்படுவது யாதெனின் யாதும்
கிழமையைக் கீழ்த்திடா நட்பு.   801

> பழைமை என்று சொல்லப்படுவது யாதென்றால்,
> அது பழகியவர் உரிமைத் தொடர்பை எதுவும்
> சிதைத்து விடாமல் காத்து வரும் நல்ல நட்பாகும்.

நட்பிற் குறுப்புக் கெழுதகைமை மற்றதற்கு
உப்பாதல் சான்றோர் கடன்.   802

> நட்புக்கு உறுப்பாவது நெருக்கமாகப் பொருந்தும்
> உரிமையாகும். அப்படிப்பட்ட உரிமைச் செயலுக்கு
> உடன்பட்டவராதல் சான்றோரின் கடமை.

பழகிய நட்பெவன் செய்யும் கெழுதகைமை
செய்தாங்கு அமையாக் கடை.   803

> பழகியவர் உரிமையால் செய்யும் செயலைத்
> தாம் செய்தது போல் கருதி உடன்படாவிட்டால்
> அவருடன் தாம் நெடுங்காலம் பழகிய நட்பு என்ன
> பயனைத் தரும்?

விழைத்கையான் வேண்டி யிருப்பர் கெழுதகையாற்
கேளாது நட்டார் செயின்   804

> தம்மோடு கொண்ட நெருக்கமான உரிமை
> காரணமாக தம்மைக் கேளாமலே நண்பர் ஒரு
> செயலைச் செய்து விட்டாலும் அந்த உரிமையைப்
> போற்றி விரும்பும் தன்மையோடு அச் செயலையும்
> விரும்பி உடன்பட்டிருப்பர் அறிஞர்.

பேதைமை ஒன்றோ பெருங்கிழமை என்றுணர்க
நோதக்க நட்டார் செயின்.   805

> நட்பாகக் கொண்டவர் நாம் விரும்பாத ஒரு
> செயலைச் செய்தாரென்றால் அதனை அறியாமை
> என்றோ மிகுந்த உரிமை என்றோ உணர்தல்
> வேண்டும்,

81. பழைமை

எல்லைக்கண் நின்றார் துறவார் தொலைவிடத்தும்
தொல்லைக்கண் நின்றார் தொடர்பு. 806

உரிமை வாழ்வின் எல்லையில் நின்றவர் தமக்கு நேரிட்ட தொல்லைகளின் போது பழைமையாய் உறவு கொண்டு உதவியாய் நின்றவரின் தொடர்பை அவர்கள் தொலைவான் இடங்கட்குப் போனலும் கூடக் கைவிடார்.

அழிவந்த செய்யினும் அன்பறார் அன்பின்
வழிவந்த கேண்மை யவர். 807

தொன்று தொட்டு அன்புடன் பொருந்திய நட்பினை யுடையவர்கள் தமக்கு அழிவு வரக்கூடிய ஒரு செயலைச் செய்தாலும் அவர்கள் மீது தம் அன்பு நீங்காமலிருப்பர்.

கேளிழுக்கம் கேளாக் கெழுதகைமை வல்லார்க்கு
நாளிழுக்கம் நட்டார் செயின். 808

பழகிய நண்பர் செய்த குற்றங்குறைகளைப் பிறர் சொன்னாலும் கேளாமலிருக்கும் நட்புரிமை யுடையவர்க்கு அந்நண்பர் தவறு செய்வாரானால் அது பயனுள்ள நாளாகும்.

கெடாஅ வழிவந்த கேண்மையார் கேண்மை
விடாஅர் விழையும் உலகு. 809

நட்புரிமை கெடாமல் தொன்றுதொட்டுப் பழகிவந்த உறவு உடையவரின் தொடர்பைக் கைவிடாத பண்பினரை உலகம் விரும்பிப் போற்றும்.

விழையார் விழையப் படும் பழையார்கண்
பண்பின் தலைப்பிரியா தார். 810

தவறு செய்தபோதிலும் பழகிய நண்பரிடத்தில் தம் நட்புரிமைப் பண்பிலிருந்து மாறாதவர் தம் பகைவராலும் விரும்பப் படுவதற்குரிய சிறப்பினை அடைவர்.

82. தீ நட்பு

பருகுவார் போலினும் பண்பிலார் கேண்மை
பெருகலிற் குன்றல் இனிது. 811

அன்பு மிகுதியால் தம்மை அள்ளிப் பருகுவார்போல் தோன்றினாலும், நற்பண்பு இல்லாதவரின் நட்புநாளுக்குநாள் வளர்ந்து பெருகுவதைவிடத் தேய்ந்து குறைவது நன்று.

உறின்நட்டு அறின்ஒருஉம் ஒப்பிலார் கேண்மை
பெறினும் இழப்பினும் என். 812

தமக்குப் பயன் உள்ளபோது நட்புச் செய்தும் பயன் இல்லாதபோது நீங்கிவிடும் ஒத்த தன்மை இல்லாதவரின் நட்பைப் பெற்றாலும் இழந்தாலும் ஒன்றுதான்.

உறுவது சீர்தூக்கும் நட்பும் பெறுவது
கொள்வாரும் கள்வரும் நேர். 813

கிடைக்கும் பயனை அளந்து பார்க்கும் நண்பரும், கொடுப்பாரைக் கொள்ளாது பெறுகின்ற பொருளைக் கொள்ளும் பொது மகளிரும், நம் பொருளைக் கவரும் கள்வரும் ஒரே தன்மையினர்.

அமரகத்து ஆற்றுஅறுக்கும் கல்லாமா அன்னார்
தமரின் தனிமை தலை. 814

போர் வந்துள்ள போது களத்தில் தள்ளிவிட்டு ஓடிவிடும் அறிவில்லாத குதிரை போன்றவரின் நட்பைவிட ஒரு நட்பும் இல்லாமல் தனித்திருத்தலே மிகவும் சிறந்தது.

செய்தேமஞ் சாராச் சிறியவர் புன்கேண்மை
எய்தலின் எய்தாமை நன்று. 815

காவல் செய்து வைத்தாலும் பாதுகாப்பிற்கு ஆகாத கீழ்மக்களது தீய நட்பைப் பெறுவதைவிட அதனைப் பெறாமலிருப்பதே சிறந்தது.

82. தீ நட்பு

பேதை பெருங்கெழீ நட்பின் அறிவுடையார்
ஏதின்மை கோடி உறும். 816

அறிவற்றவரின் மிகப் பொருந்திய நட்பைவிட அறிவுடையவரின் நட்பின்மை கோடி மடங்கு நன்மை தருவதாகும்.

நகைவகைய ராகிய நட்பின் பகைவரால்
பத்தடுத்த கோடி உறும். 817

•அகத்தில் அன்பற்று, புறத்தில் நகைக்கும் தன்மை உடையவரின் நட்பைவிட, பகைவரால் வருவன பத்துக் கோடி மடங்கு நன்மையாகும்.

ஒல்லும் கருமம் உடற்று பவர்கேண்மை
சொல்லாடார் சோர விடல். 818

தம்மால் செய்து முடிக்கக்கூடிய செயலையும் முடியாத வண்ணம் செய்யாமல் கெடுப்பவரின் நட்பு உறவை அவர் அறியுமாறு ஒன்றும் சொல்லாமலே தளரச் செய்து கைவிடவேண்டும்.

கனவினும் இன்னாது மன்னோ வினைவேறு
சொல்வேறு பட்டார் தொடர்பு. 819

தாம் செய்யும் செயல் வேறாகவும், சொல்லும் சொல் வேறாகவும் உள்ளவரின் நட்பு நனவில் மட்டுமின்றிக் கனவிலும் துன்பம் தருவதாகும்.

எனைத்தும் குறுகுதல் ஓம்பல் மனக்கெழீஇ
மன்றில் பழிப்பார் தொடர்பு. 820

தனியே இல்லத்தில் உள்ளபோது நட்புரிமை பேசிப் பலர் கூடியுள்ள பொது மன்றத்தில் பழித்துப் பேசுபவரின் நட்பை எவ்வளவு சிறிய அளவிலும் நம்மை அணுகாமல் காத்தல் வேண்டும்.

83. கூடா நட்பு

சீரிடம் காணின் எறிதற்குப் பட்டடை
நேரா நிரந்தவர் நட்பு. 821

உள்ளத்தால் நெருக்கமில்லாமல் புறத்தில் மட்டும் பொருந்தி நடப்பவரது நட்பு தக்க இடம் கண்டபோது எறிவதற்கு மறைந்துள்ள பட்டடை போன்றதாகும்.

இனம்போன்று இனமல்லார் கேண்மை மகளிர்
மனம்போல வேறு படும். 822

தம்இனத்தார் போல் உறவு காட்டி, உண்மையில் உள்ளத்தில் தம் இனம் அல்லாத கீழோரின் நட்பு பொதுமகளிரின் மனம் போல உள்ளொன்று புறமொன்றாக வேறுபட்டு நிற்கும்.

பலநல்ல கற்றக் கடைத்தும் மனநல்லர்
ஆகுதல் மாணார்க்கு அரிது. 823

பல நல்ல நூல்களை எல்லாம் கற்றுத் தேர்ந்தபோதிலும், அவற்றின் பயனாக நல்ல பண்பினராகப் பழகுதல் உள்ளன்பினால் மாட்சிமையில்லாதாருக்கு அரிது.

முகத்தின் இனிய நகாஅ அகத்தின்னா
வஞ்சரை அஞ்சப் படும். 824

முகத்தில் இனிமை தோன்ற நகைத்துப் பழகின போதும் அகத்திலே தீமை கொண்டுள்ள வஞ்சகருடன் நட்புக் கொள்வதற்கு அஞ்ச வேண்டும்.

மனத்தின் அமையா தவரை எனைத்தொன்றும்
சொல்லினால் தேறற்பாற்று அன்று. 825

மனத்தினால் தம்மொடு நெருக்கம் கொள்ளாமல் பழகுகின்றவரை அவர் கூறுகின்ற சொல்லைக்கொண்டு எத்தகைய ஒரு செயலிலும் நண்பராகத் தெளிவு கொள்ளல் ஆகாது.

83. கூடா நட்பு

நட்டார்போல் நல்லவை சொல்லினும் ஒட்டார்சொல்
ஒல்லை உணரப் படும். 826

தம்மிடம் பேசும்போது நண்பர் போல் தகுதியானவற்றைச் சொன்னாலும் பகைமை கொண்டவர் சொல்லும் சொற்களின் உண்மைத் தன்மை விரைவில் உணரப்படும்.

சொல்வணக்கம் ஒன்னார்கண் கொள்ளற்க வில்வணக்கம்
தீங்கு குறித்தமை யான். 827

வில்லின் வளைவு தீங்கு செய்தலையே குறியாகக் கொண்டது; இவ்வாறே பகைவரிடத்திருந்து வரும் வணக்கமான பேச்சையும் தீமை தரும் என்று தள்ளி விடவேண்டும்.

தொழுதகை யுள்ளும் படையொடுங்கும் ஒன்னார்
அழுதகண் ணீரும் அனைத்து. 828

பகைவர் வணங்கித் தொழுத கையினுள்ளும் கொலைக் கருவி மறைக்கப்பெற்றிருக்கும்; பகைவர் அழுது சொரியும் கண்ணீரும் அத்தன்மையானதே.

மிகச்செய்து தம்மெள்ளு வாரை நகச்செய்து
நட்பினுள் சாப்புல்லற் பாற்று. 829

வெளிப்பட மிகுதியாக நட்புத்தோன்றச் செய்து உள்ளத்தில் இகழ்கின்றவர்களைத் தாமும் அந்நட்பில் நகைத்து மகிழுமாறு செய்து அத்தொடர்பை அழித்துவிடவேண்டும்.

பகைநட்பாம் காலம் வருங்கால் முகம்நட்டு
அகநட்பு ஒரீஇ விடல். 830

பகைவரும் நண்பராகும் காலம் வருங்கால் முகத்தளவில் அவரிடம் நட்புக் கொண்டு அகத்தில் போற்றாது வாய்ப்புக் கிடைத்தபோது அதையும் நீக்கிவிடவேண்டும்.

84. பேதைமை

பேதைமை என்பதொன்று யாதெனின் ஏதங்கொண்டு
ஊதியம் போக விடல். 831

> பேதைமை என்று சொல்லப்படுவது யாதென்றால்,
> தனக்குக் கேடு பயப்பனவற்றைக் கைக்கொண்டு
> ஆக்கம் பயப்பனவற்றைக் கைவிடுதலாகும்.

பேதையுள் எல்லாம் பேதைமை காதன்மை
கையல்ல தன்கண் செயல். 832

> பேதைமை என்பவற்றுள் எல்லாம் பெரிய
> பேதைமையாவது, தன் ஒழுக்கத்திற்குப்
> பொருந்தாததில் விருப்பம் கொள்ளுதல் ஆகும்.

நாணாமை நாடாமை நாரின்மை யாதொன்றும்
பேணாமை பேதை தொழில். 833

> தகாதவற்றிற்கு நாணாதிருத்தல், தக்கவற்றை
> நாடாமலிருத்தல், கண்ணோட்டம் இல்லாதிருத்தல்,
> எதனையும் பேணிக் காவாதிருத்தல் ஆகியவை
> பேதையரது தொழிலாகும்.

ஓதிஉணர்ந்தும் பிறர்க்குரைத்தும் தான் அடங்காப்
பேதையிற் பேதையார் இல். 834

> நூல்களை முறையாக ஓதி உணர்ந்தும், பிறருக்கு
> எடுத்துச் சொல்லியும் தான் அவற்றின் நெறியில்
> அடங்கி ஒழுகாத பேதைபோல் வேறு பேதையர்
> இவ்வுலகில் இலர்.

ஒருமைச் செயலாற்றும் பேதை எழுமையும்
தான்புக் கழுந்தும் அளறு. 835

> ஏழு பிறப்பினும் தான் புகுந்து அழுந்துவதற்கு
> உரிய நரகத் துன்பத்தை பேதை தன் இந்த ஒரு
> பிறவியில் செய்து கொள்ள வல்லவனாவான்.

84. பேதைமை

பொய்படும் ஒன்றோ புனைபூணும் கையறியாப்
பேதை வினைமேற் கொளின்.   836

செய்யும் நெறி அறியாத பேதை ஒரு செயலை
மேற்கொண்டால், அது பொய்யாகிப் போவதுடன்
அவனும் குற்றவாளியாகி கைவிலங்கு பூண்கின்ற
துயரத்தை அடைவான்.

ஏதிலார் ஆரத் தமர்பசிப்பர் பேதை
பெருஞ்செல்வம் உற்றக் கடை.   837

பேதை முன்வினைப் பயனால் பெருஞ்செல்வம்
அடைந்த போது அவனோடு தொடர்பில்லாத
அயலார் பலரும் நிறைந்த நன்மை பெற,
அவனுடைய சுற்றத்தார் பசியால் வருந்துவர்.

மையல் ஒருவன் களித்தற்றால் பேதைதன்
கையொன்று உடைமை பெறின்.   838

பேதை ஒருபொருளை உடைமையாகப் பெற்றால்
அவனது நிலைமை பித்துப் பிடித்த ஒருவன் கள்
குடித்து மயங்கினாற் போலாகும்.

பெரிதினிது பேதையார் கேண்மை பிரிவின்கண்
பீழை தருவதொன்று இல்.   839

பேதையரிடமிருந்து பிரிவு நேரிடும்போது
அப்பிரிவுத் துன்பம் ஒன்றும் விளைவிப்பதில்லை;
ஆகையால் ஒரு வகையில் பேதையருடன்
கொள்ளும் நட்பு மிகவும் இனிமை பயப்பதாகும்.

கழாஅக்கால் பள்ளியுள் வைத்தற்றால் சான்றோர்
குழாஅத்துப் பேதை புகல்.   840

சான்றோர் கூட்டத்தில் ஒரு பேதை புகுதல்,
ஒருவன் தூய்மையற்றவற்றை மிதித்து, கழுவித்
துப்புரவு செய்யாத காலைப் படுக்கையில்
வைத்தலைப் போன்றது.

85. புல்லறிவாண்மை

அறிவின்மை இன்மையுள் இன்மை பிறிதின்மை
இன்மையா வையாது உலகு. 841

அறிவில்லாத தன்மையே வறுமையுள் கொடிய வறுமை; பொருளில்லாத மற்ற வறுமைகளை உலகம் அத்தகைய வறுமையாகக் கருதாது.

அறிவிலான் நெஞ்சுவந்து ஈதல் பிறிதுயாதும்
இல்லை பெறுவான் தவம். 842

அறிவில்லாத ஒருவன் மன மகிழ்ச்சியுடன் ஒரு பொருளைக் கொடுத்தலுக்குக் காரணம், வேறு ஒன்றும் இல்லை அந்தப் பொருளைப் பெறுகின்றவனுடைய நல்வினையேயாகும்

அறிவிலார் தாம்தம்மைப் பீழிக்கும் பீழை
செறுவார்க்கும் செய்தல் அரிது. 843

அறிவில்லாதவர் தமக்குத் தாமே செய்துகொள்ளும் வருத்தம் தரக்கூடிய துன்பங்கள் அவருடைய பகைவராலும் அவருக்குச் செய்யமுடியாத அளவினதாகும்.

வெண்மை எனப்படுவது யாதெனின் ஒண்மை
உடையம்யாம் என்னும் செருக்கு. 844

புல்லறிவு என்று சொல்லப்படுவது யாது என்றால், அஃது அறிவில்லாதவனும் 'தான் அறிவுடையவன்' என்று ஒருவன் தன்னைத்தானே மதித்துக் கொள்ளும் செருக்காகும்.

கல்லாத மேற்கொண்டு ஒழுகல் கசடற
வல்லதூஉம் ஐயம் தரும். 845

அறிவில்லாதவர் தாம் கல்லாத நூல்களையும் கற்றவர்போல் மேற்கொண்டு நடத்தல் மற்றவர் பழுதறக் கற்றுணர்ந்த பொருளைப் பற்றியும் அவர்க்கு ஐயத்தை விளைவிக்கும்.

85. புல்லறிவாண்மை

அற்றம் மறைத்தலோ புல்லறிவு தம்வயின்
குற்றம் மறையா வழி. 846

தம்மிடத்திலுள்ள குற்றத்தை அறிந்து நீக்காதபோது தம் மரும உறுப்புகளை மட்டும் ஆடையால் மறைத்துக் கொள்ளுதல் அறிவற்ற தன்மையாகும்.

அருமறை சோரும் அறிவிலான் செய்யும்
பெருமிறை தானே தனக்கு. 847

அரிய மறைப்பொருளைப் பெற்றாலும் அவற்றை மனத்தில் வைத்துக் காக்காமல் சோர்ந்து வெளிப்படுத்தும் அறிவில்லாதவன் தனக்குத்தானே பெருந்தீங்கு இழைத்துக் கொள்வான்.

ஏவவும் செய்கலான் தான்தேறான் அவ்வுயிர்
போஒம் அளவுமோர் நோய். 848

பிறர் ஏவினாலும் தனக்கு நன்மையானவற்றைச் செய்யாதவனாய், தானாகவும் உணர்ந்து தெளியாதவனாய் உள்ளவன் உயிர்போகுமளவும் பிறர்க்கு ஒரு நோய் போன்றவன்.

காணாதான் காட்டுவான் தான்காணான் காணாதான்
கண்டானாம் தான்கண்ட வாறு. 849

அறிவில்லாதவனை அறிவுடையவனாக்க முயல்வோன் தானே அறிவில்லாதவனாய் நிற்பான்; அறிவு இல்லாதவனோ தான் அறிந்த வகையால் அறிவுள்ளவனாய்த் தோன்றுவான்.

உலகத்தார் உண்டென்பது இல்லென்பான் வையத்து
அலகையா வைக்கப் படும். 850

உலகத்தார் 'உண்டு' என்று சொல்வதை 'இல்லை' என்று கூறுகின்ற ஒருவன் உலகத்தில் காணப்பெறும் ஒரு பேயாகக் கருதி விலக்கி வைக்கப்பெறுவான்.

86. இகல்

இகவென்ப எல்லா உயிர்க்கும் பகலென்னும்
பண்பின்மை பாரிக்கும் நோய். 851

எல்லா உயிர்களுக்கும் பிற உயிர்களோடு பொருந்தாமல் வேறுபடுதலாகிய தீய பண்பை வளர்க்கும் நோய் 'இகல்' (மாறுபாடு) என்று பெரியோர்கள் கூறுவர்.

பகல்கருதிப் பற்றா செயினும் இகல்கருதி
இன்னாசெய் யாமை தலை. 852

ஒருவன் தன்னோடு பொருந்தாமல் வேறுபடுதலைக் கருதி வெறுக்கக்கூடியனவற்றைச் செய்தானாயினும், தான் அவனோடு மாறுபடுதலைக் குறித்து அவனுக்குத் துன்பம் செய்யாதிருப்பதே உயர்ந்தது

இகலென்னும் எவ்வநோய் நீக்கின் தவலில்லாத்
தாவில் விளக்கம் தரும். 853

ஒருவன் 'மாறுபாடு' என்னும் துன்பம் செய்யும் நோயை மனத்திலிருந்து நீக்கி விட்டால் அஃது அவனுக்கு எந்தக் காலத்திலும் அழிவில்லாத நிலையான புகழைக் கொடுக்கும்.

இன்பத்துள் இன்பம் பயக்கும் இகலென்னும்
துன்பத்துள் துன்பம் கெடின். 854

'மாறுபாடு' (இகல்) என்னும் துன்பங்களுள் கொடிதான துன்பம் கெட்டொழிந்தால் அஃது ஒருவனுக்கு இன்பங்களுள் சிறந்த இன்பத்தைக் கொடுக்கும்.

இகலெதிர் சாய்ந்தொழுக வல்லாரை யாரே
மிகலூக்கும் தன்மை யவர். 855

தம் உள்ளத்தில் மாறுபாடு தோன்றும் பொழுது அதனை ஏற்றுக் கொள்ளாமல் அதன் எதிரே சாய்ந்து ஒழுகவல்லவரை வெல்லக் கருதுகின்ற ஆற்றலுடையோர் எவருமே இலர்.

86. இகல்

இகலின் மிகலினிது என்பவன் வாழ்க்கை
தவலும் கெடலும் நணித்து.   856

> மாறுபாடு கொள்வதால் வெல்லுதல் இனியது என்று கருதுகின்றவனுடைய உயிர்வாழ்க்கை தவறிப் போதலும் அழிதலும் சிறுபொழுதிற்குள் நிகழ்ந்து விடும்.

மிகல்மேவல் மெய்ப்பொருள் காணார் இகல்மேவல்
இன்னா அறிவி னவர்.   857

> மாறுபாட்டை விரும்புகிற தீய அறிவையுடையவர் வெற்றி பொருந்துதலையுடைய நீதி நூல்களின் பொருள்களை ஒருபோதும் உணர்ந்து அறிய மாட்டார்கள்.

இகலிற்கு எதிரசாய்தல் ஆக்கம் அதனை
மிகலூக்கின் ஊக்குமாம் கேடு.   858

> தன் உள்ளத்தில் மாறுபாடு தோன்றிய போது அதனை எழாமல் தடுத்துக் கொள்ளுதலே ஆக்கம் தருவதாகும். அதனை எதிர்த்து வெல்லக் கருதினால் அவனுக்குக் கேடு வந்து சேரும்.

இகல்காணான் ஆக்கம் வருங்கால் அதனை
மிகல்காணும் கேடு தரற்கு.   859

> ஒருவன் தனக்கு நற்காலம் வரும்போது காரணம் இருந்தாலும் இகலைக் கருதான், அவன் தனக்குக் கேடு காலம் வரும்போது அதனை எதிர்த்து வெல்லக் கருதுவான்.

இகலானாம் இன்னாத எல்லாம் நகலானாம்
நன்னயம் என்னும் செருக்கு.   860

> 'மாறுபாடு' என்னும் ஒன்றினால் துன்பமானவை எல்லாம் உண்டாகும்; அதற்கு மாறான நட்பால் நல்ல நீதியாகிய பெருமித நிலை உண்டாகும்.

87. பகை மாட்சி

வலியார்க்கு மாறேற்றல் ஓம்புக ஓம்பா
மெலியார்மேல் மேக பகை. 861

    தம்மைவிட வலியவருக்குப் பகையாகி அவரை எதிர்த்தலைக் கைவிடவேண்டும்: தம்மைவிட மெலியவருக்குப் பகையாவதை விடாமல் கொள்வதற்கு விரும்ப வேண்டும்

அன்பிலன் ஆன்ற துணையிலன் தான்துவ்வான்
என்பரியும் ஏதிலான் துப்பு. 862

    தன் சுற்றத்தாரிடம் அன்பில்லாதவன்; வலிய துணையில்லாதவன், தானும் வலிமையற்றவன் என்ற நிலையில் ஒருவன் இருந்தால் அவன் பகைவலுடைய வலிமையை எவ்வாறு எதனால் ஒழிக்க முடியும்?

அஞ்சும் அறியான் அமைவிலன் ஈகலான்
தஞ்சம் எளியன் பகைக்கு. 863

    ஒருவன் அஞ்சுகின்றவனாய், அறியவேண்டுவதை அறியாதவனாய், பிறருடன் பொருந்தும் பண்பு இல்லாதவனாய், எவருக்கும் கொடுத்து உதவாதவனாய் இருந்தால், அவன் பகைவரால் அழிக்கப்படுவதற்கு மிகவும் எளியவனாவான்.

நீங்கான் வெகுளி நிறையிலன் எஞ்ஞான்றும்
யாங்கணும் யார்க்கும் எளிது. 864

    ஒருவன் சினம் நீங்காதவனாய், நெஞ்சத்தை நிறுத்தி ஆளமாட்டாதவனாய் இருந்தால் அவனை பகைத்து வெற்றியடைதல் எக்காலத்திலும், எவ்விதத்திலும், எவர்க்கும் எளிதாகும்.

வழிநோக்கான் வாய்ப்பன செய்யான் பழிநோக்கான்
பண்பிலன் பற்றார்க்கு இனிது. 865

    ஒருவன் நல்வழியை நோக்காதவனாய், பொருத்தமான வற்றைச் செய்யாதவனாய் தனக்கு வரும் பழியையும் பாராதவனாய், நற்பண்பும் இல்லாதவனாய் இருந்தால், அவன் பகைவரால் எளிதில் வெல்லத் தக்கவனாவான்.

87. பகை மாட்சி

காணாச் சினத்தான் கழிபெருங் காமத்தான்
பேணாமை பேணப் படும். 866

தன்னையும் பிறரையும் அறியாமைக்கு ஏதுவாகிய சினத்தையுடையவனாய், மேன்மேலும் பெருகும் காமத்தவனாய் ஒருவன் இருப்பின், அவன் பகைமை பிறரால் விரும்பி ஏற்றுக்கொள்ளப்படும்.

கொடுத்தும் கொளல்வேண்டும் மன்ற அடுத்திருந்து
மாணாத செய்வான் பகை. 867

ஒரு தொழிலைத் தொடங்கும் போது உடனிருந்து, பின்கேடுகளைச் செய்பவனின் பகையைப் பொருள் கொடுத்தாவது உறுதியாகப் பெற்றுக் கொள்ள வேண்டும்.

குணனிலனாய்க் குற்றம் பலவாயின் மாற்றார்க்கு
இனனிலனாம் ஏமாப்பு உடைத்து. 868

ஒருவன் குணம் எதுவும் இல்லாதவனாய்க் குற்றங்களும் பலவாக உள்ளவனானால் அவன் துணையற்றவன் ஆவான். அந்நிலைமையே அவனுடைய பகைவர்க்கு நன்மையாக அமையும்.

செறுவார்க்குச் சேண்இகவா இன்பம் அறிவிலா
அஞ்சும் பகைவர்ப் பெறின். 869

நீதியை அறிதல் இல்லாதவரும் அஞ்சும் இயல்பும் உடைய வருமான பகைவரைப் பெற்றால் அவரை எதிர்த்துப் பகை கொள்பவர்க்கு உயர்ந்த இன்பங்கள் எல்லாம் தொலைவில் நீங்காமல் நிற்கும்.

கல்லான் வெகுளும் சிறுபொருள் எஞ்ஞான்றும்
ஒல்லானை ஒல்லாது ஒளி. 870

நீதிநூல்களைக் கல்லாதவனோடு பகை கொண்டு எளிய செயலைச் செய்ய இயலாத ஒருவனிடம் எக்காலத்திலும் புகழ் வந்து பொருந்தாது.

88. பகைத்திறம் தெரிதல்

பகைஎன்னும் பண்பி லதனை ஒருவன்
நகையேயும் வேண்டற்பாற்று அன்று. 871

'பகை' என்று கூறப்படும் பண்பு இல்லாத தீமையை ஒருவன் சிரித்து மகிழும் பொழுதுபோக்கும் விளையாட்டாகவும் விரும்புதல் கூடாது; இது நீதிநூலின் முடிந்த முடிபாகும்.

வில்லேர் உழவர் பகைகொளினும் கொள்ளற்க
சொல்லேர் உழவர் பகை. 872

வில்லை ஏராகவுடைய உழவராகிய வீரருடன் பகை கொண்டபோதிலும் சொல்லை ஏராகவுடைய அறிஞருடன் பகை கொள்ளலாகாது.

ஏமுற் றவரினும் ஏழை தமியனாய்ப்
பல்லார் பகைகொள் பவன். 873

தான் தனியாக இருந்து கொண்டு பலருடைய பகையைத் தேடிக் கொள்பவன் பித்துப் பிடித்தவனைவிட அறிவில்லாதவனாகக் கருதப்பெறுவான்.

பகைநட்பாக் கொண்டொழுகும் பண்புடை யாளன்
தகைமைக்கண் தங்கிற்று உலகு. 874

பகையையும் நட்பாக்கிக் கொண்டு நடக்கும் பண்புடைய அரசனது பெருமையினுள்ளே இவ்வுலகமே அடங்கியுள்ளது.

தன்துணை இன்றால் பகைஇரண்டால் தான்ஒருவன்
இன்துணையாக கொள்கவற்றின் ஒன்று. 875

தனக்கு உதவியாகத் துணையோ இல்லை; தனக்குப் பகையோ இரண்டு; தானோ ஒருவன்: இந்நிலையில் அப்பகைகளுள் ஒன்றைத் தனக்கு இனிய துணையாகக் கொள்ள வேண்டும்.

88. பகைத்திறம் தெரிதல்

தேறினும் தேறா விடினும் அழிவின்கண்
தேறான் பகாஅன் விடல். 876

இதற்கு முன் ஒருவனைப் பற்றி ஆராய்ந்து தெளிந்திருந்தாலும் தெளியாவிட்டாலும், மற்றொரு காலத்தில் அழிவு வந்துற்ற போது அவனைத் தெளியாமலும் நீங்காமலும் வாளா விடவேண்டும்.

நோவற்க நொந்தது அறியார்க்கு மேவற்க
மென்மை பகைவ ரகத்து. 877

தான் துன்புற்றதைத் தாமாகவே அறியாத நண்பர்க்குத் தன் துன்பத்தைச் சொல்லலாகாது; வலியிழந்த நிலைமையைப் பகைவரிடத்தும் புலப்படுத்தலாகாது.

வகையறிந்து தற்செய்து தற்காப்ப மாயும்
பகைவர்கண் பட்ட செருக்கு. 878

தான் செய்யும் செலவின் வகையை அறிந்து தன்னை வலிமைபடுத்திக் கொண்டு அது வெற்றியுடன் முடிவதற்கேற்பப் பொருளைப் பெருக்கிக் கொண்டு தற்காப்புத் தேடிக் கொண்டால் பகைவரிடத்தில் உள்ள செருக்குத் தானாகவே தேய்ந்தழியும்.

இளைதாக முள்மரம் கொல்க களையுநர்
கைகொல்லும் காழ்த்த விடத்து. 879

களைய வேண்டிய முள் மரத்தை அஃது இளையதாக இருக்கும் போதே களைந்துவிடவேண்டும்; காழ்ப்பு ஏறி முதிர்ந்த போது களைய முற்பட்டால், களைகின்றவரின் கையையே அது வருத்தும்.

உயிர்ப்ப உளரல்லர் மன்ற செயிர்ப்பவர்
செம்மல் சிதைக்கலா தார். 880

பகைவரது தலைமையைக் கெடுக்கும் வாய்ப்பு வந்த போதும் அவர்மீதுள்ள இகழ்ச்சியால் அதனைச் செய்யாத அரசர் திண்ணமாக மூச்சுவிடும் அளவிற்கும் உயிரோடிருப்பர் ஆகார்; இஃது உறுதி.

89. உட்பகை

நிழல்நீரும் இன்னாத இன்னா தமர்நீரும்
இன்னாவாம் இன்னா செயின். 881

> நிழலும் நீரும் நுகருங்காலத்தில் இன்பம் தருவனவாயினும், பின்னர் நோய் செய்தால் தீயனவே ஆகும்; அதுபோலவே சுற்றத்தாரின் இயல்புக்களும் துன்பம் செய்யின் தீயனவாகும்.

வாள்போல் பகைவரை அஞ்சற்க அஞ்சுக
கேள்போல் பகைவர் தொடர்பு. 882

> வாளைப் போல் வெளிப்படையான பகைவர்க்கு அஞ்ச வேண்டியதில்லை; ஆனால் உறவினரைப்போல் இருந்து அன்பு காட்டி உள்ளத்தில் பகை மறைத்து நிற்பவருக்கே அஞ்சவேண்டும்.

உட்பகை அஞ்சித்தற் காக்க உலைவிடத்து
மட்பகையின் மாணத் தெறும். 883

> உட்பகையாக இருப்பவருக்கு அஞ்சி, தன்னைக் காத்துக் கொள்ள வேண்டும்; அங்ஙனம் காவாக்கால், தனக்குத் தளர்ச்சி வந்துற்றபோது மட்கலத்தை அறுக்கும் கருவிபோல அந்த உட்பகை தவறாமல் அழிவு செய்யும்.

மனம்மாணா உட்பகை தோன்றின் இனம்மாணா
ஏதம் பலவும் தரும். 884

> உள்ளத்தில் திருந்தாத பகை ஒருவருக்கு உண்டானால், அவர் அதனை அப்போதே ஒழிக்க வேண்டும்; இல்லையானால் அது சுற்றம் சீர்படாமைக்குக் காரணமான குற்றம் பலவற்றையும் தரும்.

உறல்முறையான உட்பகை தோன்றின் இறல்முறையான்
ஏதம் பலவுந் தரும். 885

> புறத்தே உறவு முறைத் தன்மையோடு பழகுவோரிடம் உட்பகை தோன்றினால், அஃது ஒருவருக்கு இறக்கும் வகையான குற்றம் பலவற்றையும் கொடுக்கும்.

89. உட்பகை

ஒன்றாமை ஒன்றியார் கண்படின் எஞ்ஞான்றும்
பொன்றாமை ஒன்றல் அரிது. 886

ஒருவருடைய உற்றாரிடத்தில் பகைமை ஏற்படுமானால் அந்த உட்பகையால் அவன் அழியாதிருத்தல் என்பது எக்காலத்திலும் அரிதாகும்.

செப்பின் புணர்ச்சிபோல் காமனும் கூடாதே
உட்பகை உற்ற குடி. 887

செப்பின் இணைப்பைப்போல் புறத்தே பொருந்தியிருப்பினும், உட்பகை உண்டாகிய குடியிலுள்ளவர்கள் அகத்தே பொருந்தியிருக்க மாட்டார்கள்.

அரம்பொருத பொன்போலத் தேயும் உரம்பொருது
உட்பகை உற்ற குடி. 888

முன் உயர்ந்து வளர்ந்ததேயாயினும், உட்பகை உண்டானகுடி அரத்தினால் அராவப்பட்ட இரும்பைப் போல் வலிமை குறைக்கப் பட்டு நாளுக்குநாள் தேய்ந்து அழிந்து போகும்.

எள்பக வன்ன சிறுமைத்தே ஆயினும்
உட்பகை உள்ளதாம் கேடு. 889

ஒருவரது உட்பகை அவரது பெருமையை நோக்க எள்ளின் பிள்வைப்போல் சிறிதானது என்றாலும், அதனால் அவன் பெருமையெல்லாம் பிற்காலத்தில் கெட்டழியும்.

உடம்பாடு இலாதவர் வாழ்க்கை குடங்கருள்
பாம்போடு உடனுறைந் தற்று. 890

மனம் பொருந்தாதவரோடு ஒருவன் கூடியிருந்து வாழும் வாழ்க்கை ஒரு குடிசையுள்ளே பாம்போடு தங்கியிருந்து வாழ்வதைப் போன்றது.

90. பெரியாரைப் பிழையாமை

ஆற்றுவார் ஆற்றல் இகழாமை போற்றுவார்
போற்றலுள் எல்லாம் தலை. 891

மேற்கொண்ட செயல்களைச் செய்து முடிக்க வல்லவரின் ஆற்றல்களை இகழாதிருத்தல், காப்பவர் தமக்குத் தீங்கு வராமல் செய்து கொள்ளும் காவல்கள் எல்லாவற்றிலும் சிறந்தது.

பெரியாரைப் பேணாது ஒழுகின் பெரியாரால்
பேரா இடும்பை தரும். 892

ஆற்றல் மிகுந்த பெரியாரை விரும்பி மதிக்காமல் நடந்தால் அஃது அப்பெரியாரால் அவருக்கு எவ்விடத்தும் நீங்காத துன்பங்களைத் தந்து விடும்.

கெடல்வேண்டின் கேளாது செய்க அடல்வேண்டின்
ஆற்று பவர்கண இழுக்கு. 893

ஒருவன் தான் கெட்டுப்போக விரும்பினால் பெரியாரைக் கேளாமலே ஒரு செயலைக் செய்க; தன்னைக் கொன்று கொள்ள விரும்பினால் வலிமை யுடையவருக்குக் குற்றம் செய்தாலே போதும்.

கூற்றத்தைக் கையால் விளித்தற்றால் ஆற்றுவார்க்கு
ஆற்றாதார் இன்னா செயல். 894

ஆற்றல் உடையவர்க்கு ஆற்றல் இல்லாதவர் தீங்கிழைத்தல், தானாக வரும் கூற்றுவனைக் கைகாட்டி அழைத்தலைப் போன்றது.

யாண்டுச்சென்று யாண்டும் உளராகார் வெந்துப்பின்
வேந்து செறப்பட்ட வர். 895

மிக்க வலிமையுடைய அரசனுடைய பகைக்கு உள்ளானவர் அவனிடமிருந்து தப்புவதற்காக எங்குச் சென்றாலும் எங்கும் உயிர்வாழ்ந்திருக்க முடியாது.

90. பெரியாரைப் பிழையாமை

எரியாற் சுடப்படினும் உய்வுண்டாம் உய்யார்
பெரியார்ப் பிழைத்தொழுகு வார். 896

தீயால் சுடப்பட்டாலும் ஒருகால் உயிர்பிழைத்து வாழமுடியும்; ஆற்றல் மிகுந்த பெரியோரிடத்தில் தவறு செய்து நடப்பவர் தப்பிப் பிழைக்க முடியாது.

வகைமாண்ட வாழ்க்கையும் வான்பொருளும் என்னாம்
தகைமாண்ட தக்கார் செறின். 897

தகுதியால் சிறப்பெய்திய பெரியார் ஒருவனை வெகுண்டால் பல வகையாலும் சிறப்புற்ற அவனுடைய வாழ்க்கையும் பெரும் பொருளும் அழிந்து விடும்.

குன்றன்னார் குன்ற மதிப்பின் குடியொடு
நின்றன்னார் மாய்வர் நிலத்து. 898

குன்றுபோலத் தவ நெறியால் உயர்ந்தவர்கள் கெட் வேண்டும் என்று நினைப்பார்களாயின், உலகில் அழியாமல் நிலைபெற்றாற்போல் உள்ளவரும் தம் குடியோடு அழிந்து படுவர்.

ஏந்திய கொள்கையார் சீறின் இடைமுரிந்து
வேந்தனும் வேந்து கெடும். 899

உயர்ந்த விரத வாழ்க்கை கொண்டவர்கள் சீற்றம் கொண்டால், நாட்டை ஆளும் அரசனும் இடைநடுவே முரிந்து அரசு இழந்து கெட்டழிவான்

இறந்தமைந்த சார்புடைய ராயினும் உய்யார்
சிறந்தமைந்த சீரார் செறின். 890

மிகச் சிறப்பாக அமைந்த பெருமையுடையவர்கள் சினம் கொள்வாரானால். மிகப் பெரிய சார்புகள் உடையவரானாலும் உய்தல் முடியாது; அப்போதே அழிந்து படுவர்.

91. பெண்வழிச் சேறல்

மனைவிழைவார் மாண்பயன் எய்தார் வினைவிழைவார்
வேண்டாப் பொருளும் அது.   901

> தம் மனையாள் விரும்புகின்றவாறு வாழ்கின்றவர்
> சிறந்த பயன்களை அடையார்; கடமையைச்
> செய்தலை விரும்புகின்றவர் வேண்டாதபொருளும்
> அதுவேயாகும்.

பேணாது பெண்விழைவான் ஆக்கம் பெரியதோர்
நாணாக நாணுத் தரும்.   902

> கடமையை விரும்பாமல் மனைவியின்
> பெண்மையை விரும்புகின்றவனுடைய
> செல்வம் (ஆக்கம்) இவ்வுலகத்து ஆண்பாலர்கள்
> அனைவரையும் நாணும்படி செய்யும்.

இல்லாள்கண் தாழ்ந்த இயல்பின்மை எஞ்ஞான்றும்
நல்லாருள் நாணுத் தரும்.   903

> மனைவியிடத்துத் தாழ்ந்து நடக்கும் இழிந்த
> தன்மை ஒருவனுக்கு எப்போதும் நல்லவரிடையே
> பழகும்போது நாணத்தைத் தரும்.

மனையாளை அஞ்சும் மறுமையி லாளன்
வினையாண்மை வீறெய்தல் இன்று.   904

> மனைவிக்கு அஞ்சி நடக்கின்ற மறுமைப்பயன்
> இல்லாத ஒருவனுக்குச் செயலாண்மை இருந்த
> போதிலும் அது நல்லோரால் மதிக்கப்பெறாது.

இல்லாளை அஞ்சுவான் அஞ்சுமற் றெஞ்ஞான்றும்
நல்லார்க்கு நல்ல செயல்.   905

> மனைவிக்கு எப்போதும் அஞ்சி வாழ்கின்றவன்,
> தான் தேடிய பொருளேயானாலும் நல்லவர்க்கு
> நன்மையான கடமையைச் செய்வதற்கும்
> அஞ்சுவான்.

91. பெண்வழிச் சேறல்

இமையாரின் வாழினும் பாடிலரே இல்லாள்
அமையார்தோள் அஞ்சு பவர்.   906

தம் மனைவியின் மூங்கில் போன்ற தோளுக்கு அஞ்சி வாழ்கின்றவர். வீரத்தால் துறக்கம் பெற்ற அமரரைப் போல் சிறப்பான நிலையில் வாழ்ந்த போதிலும் பெருமை இல்லாதவரே ஆவர்.

பெண்ணேவல் செய்தொழுகும் ஆண்மையின் நாணுடைப்
பெண்ணே பெருமை உடைத்து.   907

நாணமின்றி தன் இல்லாள் ஏவியபடியே செய்து ஒழுகுகின்றவனின் ஆண்மையைவிட நாணத்தைத் தன் இயல்பாகவுடைய பெண்மையே பெருமையுடையது.

நட்டார் குறைமுடியார் நன்றாற்றார் நன்னுதலாள்
பெட்டாங்கு ஒழுகு பவர்.   908

தம் மனையாள் விரும்பியபடி நடப்பவர் தம் நண்பர்களின் குறையையும் தீர்க்க மாட்டார்; மறுமைக்குத் துணையாக உதவும் எந்த அறத்தையும் செய்யமாட்டார்.

அறவினையும் ஆன்ற பொருளும் பிறவினையும்
பெண்ஏவல் செய்வார்கண் இல்.   909

அறச் செயலும் அதற்குக் காரணமாக அமைந்த பொருளைச் செய்தலும் மற்ற கடமைகளும் மனையாள் ஏவலின்படி நடப்போரிடத்தில் இல்லை.

எண்சேர்ந்த நெஞ்சத் திடனுடையார்க்கு எஞ்ஞான்றும்
பெண்சேர்ந்தாம் பேதைமை இல்.   910

எண்ணம் வல்ல நெஞ்சமும் அதனாலாகிய செல்வமும் உடைய வேந்தர்க்கு மனையாளின் ஏவலுக்கு இணங்கும் அறியாமை ஒருகாலத்தும் இல்லை.

92. வரைவின் மகளிர்

அன்பின் விழையார் பொருள்விழையும் ஆய்தொடியார்
இன்சொல் இழுக்குத் தரும். 911

அன்பால் விரும்பாமல் ஒருவன் தருகின்ற பொருள்
காரணமாக விரும்புகின்ற பொதுமகளிர் பேசுகின்ற
இனிய சொல், ஒருவனுக்குத் துன்பத்தையே
கொடுக்கும்.

பயன்தூக்கிப் பண்புரைக்கும் பண்பின் மகளிர்
நயன்தூக்கி நள்ளா விடல். 912

ஒருவனிடமுள்ள பொருளின் அளவை அறிந்து
அதனை அடையும் வரை பண்பைப் பற்றிப் பேசும்
பண்பற்ற பொதுமகளிரின் இன்பத்தை ஆராய்ந்து
பொருந்தாமல் விட்டுவிட வேண்டும்.

பொருட்பெண்டிர் பொய்ம்மை முயக்கம் இருட்டறையில்
ஏதில் பிணந்தழீஇ யற்று. 913

கொடுக்கும் பொருளையே விரும்பும்
பொதுமகளிரின் பொய்யான தழுவுதல், பிணம்
எடுப்பார் இருட்டறையில் தொடர்பு இல்லாத
ஒரு பிணத்தைத் தழுவுவதைப் போன்றது.

பொருட்பொருளார் புன்னலம் தோயார் அருட்பொருள்
ஆயும் அறிவி னவர். 914

இன்பமாகிய பொருளை இகழ்ந்து பொருளையே
விரும்பும் பொதுமகளிரது இழிந்த இன்பத்தை
அருளோடு கூடிய சிறந்த பொருளை ஆராயும்
அறிவுடையோர் பொருந்தார்.

பொதுநலத்தார் புன்னலம் தோயார் மதிநலத்தின்
மாண்ட அறிவி னவர். 915

இயற்கையான மதிநலத்தால் மாட்சிமைப் பட்ட
அறிவுடையோர் பொருள் தருவார் எல்லார்க்கும்
பொதுவாக இன்பம் தரும் மகளிரின் இழிவான
நலத்தைத் தீண்டார்.

92. வரைவின் மகளிர்

தந்நலம் பாரிப்பார் தோயார் தகைசெருக்கிப்
புன்னலம் பாரிப்பார் தோள். 916

அழகு முதலியவற்றால் செருக்கடைந்து தம் புன்மையான நலத்தை விற்கும் பொதுமகளிரின் தோளினைத் தம் புகழைக் கருதும் உயர்ந்தோர் தீண்டமாட்டார்.

நிறைநெஞ்சம் இல்லவர் தோய்வர் பிறநெஞ்சில்
பேணிப் புணர்பவர் தோள். 917

நெஞ்சத்தை நிறுத்தி ஆளும் ஆற்றல் இல்லாதவர், தம் நெஞ்சில் வேறு பொருள்களை விரும்பிக் கூடும் பொதுமகளிரின் தோள்களைப் பொருந்துவர்.

ஆயும் அறிவினர் அல்லார்க்கு அணங்கென்ப
மாய மகளிர் முயக்கு. 918

வஞ்சித்தலில் வல்ல பொதுமகளிரின் முயக்கத்தை, அவ் வஞ்சனையை ஆராய்ந்து அறியும் அறிவில்லாதவர்க்கு 'அணங்கு தாக்கு' (மோகினி மயக்கும்) என்பர் அறிஞர்.

வரைவிலா மாணிழையார் மென்றோள் புரையிலாப்
பூரியர்கள் ஆழும் அளறு. 919

உயர்ந்தோர், இழிந்தோர் என்னும் எவரையும் விலை தந்தால் தழுவுகின்ற பொதுமகளிரது மெல்லிய தோள்கள் உயர் லில்லாத கீழ்மக்கள் புகுந்து அழுந்தும் நரகமாகும்.

இருமனப் பெண்டிரும் கள்ளும் கவறும்
திருநீக்கப் பட்டார் தொடர்பு. 920

இருவகைப்பட்ட மனம் உடைய பொதுமகளிரும், கள்ளும், சூதுமாகிய இம்மூன்று தொடர்புகளும் திருமகளால் கைவிடப்பெற்றவரின் நெருங்கிய உறவாகும்.

93. கள்ளுண்ணாமை

உட்கப் படாஅர் ஒளியிழப்பர் எஞ்ஞான்றும்
கட்காதல் கொண்டொழுகு வார். 921

கள்ளின் மேல் விருப்பங் கொண்டு நடப்பவர் எக்காலத்திலும் பகைவரால் அஞ்சப்படார். அதுவேயன்றி தாம் முன் எய்தியிருந்த புகழையும் இழந்து விடுவர்.

உண்ணற்க கள்ளை உணில்உண்க சான்றோரால்
எண்ணப் படவேண்டா தார். 922

அறிவை மயக்கும் கள்ளை அறிவுடையார் உண்ணலாகாது; சான்றோரால் நன்கு கருதப்பெறுவதை விரும்பாதவர் மட்டுமே வேண்டுமானால் உண்ணலாம்.

ஈன்றாள் முகத்தேயும் இன்னாதால் என்மற்றுச்
சான்றோர் முகத்துக் களி. 923

எது செய்தாலும் மகிழும் பெற்ற அன்னையின் முன்பு கள்ளுண்டு களித்தல் அவளும் துன்பம் தருவதாகும்; அவ்வாறானால் குற்றம் எதனையும் பொறாத சான்றோரின் முன் அஃது என்னவாகும்?

நாண்என்னும் நல்லாள் புறங்கொடுக்கும் கள்ளென்னும்
பேணாப் பெருங்குற்றத் தார்க்கு. 924

'நாணம்' என்று சொல்லப்படும் நல்லவள், 'கள்' என்று சொல்லப்படும் விரும்பத்தகாத பெருங்குற்றம் உடையவர்க்கு எதிரே நிற்காமல் அருவருத்து அகன்று போவாள்.

கையறி யாமை யுடைத்தே பொருள்கொடுத்து
மெய்யறி யாமை கொளல். 925

ஒருவன் விலைப்பொருள் கொடுத்துக் கள்ளுண்டு தன் உடலை மறக்கும் அறியாத நிலையை மேற்கொள்ளுதல் இன்னதென்று அறியாத அறியாமை உடையதாகும்.

93. கள்ளுண்ணாமை

துஞ்சினார் செத்தாரின் வேறல்லர் எஞ்ஞான்றும்
நஞ்சுண்பார் கள்ளுண் பவர். 926

உறங்கினார் அறிவிழந்திருப்பதால் இறந்தவரைவிட வேறுபட்டவர் அல்லர்; அவ்வாறே கள் உண்பவரும் எப்போதும் அறிவுமயங்குதலால் நஞ்சு உண்டவரைஅல்லர்.

உள்ளொற்றி உள்ளூர் நகப்படுவர் எஞ்ஞான்றும்
கள்ளொற்றிக் கண்சாய் பவர். 927

கள்ளை மறைந்திருந்து குடித்து அதன் களிப்பினாலே தம் அறிவை இழந்தவர்கள் உள்ளூரில் வாழ்பவரால் செய்திகள் அறியப்பெற்று எந்நாளும் எள்ளி நகையாடப்படுவர்.

களித்தறியேன் என்பது கைவிடுக நெஞ்சத்து
ஒளித்ததூஉம் ஆங்கே மிகும். 928

கள்ளை உண்டபொழுதே முன் ஒளித்த குற்றம் மிகுதி யாக வெளிப்படுதலால் மறைவாகக் கள்ளையுண்டு 'யான் ஒரு போதும் கள்ளுண்டறியேன்' என்று சொல்வதைக் கைவிடவேண்டும்.

களித்தானைக் காரணம் காட்டுதல் கீழ்நீர்க்
குளித்தானைத் தீத்துரீஇ யற்று. 929

கள்ளுண்டு மயங்கினவனைக் காரணம் காட்டித் தெளிவித்தல், நீரினுள் மூழ்கினவனைத் தீ விளக்கு கொண்டு தேடுவதைப்போல் முடியாத செயலாகும்.

கள்ளுண்ணாப் போழ்தில் களித்தானைக் காணுங்கால்
உள்ளான்கொல் உண்டதன் சோர்வு. 930

கள் உண்பவன் தான் உண்ணாதபொழுது உண்டு களித்தவனைக் காணுமிடத்தில் உண்டு மயங்குவதால் வரும் சோர்வு நிலையும் இப்படித்தான் ஆகும் என்று நினைக்க மாட்டானோ?

94. சூது

வேண்டற்க வென்றிடினும் சூதினை வென்றதூஉம்
தூண்டிற்பொன் மீன்விழுங்கி யற்று. 931

வெற்றியே பெறுபவன் ஆனாலும் ஒருவன் சூதாட்டத்தை விரும்பக் கூடாது. வென்ற வெற்றியும் தூண்டில் இரும்பை இரை என்று மயங்கி மீன் விழுங்கினாற்போன்றது.

ஒன்றெய்தி நூறிழக்கும் சூதர்க்கும் உண்டாங்கொல்
நன்றெய்தி வாழ்வதோர் ஆறு. 932

ஒரு பொருள் பெற்று பெறுவோம் என்னும் ஆசையால் நூறு மடங்கு பொருளை இழந்து வறியராகும் சூதருக்கும் நன்மைகளை அடைந்து வாழ்கின்ற நெறியும் ஒன்று உளதாகுமோ?

உருளாயம் ஓவாது கூறின் பொருளாயம்
போஒய்ப் புறமே படும். 933

உருளுகின்ற கருவியால் வரும் பொருளை ஒருவன் இடைவிடாது கூறிச் சூதாடினால், அவன் ஈட்டிய பொருளும் பொருள் வருவாயும் அவனை விட்டு நீங்கி எதிரிகளிடம் சென்று அடைந்து விடும்.

சிறுமை பலசெய்து சீரழிக்கும் சூதின்
வறுமை தருவதொன்று இல். 934

ஒருவனுக்குத் துன்பம் பலவற்றையும் இழைத்து அவனுடைய புகழையும் கெடுக்கும் சூதாட்டத்தைப் போல் வறுமை தருவது வேறொன்றும் இல்லை.

கவறும் கழகமும் கையும் தருக்கி
இவறியார் இல்லாகி யார். 935

சூதாடு கருவியும், ஆடும் இடமும், கைத்திறனும் ஆகிய இவற்றைக் கைவிடாதவர், தாம் எல்லாப் பொருளும் உடையவராக இருந்தும் இல்லாதவர் ஆகிவிடுவர்.

94. சூது

அகடாரார் அல்லல் உழப்பர்சூ தென்னும்
முகடியால் மூடப்பட் டார். 936

சூது என்னும் மூதேவியால் ஆட்கொள்ளப் பெற்றவர்கள், இம்மையில் வயிறார உணவைப் பெறார்; மறுமையிலும் நரகத்தில் சிக்கி மிகவும் வருந்துவர்.

பழகிய செல்வமும் பண்பும் கெடுக்கும்
கழகத்துக் காலை புகின். 937

நல்லது செய்வதற்கென்று அமைந்த காலம் சூதாடும் களத்தில் கழியுமானால் அது அவனுக்குத் தொன்றுதொட்டு வந்த செல்வத்தையும் இயல்பான நற்பண்புகளையும் கெடுத் தொழிக்கும்.

பொருள்கெடுத்துப் பொய்மேற் கொளீஇ
அருள்கெடுத்து
அல்லல் உழப்பிக்கும் சூது. 938

சூதாட்டம் உள்ள பொருளையும் அழித்துப் பொய்யையும் மேற்கொள்ளச் செய்து, அருளையும் கெடுத்து பலவகையிலும் துன்பத்தினால் வருந்தச் செய்யும்.

உடைசெல்வம் ஊண்ஒளி கல்விஎன்று ஐந்தும்
அடையாவாம் ஆயம் கொளின். 939

சூதாட்டத்தை ஒருவன் மேற்கொண்டால் அஃது அவனுடைய புகழ், கல்வி, செல்வம், உணவு, உடை ஆகிய ஐந்துமே அவனை விட்டு அகன்று ஒழியும்

இழத்தொறூஉம் காதலிக்கும் சூதேபோல் துன்பம்
உழத்தொறூஉம் காதற்று உயிர். 940

பொருளை வைத்து இழக்க இழக்க மேன்மேலும் விருப்பத்தை வளர்க்கும் சூதாட்டம்போல் உடல் துன்பப்பட்டு வருந்த வருந்த உயிர் மென்மேலும் அதனை விரும்பும்.

95. மருந்து

மிகினும் குறையினும் நோய்செய்யும் நூலோர்
வளிமுதலா எண்ணிய மூன்று.   941

> ஒருவனுடைய உணவும் செயல்களும் உடற்கூறு பாட்டிற்கு மேல் கூடினாலும் குறைந்தாலும் மருத்துவ நூலோர் வாதம், பித்தம், சிலேத்துமம் என எண்ணி வகுத்த மூன்று நோயைச் செய்யும்

மருந்தென வேண்டாவாம் யாக்கைக்கு அருந்தியது
அற்றது போற்றி உணின்.   942

> ஒருவன் முன்பு உண்ட உணவு செரித்த தன்மையைத் தெளிவாக அறிந்து அதன் பின்னர் தக்க அளவு உண்பானானால், அவன் உடம்பிற்கு மருந்து என்னும் ஒன்று வேண்டியதில்லை.

அற்றால் அளவறிந்து உண்க அஃதுடம்பு
பெற்றான் நெடிதுய்க்கு மாறு.   943

> ஒருவன் தான் முன்னுண்டது செரித்துவிட்டால், பின் வேண்டிய அளவு அறிந்து உண்ண வேண்டும்; அதுவே உடம்பு பெற்ற அவன் அதை நெடுங்காலம் காப்பாற்றும் வழி.

அற்றது அறிந்து கடைப்பிடித்து மாறல்ல
துய்க்க துவரப் பசித்து.   944

> முன்பு உண்ட உணவு செரித்த தன்மையை அறிந்து மாறுபாடில்லாத உணவைத் தெரிந்தெடுத்து அதனையும் நன்றாகப் பசித்த பிறகு உண்ண வேண்டும்.

மாறுபாடு இல்லாத உண்டி மறுத்துண்ணின்
ஊறுபாடு இல்லை உயிர்க்கு.   945

> மாறுபாடில்லாத உணவை அளவு மீறாமல் மறுத்து அளவோடு உண்டால் அவன் உயிர் உடம்பில் வாழ்வதற்கு இடையூறான பிணிகளால் துன்பம் இல்லை.

95. மருந்து

இழிவறிந்து உண்பான்கண் இன்பம்போல் நிற்கும்
கழிபே ரிரையான்கண் நோய். 946

அளவுக்குச் சிறிது குறைவாகவே உண்பவனிடம் இன்பம் நீங்காமல் நிலை நிற்பது போல், அளவுக்கு மிகுதியாக உண்பவனிடம் நோயும் நீங்காமல் நிலைத்து நிற்கும்.

தீயள வன்றித் தெரியான் பெரிதுண்ணின்
நோயள வின்றிப் படும். 947

பசித்தியின் அளவின்படி அல்லாமல் காலமும் அளவும் அறியாதபடி பெருமளவு ஒருவள் உண்பானாயின், அதனால் நோய்களும் அவனிடத்தில் எல்லையில்லாமல் வளரும்.

நோய்நாடி நோய்முதல் நாடி அதுதணிக்கும்
வாய்நாடி வாய்ப்பச் செயல். 948

குணம் குறிகளால் நோய் இன்னதென்று துணிந்து, அதன் காரணத்தையும் தெளிந்து, அதைத் தீர்க்கும் வழியையும் அறிந்து, செய்யும் வகை பிழையாமல் மருத்துவம் செய்தல் வேண்டும்.

உற்றான் அளவும் பிணியளவும் காலமும்
கற்றான் கருதிச் செயல். 949

மருத்துவத்தைக் கற்றறிந்தவன் நோயுற்றவனுடைய வயது முதலியவற்றையும், நோயின் தன்மையையும் (அளவையும்) காலத்தின் இயல்பையும் நன்கு கருதிய பின்னரே மருத்துவம் செய்ய வேண்டும்.

உற்றவன் தீர்ப்பான் மருந்துழைச் செல்வானென்று
அப்பால்நாற் கூற்றே மருந்து. 950

நோயுற்றவன், நோய்தீர்க்கும் மருத்துவன், அவனுக்கு உதவும் மருந்து வகைகள், மருந்தை அருகிலிருந்து கொடுப்பவன் என்று மருத்துவ முறை நான்குவகைப் பாகுபாடு உடையது.

96 குடிமை

இற்பிறந்தார் கண்அல்லது இல்லை இயல்பாகக்
செப்பமும் நாணும் ஒருங்கு. 951

செம்மையும் நாணமும் ஒன்று சேர்ந்து பொருந்தி விளங்குதல் என்பது உயர்குடியில் பிறந்தவரிடத்தில் அன்றி மற்றவரிடத்தில் இயல்பாக அமைந்திருப்பதில்லை

ஒழுக்கமும் வாய்மையும் நாணும்இம் மூன்றும்
இழுக்கார் குடிப்பிறந் தார். 952

உயர்குடியில் பிறந்தவர்கள் ஒழுக்கமும், வாய்மையும், நாணமும் ஆகிய இம்மூன்று பண்புகளிலிருந்தும் தவறாமல் இயல்பாகவே நன்னெறியில் வாழ்வர்.

நகைஈகை இன்சொல் இகழாமை நான்கும்
வகைஎன்ப வாய்மைக் குடிக்கு. 953

உண்மையாக உயர்குடியில் பிறந்தவர்க்கு முகமலர்ச்சி, ஈகை, இனிய சொல், பிறரை இகழ்ந்து கூறாமை ஆகிய நான்கும் நல்ல பண்புகள் என்று கூறுவர்.

அடுக்கிய கோடி பெறினும் குடிப்பிறந்தார்
குன்றுவ செய்தல் இலர். 954

பலகோடிப் பொருளைப் பெறுவதாக இருந்தாலும் நல்ல குடியில் பிறந்தவர்கள் தம் குடிப்பெருமைக்குக் குறைவான எந்தக் குற்றங்களையும் செய்யமாட்டார்கள்.

வழங்குவ துள்வீழ்ந்தக் கண்ணும் பழங்குடி
பண்பில் தலைப்பிரிதல் இன்று. 955

தொன்றுதொட்டு வருகின்ற பழங்குடியில் பிறந்தவர்கள் தாம் கொடுத்துதவும் பொருள் தம் வறுமையால் சுருங்கிய போதிலும் தம் பண்பினிலிருந்து குறையமாட்டார்கள்

96 குடிமை

சலம்பற்றிச் சால்பில செய்யார்மா சற்ற
குலம்பற்றி வாழ்துும்என் பார். 956

மாசற்ற குடிமரபினோடு ஒத்து வாழ்வதாகக் கருதி வாழ்பவர்கள் வறுமையுற்ற காலத்திலும், வஞ்சனை கொண்டு தகுதியில்லாதவற்றைச் செய்யமாட்டார்கள்,

குடிப்பிறந்தார் கண்விளங்கும் குற்றம் விசும்பின்
மதிக்கண் மறுப்போல் உயர்ந்து. 957

உயர்குடியிற் பிறந்தவர்களிடம் தோன்றும் குற்றம் அளவால் சிறிதானாலும் வானத்துத் திங்களிடம் காணப்படும் களங்கம்போல் பலரறிய ஓங்கித் தோன்றும்.

நலத்தின்கண் நாரின்மை தோன்றின் அவனைக்
குலத்தின்கண் ஐயப் படும். 958

ஒருவனுடைய நல்ல பண்புகளுக்கிடையில் அன்பற்ற தன்மை காணப்பட்டால், அவனை அவனுடைய குடிப்பிறப்புப் பற்றி ஐயப்பட நேரும்.

நிலத்தில் கிடந்தமை கால்காட்டும் காட்டும்
குலத்திற் பிறந்தார்வாய்ச் சொல். 959

நிலத்தின் இயல்பினை அதனிடம் முளைத்த முளை தெரிவிக்கும்; அதுபோல் உயர்குடியில் பிறந்தவரின் வாய்ச் சொற்கள் அவருடைய குடிப்பிறப்பின் இயல்பினைக் காட்டும்.

நலம்வேண்டின் நாணுடைமை வேண்டும் குலம்வேண்டின்
வேண்டுக யார்க்கும் பணிவு. 960

ஒருவன் தனக்கு நன்மைகள் வேண்டும் என விரும்பினால் அவன் பழிக்கு நாணமுடையவனாதல் வேண்டும்; குடியின் உயர்வு வேண்டும் என்று விரும்பினால் எல்லோரிடத்தும் பணிவோடு நடத்தல் வேண்டும்.

97. மானம்

இன்றி யமையாச் சிறப்பின் ஆயினும்
குன்ற வருப விடல். 961

மிகவும் இன்றியமையாத சிறப்புகளை உடையனவாயினும் உயர்குடியில் பிறந்தவர் குடிப்பெருமைக்குத் தாழ்ச்சி வரும்படியான செயல்களைச் செய்யாமல் விடவேண்டும்.

சீரினும் சீரல்ல செய்யாரே சீரொடு
பேராண்மை வேண்டு பவர். 962

புகழோடு பெரிய ஆண்மையும் விரும்புகின்றவர்கள் புகழ் தேடும் வழியிலும் தம் குடிப்பெருமைக்கு ஒவ்வாத செயல்களைச் செய்யமாட்டார்கள்.

பெருக்கத்து வேண்டும் பணிதல் சிறிய
சுருக்கத்து வேண்டும் உயர்வு. 963

செல்வச் செழிப்புள்ள காலத்தில் ஒருவனுக்குப் பணிவு வேண்டும்; செல்வம் சுருங்கி வறுமையுள்ள காலத்தில் பணியாத உயர்வு வேண்டும்.

தலையின் இழிந்த மயிரனையர் மாந்தர்
நிலையின் இழிந்தக் கடை. 964

மக்கள் தம் உயர்வான நிலையை விட்டுத் தாழ்ந்த நிலைமையை அடையும்போது தலையிலிருந்து அகன்று விழுந்து தாழ்வுற்ற மயிரினைப்போல் இழிவு அடைவார்கள்.

குன்றின் அனையாரும் குன்றுவர் குன்றுவ
குன்றி அனைய செயின். 965

குடிப்பிறப்பால் குன்றுபோல் உயர்ந்த நிலையில் உள்ளவர்களும் தம் தாழ்வுக்குக் காரணமான செயல்களை ஒரு குன்றிமணி அளவு செய்தாலும் தாழ்ந்த நிலையை அடைவர்.

97. மானம்

புகழ்இன்றால் புத்தேள்நாட்டு உய்யாதால் என்மற்று
இகழ்வார்பின் சென்று நிலை. 966

தன்னை மதியாமல் இகழ்கின்றவர்களின் பின்
சென்று, பணிந்து நிற்கும் நிலை ஒருவனுக்குப்
புகழையும் தராது; மற்றும் தேவர் உலகிலும்
கொண்டுபோய்ச் சேர்க்காது; அதனால் என்ன
பயன்?

ஒட்டார்பின் சென்றொருவன் வாழ்தலின் அந்நிலையே
கெட்டான் எனப்படுதல் நன்று. 967

தன்னை இகழ்வாரின் பின்சென்று பொருள் பெற்று
அதனால் ஒருவன் வாழ்தலைவிட அவ்வாறு
செய்யாத நிலையில் நின்று அழிந்தான் என்று
சொல்லப்படுதல் சிறந்தது.

மருந்தோமற்று ஊன்ஓம்பும் வாழ்க்கை பெருந்தகைமை
பீடழிய வந்த இடத்து. 968

ஒருவனுடைய பெருந்தகைமை அழியும் நிலையில்,
தான் இறந்து போகாமல் மானம் விட்டு உடம்பை
மட்டும் காத்து வாழும் வாழ்க்கை இறவாமைக்கு
மருந்தோ?

மயிர்நீப்பின் வாழாக் கவரிமா அன்னார்
உயிர்நீப்பர் மானம் வரின் 969

தன் உடம்பிலிருந்து ஒரு மயிர் நீங்கினாலும் உயிர்
வாழாத கவரிமானைப் போன்றவர்கள் மானம்
அழிய நேர்ந்தால் அப்பொழுதே உயிரை விட்டு
விடுவர்.

இனிவரின் வாழாத மானம் உடையார்
ஒளிதொழுது ஏத்தும் உலகு. 970

தமக்கு யாதேனும் ஓர் இழிவு நேர்ந்தால், உயிரை
விட்டுவிட்ட மானமுள்ளவரின் புகழ்வடிவினை
எக்காலத்திலும் உலகத்தார் கைதொழுது போற்றித்
துதிப்பார்கள்.

98. பெருமை

ஒளிஒருவற்கு உள்ள வெறுக்கை இளிஒருவற்கு
அஃதிறந்து வாழ்தும் எனல். 971

ஒருவனுக்கு ஒளி என்பது ஊக்கமிகுதியாகும்;
ஒருவனுக்கு இழிவு அந்த ஊக்கம் இல்லாமலே
உயிர்வாழலாம் என்று நினைப்பதாகும்

பிறப்பொக்கும் எல்லா உயிர்க்கும் சிறப்பொவ்வா
செய்தொழில் வேற்றுமை யான். 972

எல்லா உயிர்க்கும் பிறப்பு இயல்பு ஒரு
தன்மையினதே; ஆயினும், தொழில் வேறுபாட்டால்
பெருமை, சிறுமை என்னும் சிறப்பியல்புகள்
ஒருபோதும் ஒத்திருப்பதில்லை,

மேலிருந்தும் மேலல்லார் மேலல்லா கீழிருந்தும்
கீழல்லார் கீழல் லவர். 973

செயற்கரிய செய்யாத சிறியவர் உயர்ந்த நிலையில்
இருந்தாலும் பெரியவர் ஆகார். அத்தகைய
செயல்கள் செய்து பெருமையடைந்தவர் தாழ்ந்த
நிலையான தரையில் இருந்தாலும் சிறியவர் ஆகார்.

ஒருமை மகளிரே போலப் பெருமையும்
தன்னைத்தான் கொண்டொழுகின் உண்டு. 974

ஒரு தன்மையான கற்புடைய மகளிர் நிறையில்
வழுவாமல் தம்மைத்தாமே காத்து ஒழுகுதலைப்
போல, பெருமைப் பண்பும் ஒருவன் தன்னைத்
தான் காத்துக் கொண்டு நடப்பவனிடம் உளதாகும்.

பெருமை உடையவர் ஆற்றுவார் ஆற்றின்
அருமை உடைய செயல். 975

பெருமைப் பண்பு உடையவர் தாம் வறுமை
அடைந்த நிலையிலும் பிறரால் செய்வதற்கு அரிய
செயல்களை விடாமல் செய்து முடிக்கும் வலிமை
கொண்டவர் ஆவர்.

98. பெருமை

சிறியார் உணர்ச்சியுள் இல்லை பெரியாரைப்
பேணிக்கொள் வேம்என்னும் நோக்கு. 976

பெரியாரை விரும்பிப் போற்றி அவரியல்பைப்
பெறுவோம் என்னும் உயரிய நோக்கம் அவருடைய
சிறப்பை உணராத சிறியோரின் உள்ளத்தில்
இல்லை.

இறப்பே புரிந்த தொழிற்றாம் சிறப்புந்தான்
சீரல் லவர்கண் படின். 977

செல்வம் முதலிய சிறப்பு தமக்குப் பெருந்தாத
சீரற்ற கீழ் மக்களிடம் ஏற்பட்டால், அவர்கள்
வரம்பு கடந்த செயல்களைச் செய்பவராவர்.

பணியுமாம் என்றும் பெருமை சிறுமை
அணியுமாம் தன்னை வியந்து. 978

பெருமையுடையவர்கள் செருக்கின்றி
எக்காலத்தும் பணிவாகவே இருப்பர். ஆனால்
சிறுமையுடையவரோ எப்போதும் தம்மை வியந்து
பாராட்டிக் கொள்வர்.

பெருமை பெருமிதம் இன்மை சிறுமை
பெருமிதம் ஊர்ந்து விடல். 979

பெருமைப் பண்பாவது. காரணம் உள்ளபோதும்
செருக்கின்றி அமைந்திருத்தல்; சிறுமைப் பண்போ
பெருமை அற்றபோதும் செருக்கு மிகுந்து அதன்
எல்லையில் நின்று விடுதல்.

அற்றம் மறைக்கும் பெருமை சிறுமைதான்
குற்றமே கூறி விடும். 980

பெருமையுடையவர் பிறருடைய பெருமையைப்
பேசிக் குறைபாட்டை மறைப்பர்; சிறுமை
உடையவரோ பிறரது குணத்தை மறைத்துக்
குற்றத்தையே எடுத்துக் கூறுவர்.

99. சான்றாண்மை

கடன்என்ப நல்லவை எல்லாம் கடன்அறிந்து
சான்றாண்மை மேற்கொள் பவர்க்கு. 981

"நமக்கு இது தருவது" என்று அறிந்து சான்றாண்மை மேற்கொண்டு நடப்பவர்க்கு நல்ல குணங்கள் எல்லாம் இயல்பாகவே அமைந்திருக்கும் என்பர் நூலோர்.

குணநலம் சான்றோர் நலனே பிறநலம்
எந்நலத்து உள்ளதூஉம் அன்று. 982

சான்றோர்களின் நலம் என்பது. அவர்களுடைய குணநலன்களால் வந்து சிறப்பே; அது ஒழிந்த பிற நலன்கள் எல்லாம் வேறு எந்த நலத்திலும் சேர்ந்துள்ளதும் அன்று.

அன்புநாண் ஒப்புரவு கண்ணோட்டம் வாய்மையொடு
ஐந்துசால்பு ஊன்றிய தூண். 983

அன்பு, நாணம், ஒப்புரவு, கண்ணோட்டம், வாய்மை என்னும் ஐந்து பண்புகளும் 'சால்பு' என்னும் பாரத்தைத் தாங்கியுள்ள தூண்களாகும்.

கொல்லா நலத்தது நோன்மை பிறர்தீமை
சொல்லா நலத்தது சால்பு. 984

'தவம்' ஓர் உயிரையும் கொல்லாத அறத்தை அடிப்படையாகக் கொண்டது. 'சால்பு' பிறரது குற்றத்தை அறிந்தாலும் வெளியே சொல்லித் திரியாத நற்பண்பை அடிப்படையாகக் கொண்டது.

ஆற்றுவார் ஆற்றல் பணிதல் அதுசான்றோர்
மாற்றாரை மாற்றும் படை 985

ஒரு செயலை முடிப்பவரது ஆற்றலாவது அதற்குத் துணையாவாரை பணிமொழியால் தாழ்ந்தும் கூட்டிக் கொள்ளுதல்; சால்புடையார் தம் பகைவரை ஒழிக்கும் படையும் அதுவேயாகும்.

99. சான்றாண்மை

சால்பிற்குக் கட்டளை யாதெனில் தோல்வி
துலையல்லார் கண்ணும் கொளல். 986

*சால்புக்கு உரைகல்போல் மதிப்பிடும் கருவி எது
என்றால், தமக்கு ஒப்பில்லாத தாழ்ந்தோரிடத்திலும்
தோல்வியை ஏற்றுக் கொள்ளும் பண்பாகும்.*

இன்னாசெய் தார்க்கும் இனியவே செய்யாக்கால்
என்ன பயத்ததோ சால்பு. 987

*தமக்குத் தீமை செய்தவர்க்கும் இனிய செயல்களைச்
செய்யாவிட்டால் சான்றோரின் சால்பு என்ன
பயனை உடைத்தாகும்?*

இன்மை ஒருவற்கு இளிவன்று சால்பென்னும்
திண்மைஉண் டாகப் பெறின். 988

*'சால்பு' என்னும் வலிமை ஒருவரிடம் உறுதி
பெற்றிருந்தால், அவருக்கு வரும் வறுமைத்
துன்பங்களும் அவருக்கு இழிவான நிலைமையைத்
தந்துவிடாது.*

ஊழி பெயரினும் தாம்பெயரார் சான்றாண்மைக்கு
ஆழி எனப்படு வார். 989

*'சால்புடைமை' என்னும் கடலுக்குக் கரை என்று
சொல்லப்படும் பெரியோர்கள், ஊழிக்காலத்தில்
வேறுபாடுகளே நேர்ந்தாலும் தாம் வேறுபடாமல்
இருப்பர்.*

சான்றவர் சான்றாண்மை குன்றின் இருநிலந்தான்
தாங்காது மன்னோ பொறை. 990

*பல குணங்களாலும் நிறைந்தவர் தம் பண்புகளில்
குன்றுவார்களானால், இந்தப் பெரிய நிலவுலகமும்
தன் பாரத்தைத் தாங்க முடியாமற் போய்விடும்.*

100. பண்புடைமை

எண்பதத்தால் எய்தல் எளிதென்ப யார்மாட்டும்
பண்புடைமை என்னும் வழக்கு. 991

எல்லாரிடத்திலும் எளிய செவ்வியுடன் இருப்பவருக்குப் பண்புடையவராக வாழும் நன்நெறியினை அடைந்து சிறப்படைதலும் எளிது என்று கூறுவர்,

அன்புடைமை ஆன்ற குடிப்பிறத்தல் இவ்விரண்டும்
பண்புடைமை என்னும் வழக்கு. 992

பிறர்மேல் அன்புடைமையும், உலகத்தோடமைந்த உயர் குடியில் பிறந்த தன்மை அமைந்திருத்தலும் ஆகிய இவ்விரண்டும் பண்புடையவராக வாழும் நல்வழியாகும்.

உறுப்பொத்தல் மக்களொப்பு அன்றால் வெறுத்தக்க
பண்பொத்தல் ஒப்பதாம் ஒப்பு, 993

உடம்பால் ஒருவரோடொருவர் ஒத்திருத்தல் மக்களோடு ஒப்புமை அன்று; பொருந்தத் தக்க பண்பால் ஒத்திருத்தலே கொள்ளத்தக்க ஒப்புடைமையாகும்.

நயனொடு நன்றி புரிந்த பயனுடையார்
பண்புபா ராட்டும் உலகு. 994

நீதியையும் அறத்தையும் விரும்பிப் பிறர்க்கும் தமக்கும் பயன்பட வாழும் பெரியோரின் தல்ல பண்பினை உலகத்தார் அனைவருமே போற்றிக் கொண்டாடுவர்.

நகையுள்ளும் இன்னாது இகழ்ச்சி பகையுள்ளும்
பண்புள பாடறிவார் மாட்டு. 995

ஒருவனை இகழ்ந்து பேசுதல் விளையாட்டிலும் துன்பம் தருவதாகும்; ஆகையால் பிறருடைய இயல்பை அறிந்து நடப்பவரிடத்தில் பகைமையிலும் நல்ல பண்புகள் உள்ளன.

100. பண்புடைமை

பண்புடையார்ப் பட்டுண்டு உலகம் அதுஇன்றேல்
மண்புக்கு மாய்வது மன். 996

பண்புடையவரிடத்தில் பொருந்தியிருப்பதால் உலகம் இடையறாது தொடர்ந்து இயங்குகின்றது. அங்ஙனம் இல்லையானால் அது மண்ணில் புகுந்து அழிந்து விடும்.

அரம்போலும் கூர்மைய ரேனும் மரம்போல்வர்
மக்கட்பண்பு இல்லா தவர். 997

நன்மக்களுக்கு உரிய பண்பு இல்லாதவர், அரம் போல் கூர்மையான அறிவு உடையவரானாலும் ஓரறிவேயுள்ள மரத்தைப் போன்றவரேயாவர்.

நண்பாற்றா ராகி நயமில செய்வார்க்கும்
பண்பாற்றா ராதல் கடை. 998

தம்மோடு நட்புக் கொள்ளாதவராகிப் பகைமையே செய்கின்றவரிடத்திலும் தாம் பண்புடையவராக ஒழுகாமை அறிவுடையவர்கட்கு இழுக்காகும்.

நகல்வல்லர் அல்லார்க்கு மாயிரு ஞாலம்
பகலும்பாற் பட்டன்று இருள். 990

பண்பு இல்லாமையால் ஒருவரோடொருவர் கலந்து பழகி உள்ளம் மகிழ முடியாதவர்க்கு மிகப் பெரிய இந்த உலகம் ஒளியுள்ள பகற்பொழுதிலும் இருளில் கிடப்பதாகும்.

பண்பிலான் பெற்ற பெருஞ்செல்வம் நன்பால்
கலந்தீமை யால்திரிந் தற்று. 1000

பண்பில்லாதவன் முன்னைய நல்வினையால் பெற்ற பெருஞ்செல்வம், நல்ல ஆவின் பால் வைத்த கலத்தின் குற்றத்தால் தன் சுவை முதலியன கெட்டாற்போன்றதாகும்

101. நன்றியில் செல்வம்

வைத்தான்வாய் சான்ற பெரும்பொருள் அஃதுண்ணான்
செத்தான் செயக்கிடந்தது இல். 1001

ஒருவன் வீடு நிறையப் பெரும் பொருளைச் சேர்த்து வைத்தும் கஞ்சத்தனத்தால் தானேயும் உண்டு நுகராது. அப்பொருளின் உரிமையிருந்தும் ஏதும் செய்யாததனால், அவன் செத்தவனுக்குச் சமமாவான்.

பொருளானாம் எல்லாமென்று ஈயாது இவறும்
மருளானாம் மாணாப் பிறப்பு. 1002

'பொருளினால் எல்லாமே உண்டாகும்' என்று அறிந்து அதனை எவர்க்கும் ஈயாமல் அதனை இறுகப் பற்றிய மயக்கத்தை உடையவனுக்குச் சிறப்பில்லாத பேய்ப்பிறவி தான் ஏற்படும்.

ஈட்டம் இவறி இசைவேண்டா ஆடவர்
தோற்றம் நிலக்குப் பொறை. 1003

சேர்த்து வைப்பதையே விரும்பிப் பற்றுள்ளம் கொண்டு புகழை விரும்பாத மக்கள் பிறந்து வாழ்தல் இப்பூமிக்கு ஒரு சுமையேயன்றி வேறில்லை.

எச்சமென்று என்எண்ணுங் கொல்லோ ஒருவரால்
நச்சப் படாஅ தவன். 1004

ஒரு பொருளையும் கொடுத்தறியாததால் எவராலும் விரும்பப்படாதவன், தான் இறந்த பிறகு இவ்வுலகில் எஞ்சி நிற்பதற்கென்று எதனை எண்ணுவானோ?

கொடுப்பதூஉம் துய்ப்பதூஉம் இல்லார்க்கு அடுக்கிய
கோடிஉண் டாயினும் இல். 1005

இரப்போர்க்குக் கொடுத்து உதவுவதும் தான் நுகர்வது மாகிய செல்வத்தின் பயனை இழந்தவர்க்கு மேன்மேலும் பெருகிய பலகோடிப் பொருள் உண்டானாலும் பயன் இல்லை.

101. நன்றியில் செல்வம்

ஏதம் பெருஞ்செல்வம் தான்துவவான் தக்கார்க்கொன்று
ஈதல் இயல்பிலா தான். 1006

தானும் நுகராமல் தகுதியுள்ளவருக்குக் கொடுத்து உதவும் பண்பும் இல்லாமல் வாழ்கின்றவன், தான் பெற்ற பெருஞ் செல்வத்திற்கு ஒரு நோய் போன்றவன்.

அற்றார்க்கொன்று ஆற்றாதான் செல்வம் மிக
பெற்றாள் தமியள்மூத் தற்று. 1007

பொருள் இல்லாத வறியவர்க்குக் கொடுத்து உதவாதவனுடைய செல்வம், அழகிய நங்கையொருத்தி திருமணப் பயனில்லாமல் தனியாக வாழ்ந்து முதுமையுற்றாற் போன்றது.

நச்சப் படாதவன் செல்வம் நடுவூருள்
நச்சு மரம்பழுத் தற்று. 1008

வறியவர்க்கு அணியனாக இருந்தும் அவருக்கு உதவாத காரணத்தால் ஒருவராலும் விரும்பப்படாத கஞ்சனின் செல்வம், ஊர் நடுவே நச்சுமரம் நிறையப் பழுத்து விளங்குவதைப் போன்றது.

அன்பொரீஇத் தற்செற்று அறநோக்காது ஈட்டிய
ஒண்பொருள் கொள்வார் பிறர். 1009

சுற்றத்தார், உறவினர்களிடம் அன்பு செலுத்துவதையும் விட்டு தன்னையும் வருத்தி அறத்தையும் போற்றாமல் ஒருவன் தேடி வைத்த பெரும் பொருளைப் பிறர்தாம் பெற்று நுகர்வர்.

சீருடைச் செல்வர் சிறுதுனி மாரி
வறங்கூர்ந் தனையது உடைத்து. 1010

புகழ் பொருந்திய செல்வம் உடையவரது சிறிது காலத்திய வறுமை உலகத்தைப் புரக்க வல்ல மேகம் வறுமை மிகுந்தாற் போன்ற தன்மையுடையது.

102. நாணுடைமை

கருமத்தால் நாணுதல் நாணுத் திருநுதல்
நல்லவர் நாணுப் பிற. 1011

இழிந்த செயல் காரணமாக நாணுதலே நன் மக்களது நாணம்; மனம், மொழி, மெய் ஒடுக்கங்களால் வரும் பிற நாணங்கள் குலமகளிருக்குரியவை.

ஊணுடை எச்சம் உயிர்க்கெல்லாம் வேறல்ல
நாணுடைமை மாந்தர் சிறப்பு. 1012

உணவும் உடையும் எஞ்சி நிற்கும் மற்றவையும் எல்லா உயிர்கட்கும் பொதுவானவை. ஆயினும், நன்மக்களின் சிறப்பியல்பாக விளங்குவது நாணுடைமையே யாகும்.

ஊனைக் குறித்த உயிரெல்லாம் நாண்என்னும்
நன்மை குறித்தது சால்பு. 1013

உயிர்கள் எல்லாம் தம் இருப்பிடமான ஊனாலான உடம்பை ஒருபோதும் விடமாட்டா; அவ்வாறே நாணம் என்னும் நற்குணத்தை இருப்பிடமாகக் கொண்ட 'சால்பு' அதனை ஒருபோதும் விட்டுவிடாது.

அணிஅன்றோ நாணுடைமை சான்றோர்க்கு அஃதின்றேல்
பிணிஅன்றோ பீடு நடை. 1014

நாணம் உடைமை சான்றோர்க்கு ஓர் அணிகலம் ஆகும்; அந்த அணி இல்லையாயின் அவரது பெருமித நடை காண்போருக்கு ஒரு நோயாகிவிடும்.

பிறர்பழியும் தம்பழியும் நாணுவார் நாணுக்கு
உறைபதி என்னும் உலகு. 1015

பிறருக்கு வரும் பழியையும் தமக்கு வரும் பழியையும் சமமாக மதித்து நாணுபவரை 'நாணத்திற்கு உறைவிடமானவர் இவர்' என்று உலகம் சிறப்பித்துக் கூறும்.

102. நாணுடைமை

நாண்வேலி கொள்ளாது மன்னோ வியன்ஞாலம்
பேணல மேலா யவர்.   1016

> நாணமாகிய வேலியைத் தமக்குக் காவலாகச்
> செய்து கொள்ளாமல் மேலோர் அகன்ற
> இவ்வுலகில் வாழும் வாழ்க்கையை விரும்பி
> மேற்கொள்ளார்.

நாணால் உயிரைத் துறப்பர் உயிர்ப்பொருட்டால்
நாண்துறவார் நாண்ஆள் பவர்.   1017

> நாணத்தைத் தமக்குரிய பண்பாகக் கொள்பவர்
> நாணத்தால் உயிரை விடுவர்; உயிரைக் காக்கும்
> பொருட்டாக நாணத்தை விடார்.

பிறர்நாணத் தக்கது தான்நாணா னாயின்
அறம்நாணத் தக்கது உடைத்து.   1018

> கேட்டவரும் கண்டவரும் நாணத்தக்க பழியை
> ஒருவன் நாணாது செய்தால், அறம் நாணி
> அவனைக் கைவிடும் தன்மை யுடையதாகும்.

குலஞ்சுடும் கொள்கை பிழைப்பின் நலஞ்சுடும்
நாணின்மை நின்றக் கடை.   1019

> ஒருவனது ஒழுக்கம் தவறினால் அவனது குடிப்
> பெருமை ஒன்றே கெடும்; நாணில்லாத தன்மை
> நிலைபெற்றால் நன்மை எல்லாவற்றையும்
> கெடுக்கும்.

நாண்அகத் தில்லார் இயக்கம் மரப்பாவை
நாணால் உயிர்மருட்டி யற்று.   1020

> மனத்தில் நாணமில்லாத மக்கள் உயிருடையார்
> போல் இயங்குதல் மரத்தால் இயன்ற பாவையைக்
> கயிறு கொண்டு ஆட்டி உயிருள்ளதாகத்
> தோன்றுமாறு மயக்கினாற் போன்றது.

103. குடிசெயல் வகை

கருமம் செயஒருவன் கைதூவேன் என்னும்
பெருமையின் பீடுடையது இல். 1021

'என் குடிப் பெருமைக்கு உரிய கடமையைச் செய்ய ஒருபோதும் சோர்வடையேன்' என்று ஒருவன் முயலும் பெருமையைப் போல மேம்பாடானது வேறொன்றும் இல்லை.

ஆள்வினையும் ஆன்ற அறிவும் எனஇரண்டின்
நீள்வினையால் நீளும் குடி 1022

முயற்சி, நிறைந்த அறிவு என்று சொல்லப்படும் இரண்டினையும் உடைய இடைவிடாத செயலால் ஒருவனுடைய குடிப் பெருமை தானே உயர்ந்து விளங்கும்.

குடிசெய்வல் என்னும் ஒருவற்குத் தெய்வம்
மடிதற்றுத் தான்முந் துறும். 1023

'என் குடிப் பெருமையை உயரச் செய்வேன்' என்று அதற்கேற்ற செயல்களில் ஈடுபடும் ஒருவனுக்கு, ஊழ் ஆடையை வரிந்து கட்டிக்கொண்டு தானே முன் வந்து துணைசெய்யும்.

சூழாமல் தானே முடிவெய்தும் தம்குடியைத்
தாழாது உஞற்று பவர்க்கு. 1024

தம் குடியை உயர்த்துவதற்கான செயலை விரைந்து முயன்று செய்பவர்க்கு அதன் வழிபற்றி அவர் ஆராயாமலேயே அச்செயல் தானாகவே நிறைவெய்தி விடும்.

குற்றம் இலனாய்க் குடிசெய்து வாழ்வானைச்
சுற்றமாச் சுற்றும் உலகு. 1025

குற்றமாகிய செயல்களைச் செய்யாமல் தன் குடி உயர்வதற்கான செயல் செய்து வாழ்கின்றவனை உலகத்தார் எல்லாருமே அவனைச் சுற்றமாக விரும்பிச் சூழ்ந்து கொள்வார்.

103. குடிசெயல் வகை

நல்லாண்மை என்பது ஒருவற்குத் தான்பிறந்த
இல்லாண்மை ஆக்கிக் கொளல்.   1026

    ஒருவனுக்கு நல்லாண்மை என்று சிறப்பித்துச்
சொல்லப் படுவது அவன் தான் பிறந்த குடியினை
ஆளும் தன்மையைத் தன்னிடம் உண்டாக்கிக்
கொள்வதாகும்.

அமரகத்து வன்கண்ணர் போலத் தமரகத்தும்
ஆற்றுவார் மேற்றே பொறை.   1027

    போர்க்களத்தில் பலர் இருந்தாலும் வன்கண்மை
உடையவரே போரைத் தாங்குவார்; அதுபோலக்
குடியிற் பிறந்தவர் பலரானாலும் தாங்கவல்லவர்
மேல்தான் தாங்கும் பொறுப்பு உள்ளது.

குடிசெய்வார்க்கு இல்லை பருவம் மடிசெய்து
மானம் கருதக் கெடும்.   1028

    தம் குடியினை உயரச் செய்வதற்கான செயல்
செய்வதற்கென காலம் என்று ஒன்று இல்லை;
சோம்பல்கொண்டு தம் மானத்தையும்
கருதுவாரானால் குடிப்பெருமை கெடும்.

இடும்பைக்கே கொள்கலங் கொல்லோ குடும்பத்தைக்
குற்றம் மறைப்பான் உடம்பு.   1029

    தன் குடிக்கு வரக்கூடிய குற்றத்தை வராமல்
காக்க முயல்கின்றவனின் உடம்பு அம்முயற்சித்
துன்பத்திற்கே இருப்பிடமானதோ? அது
இன்பத்திற்கும் இருப்பிடம் ஆகாதோ?

இடுக்கண்கால் கொன்றிட வீழும் அடுத்தூன்றும்
நல்லாள் இலாத குடி.   1030

    துன்பம் வரும்போது உடனிருந்து அதனைத்
தாங்கிக் காக்கவல்ல நல்ல ஆண்மகன் இல்லாத
குடி, துன்பமாகிய கோடரி புகுந்ததனால் வீழ்கின்ற
மரம்போலத் தானும் வீழ்ந்து படும்.

104. உழவு

சுழன்றும்ஏர்ப் பின்னது உலகம் அதனால்
உழந்தும் உழவே தலை. 1031

உழுதலால் வரும் மெய்வருத்தத்தை நோக்கிப் பிற தொழில்களைச் செய்து சுழன்றாலும், முடிவில் ஏர்த்தொழில் உடையவரையே உலகம் எதிர்நோக்கியிருக்கின்றது; அதனால் உழவுத் தொழிலே மிகவும் சிறந்தது.

உழுவார் உலகத்தார்க்கு ஆணிஅஃ தாற்றாது
எழுவாரை எல்லாம் பொறுத்து. 1032

உழவுத் தொழிலை விட்டுப் பிறதொழில்களை மேற் கொண்டு உயிர் வாழ்கின்றவர்கள் எல்லாரையும் தாங்குவதனால் உழவு செய்வோர் உலகோருக்கு அச்சாணி ஆகின்றார்.

உழுதுண்டு வாழ்வாரே வாழ்வார்மற் றெல்லாம்
தொழுதுண்டு பின்செல் பவர். 1033

யாவரும் உண்ணுவதற்காக உணவைத் தந்து, தாமும் உண்டு வாழ்கின்றவரே உரிமை வாழ்வினர், மற்றவர் எல்லோரும் பிறரைத் தொழுது உண்டு அவர் பின் செல்கின்றவரேயாவர்.

பலகுடை நீழலும் தங்குடைக்கீழ்க் காண்பர்
அலகுடை நீழ லவர். 1034

உழுதலால் நெல்லுடையவரான கருணையாளர் பல வேந்தரின் குடைநிழல்களையும் தம் குடைகீழ்க் காணவல்லவர் ஆவர்.

இரவார் இரப்பார்க்கொன்று ஈவர் கரவாது
கைசெய்தூண் மாலை யவர். 1035

தம் கையால் உழவுத் தொழில் செய்து உணவு தேடி உண்ணும் இயல்புடையவர் பிறரிடம் சென்று இரவார்; தம்பால் வந்து இரப்பவர்க்கும் ஒளிக்காமல் அவர் வேண்டுவதை ஈவர்.

104. உழவு

உழவினார் கைம்மடங்கின் இல்லை விழைவதூஉம்
விட்டேம்என் பார்க்கும் நிலை. 1036

உழவருடைய கை, தொழில் செய்யாமல் மடங்கி விடுமானால் 'யாவரும் விரும்புகின்ற எல்லாப் பற்றையும் விட்டுவிட்டோம்' என்று கூறும் துறவியரும் அவ்வறத்தில் நிலைத்து நிற்க முடியாது.

தொடிப்புழுதி கஃசா உணக்கின் பிடித்தெருவும்
வேண்டாது சாலப் படும். 1037

ஒரு பலம் எடையுள்ள புழுதி கால் பலம் ஆகும்படி உழுது காயவிட்டால் ஒரு பிடி எருவும் வேண்டாமல் அந்நிலத்தில் பயிர் செழித்து வளரும்.

ஏரினும் நன்றால் எருஇடுதல் கட்டபின்
நீரினும் நன்றதன் காப்பு. 1038

பலகால் உழுதலினும் எரு இட்டு வளப்படுத்துதல் நல்லது. இந்த இரண்டும் செய்து களைநக்கிய பிறகு நீர் பாய்ச்சு தலைவிட பயிரைக் காத்தல் சிறந்தது.

செல்லான் கிழவன் இருப்பின் நிலம்புலந்து
இல்லாளின் ஊடி விடும். 1039

நிலத்திற்கு உரியவன் நாள்தோறும் நிலத்திற்குச் சென்று அதைப் பாராது வாளா இருந்து சோம்பினால், அந்த நிலமங்கையும் அவனுடைய துணைவியைப்போல் வெறுத்து அவனோடு பிணங்கிவிடுவாள்.

இலமென்று அசைஇ இருப்பாரைக் காணின்
நிலமென்னும் நல்லாள் நகும். 1040

'எம்மிடம் ஒரு பொருளும் இல்லை' என்று எண்ணி வறுமையால் சோம்பியிருப்பவரைக் கண்டால், நிலமகள் என்று உயர்த்துக் கொல்லப்படும் நல்லாள் தன்னுள்ளே நகைத்துக் கொள்வாள்.

105. நல்குரவு

இன்மையின் இன்னாதது யாதெனின் இன்மையின்
இன்மையே இன்னா தது. **1041**

ஒருவனுக்கு வறுமையைப் போலத் துன்பம் தருவது எது என்று வினவினால், அந்த வறுமையைப் போல் துன்பம் தருவது அந்த வறுமை ஒன்றே ஆகும்.

இன்மை எனஒரு பாவி மறுமையும்
இம்மையும் இன்றி வரும். **1042**

வறுமை என்று சொல்லப்படும் ஒரு பாவி ஒருவனை அணுகிவிட்டால், அவனுக்கு இம்மை இன்பமும் மறுமை இன்பமும் இல்லாமல் போகும் நிலைமை ஏற்படும்.

தொல்வரவும் தோலும் கெடுக்கும் தொகையாக
நல்குரவு என்னும் நசை. **1043**

வறுமை எனப்படும் ஆசை நிலை ஒருவனைப் பற்றினால் அவனுடைய பழைமையான குடிப்பண்பையும் புகழையும் ஒருசேரக் கெடுத்தொழிக்கும்.

இற்பிறந்தார் கண்ணேயும் இன்மை இளிவந்த
சொற்பிறக்கும் சோர்வு தரும். **1044**

இழிவான சொல் பிறவாத நல்ல குடும்பத்தாரிடம் அது பிறப்பதற்கு ஏதுவான சோர்வு என்னும் நிலைமையை வறுமை உண்டாக்கி விடும்.

நல்குரவு என்னும் இடும்பையுள் பல்குரைத்
துன்பங்கள் சென்று படும். **1045**

வறுமை என்று சொல்லப்படும் துன்பம் ஒன்றினுள்ளே பலவகையாக வேறுபட்டுள்ள அனைத்துத் துன்பங்களும் சென்று விளைந்திடும்

105. நல்குரவு

நற்பொருள் நன்குணர்ந்து சொல்லினும் நல்கூர்ந்தார்
சொற்பொருள் சோர்வு படும். 1046

நல்ல நூற்பொருளைத் தெளிவாக உணர்ந்து எடுத்துச் சொன்னபோதிலும் வறுமைப்பட்டவர் சொன்ன சொற்பொருள் கேட்பார் இன்றிப் பயன்படாமல் போகும்.

அறஞ்சாரா நல்குரவு ஈன்றதா யானும்
பிறன்போல நோக்கப் படும். 1047

அறத்தோடு பொருந்தாத வறுமை ஒருவனை அடைந்தால் ஈன்றெடுத்த அன்னையாலும் அவன் அயலானைப் போலக் கருதிப் புறக்கணித்து நோக்கப்படுவான்

இன்றும் வருவது கொல்லோ நெருநலும்
கொன்றது போலும் நிரப்பு. 1048

நேற்றும் கொலை செய்ததுபோல் துன்பம் செய்த வறுமை இன்றும் என்னிடம் வருமோ! வந்தால் இனி யான் யாது செய்வேன்?

நெருப்பினுள் துஞ்சலும் ஆகும் நிரப்பினுள்
யாதொன்றும் கண்பாடு அரிது. 1049

மந்திர மருந்துகளின் துணையால் ஒருவன் நெருப்பினுள் கிடந்து உறங்கவும் முடியும்; ஆனால் வறுமை வந்துற்றபோது எந்த வகையாலும் கண்மூடி உறங்குதல் அரிது.

துப்புரவு இல்லார் துவரத் துறவாமை
உப்பிற்கும் காடிக்கும் கூற்று. 1050

நுகரும் பொருள் இல்லாத வறியவர் செய்யக்கூடியது முற்றத் துறத்தலாகும். அங்ஙனம் செய்யாதிருப்பது பிறர் இல்லத்து உப்பிற்கும் கஞ்சிற்கும் தாம் எமனாவதேயாகும்.

106. இரவு

இரக்க இரத்தக்கார்க் காணின் கரப்பின்
அவர்பழி தம்பழி யன்று.   1051

> இரந்து கேட்கத் தக்கவரைக் கண்டால் அவரிடம் இரந்து கேட்கலாம்; அவர் தம்மிடம் ஏதும் இல்லையென்று கை விரிப்பாராயின் அஃது அவருக்குப் பழி கேட்டவருக்குப் பழி இல்லை.

இன்பம் ஒருவற்கு இரத்தல் இரந்தவை
துன்பம் உறா அவரின்.   1052

> இரந்து கேட்ட பொருள்கள் துன்பமுறாமல் கிடைக்குமானால் அவ்வாறு இரத்தலும் ஒருவருக்கு உலகில் இன்பம் தருவதற்கு காரணமாகும்.

கரப்பிலா நெஞ்சின் கடனறிவார் முன்நின்று
இரப்புமோ ரேஎர் உடைத்து.   1053

> ஒளிப்பதறியாத நெஞ்சும் கடமை உணர்ச்சியும் உள்ளவரின் முன்னே போய் நின்று அவரிடம் ஒரு பொருள் இரந்து கேட்பதும் ஓர் அழகு உடையதாகும்.

இரத்தலும் ஈதலே போலும் கரத்தல்
கனவிலும் தேற்றாதார் மாட்டு.   1054

> தமக்கு உள்ளதைக் கனவிலும் ஒளிப்பதற்கு அறியாதவரிடம் சென்று இரந்து கேட்டலும் வறியார்க்கு ஈதலைப் போலவே சிறந்ததாகும்

கரப்பிலார் வையகத்து உண்மையால் கண்ணின்று
இரப்பவர் மேற்கொள் வது.   1055

> தம்மிடம் உள்ளதை இல்லை என்று ஒளித்துக் கூறாத நன்மக்கள் இருப்பதனால்தான் உயிரைக் காக்கும் பொருட்டாக இரக்கும் சிலரும் உலகில் உள்ளனர்.

106. இரவு

கரப்பிடும்பை இல்லாரைக் காணின் நிரப்பிடும்பை
எல்லாம் ஒருங்கு கெடும். 1056

உள்ளதை ஒளிக்கும் துன்பநிலை இல்லாதவரைக் கண்டால், இரப்பவரின் வறுமைத் துன்பங்கள் எல்லாம் ஒரு சேர அவரைவிட்டு ஒழியும்.

இகழ்ந்தெள்ளாது ஈவாரைக் காணின் மகிழ்ந்துள்ளம்
உள்ளுள் உவப்பது உடைத்து. 1057

இகழ்ந்து எள்ளாமல் பொருள் கொடுப்பவரைக் கண்டால் இரப்பவரின் உள்ளம் மகிழ்ச்சியால் பொங்கி உள்ளுக்குள்ளேயே உவகை அடையும் தன்மையுடையதாகும்.

இரப்பாரை இல்வாயின் ஈர்ங்கண்மா ஞாலம்
மரப்பாவை சென்றுவந் தற்று. 1058

வறுமையால் இரப்பவர் இல்லையானால், குளிர்ந்த இடத்தையுடைய பெரிய உலகினரின் நடமாட்டம் மரப்பாவை இயக்கும் கயிற்றால் ஆட்டப்பட்டுச் சென்று வந்தாற் போன்றதாகும்.

ஈவார்கண் என்னுண்டாம் தோற்றம் இரந்துகோள்
மேவார் இலாஅக் கடை. 1059

தம்மிடம் வந்து பொருள் இல்லை என்று இரந்து கொள்பவர் எவரும் இல்லாதபோது, கொடுக்க விழைவார்கட்கும் இவ்வுலகில் என்ன புகழ் உண்டாகும்?

இரப்பான் வெகுளாமை வேண்டும் நிரப்பிடும்பை
தானேயும் சாலும் கரி. 1060

இரப்பவன் தனக்கு ஈயாத எவரிடத்திலும் சினம் கொள்ளாதிருக்க வேண்டும்; பொருள் வேண்டும்பொழுது வந்து உதவாது என்பதற்கு அவன் அடைந்துள்ள வறுமைத் துன்பமே அவனுக்கு அறிவு புகட்டும் சான்றாக அமையும்.

107. இரவச்சம்

கரவாது உவந்தீயும் கண்ணன்னார் கண்ணும்
இரவாமை கோடி யுறும். 1061

தம்மிடம் உள்ளதை ஒளிக்காமல் உவப்புடன் கொடுத்து உதவும் கண் போன்றவரிடமும் இரந்து நிற்காமல் ஒருவன் வறுமையைத் தாங்குதல் கோடி நன்மை தருவதாகும்.

இரந்தும் உயிர்வாழ்தல் வேண்டின் பரந்து
கெடுக உலகியற்றி யான். 1062

இவ்வுலகத்தைப் படைத்தவன் முயற்சி செய்து உயிர் வாழ்தல் என்றில்லாமல் சிலர் இரந்தும் உயிர் வாழுமாறு விதித்திருப்பாணனால் அவன் இரப்பவனைப் போல் எங்கும் அலைந்து திரிந்து கெடுவானாக.

இன்மை இடும்பை இரந்துதீர் வாமென்னும்
வன்மையின் வன்பாட்டது இல். 1063

வறுமைத் துன்பத்தை முயற்சியால் நீக்கக்கடவோம் என்று கருதாமல் இரப்பதன் வாயிலாக நீக்கக் கடவோம் என்று கருதும் கொடுமையைப்போல் கொடுமையானது வேறு இல்லை,

இடமெல்லாம் கொள்ளாத் தகைத்தே இடமில்லாக்
காலும் இரவொல்லாச் சால்பு. 1064

நுகர் பொருள் இல்லாமல் வறுமைப்பட்ட வழியும் பிறர் பால் சென்று இரத்தலுக்கு உடன்படாத சால்பு, உலகமெல்லாம் சேர்ந்தாலும் ஈடாகாத பெருமையுடையது..

தெண்ணீர் அடுபுற்கை யாயினும் தாள்தந்தது
உண்ணலி னூங்கினியது இல். 1065

நெறியோடு கூடிய முயற்சியால் கிடைத்தது தெளிந்த நீர்போல் சமைத்த புல்லரிசிக் கூழேயானாலும் அதனை உண்பதைவிட இனிமையானது வேறொன்றும் இல்லை.

107. இரவச்சம்

ஆவிற்கு நீரென்று இரப்பினும் நாவிற்கு
இரவின் இளிவந்தது இல். 1066

தண்ணீர் பெறாது வேட்கை மிகுதியால் சாகும் பசுவினைக் கண்டு அறன் நோக்கி 'இதற்கு நீர் தருவீராக' என்று இரந்தாலும், அந்த இரத்தலைவிட நாவிற்கு இழிவான செயல் ஒன்றும் இல்லை.

இரப்பன் இரப்பாரை எல்லாம் இரப்பின்
கரப்பார் இரவன்மின் என்று. 1067

இரந்து கேட்பதனால் உள்ளதை ஒளிப்பவரிடத்தில் சென்று இரத்தலைத் தவிர்க்க என்று இவ்வுலகிலுள்ள இரப்பவர் எல்லோரையும் யான் இரந்து வேண்டுகின்றேன்.

இரவென்னும் ஏமாப்பில் தோணி கரவென்னும்
பார்தாக்கப் பக்கு விடும். 1068

வறுமைக் கடலைக் கடப்பதற்கு மேற்கொண்ட இரத்தல் என்னும் காவலற்ற மரக்கலம் உள்ளதை ஒளித்து வைக்கும் தன்மையாகிய பாறை தாக்கினால் உடைந்து போய்விடும்.

இரவுள்ள உள்ளம் உருகும் கரவுள்ள
உள்ளதூஉம் இன்றிக் கெடும் 1069

உடையார்முன் இல்லார் இரந்து நிற்பதன் கொடுமையை நினைந்தால் எம் உள்ளம் கரைந்து உருகும்; உள்ளத்தை ஒளிக்கும் கொடுமையை நினைந்தால், கரைந்து நின்ற உள்ளமும் இல்லாமல் அழிந்தே போகும்.

கரப்பவர்க்கு யாங்கொளிக்குங் கொல்லோ இரப்பவர்
சொல்லாடப் போஒம் உயிர். 1070

ஒளிப்பவர் 'இல்லை' என்று சொல்கின்ற அளவிலேயே இரப்பவர் உயிர் போகின்றதே; ஒளிப்பவர் உயிர் பின்னும் நிற்றலால் அஃது எங்கே புகுந்து ஒளிந்திருக்குமோ?

108. கயமை

மக்களே போல்வர் கயவர் அவரன்ன
ஒப்பாரி யாங்கண்டது இல். 1071

    வடிவமைப்பால் கயவர் மக்களைப் போன்று இருப்பர்; அவரைப்போல ஒப்புமையான ஒன்றை வேறு எந்த இருவகைப் பொருள்களிடத்திலும் யாம் கண்டதில்லை.

நன்றறி வாரிற் கயவர் திருவுடையர்
நெஞ்சத்து அவலம் இலர். 1072

    தமக்கு உறுதியானவை இவை என்று அறிந்தவரை விடக் கயவரே நல்லபேறு உடையவர்; ஏனென்றால், அவர்போல இவர் தம் நெஞ்சில் எதைப்பற்றியும் கவலை இல்லாதவர்.

தேவர் அனையர் கயவர் அவருந்தாம்
மேவன செய்தொழுக லான். 1073

    கயவரும் தேவரைப்போல தாம் விரும்புகின்ற வற்றைச் செய்து மனம்போன போக்கில் நடத்தலால், கயவரும் தேவரும் ஒரே தன்மையுடையவர் ஆவர்.

அகப்பட்டி ஆவாரைக் காணின் அவரின்
மிகப்பட்டுச் செம்மாக்கும் கீழ். 1074

    கீழ்மக்கள் தம்மிலும் கீழாக நடப்பவரைக் கண்டால், அந்தக் கீழ்மையில் தாம் அவரை விட மேம்பட்டிருப்பதைக் காட்டித் தமக்குள் இறுமாப்பு அடைவர்,

அச்சமே கீழ்களது ஆசாரம் எச்சம்
அவாஉண்டேல் உண்டாம் சிறிது. 1075

    'அரசால் ஏதம் வரும்' என்னும் அச்சமும் கீழ் மக்களது ஆசாரத்துக்குக் காரணம்; அஃது ஒழிந்தால், விரும்பப் படும் பொருள் வரும்போது அதனாலும் சிறிதளவு ஆசாரம் உண்டாகும்.

108. கயமை

அறைபறை அன்னர் கயவர்தாம் கேட்ட
மறைபிறர்க்கு உய்த்துரைக்க லான். 1076

கயவர் தாம் கேட்டறிந்த மறை பொருளைப் பிறருக்கு வலியக் கொண்டு போய்ச் சொல்லுவதால், அவர்கள் செய்தி அறிவிக்க அறையப்படும் பறைபோன்றவர்கள் ஆவர்,

ஈர்ங்கை விதிரார் கயவர் கொடிறுடைக்கும்
கூன்கைய ரல்லா தவர்க்கு. 1077

கயவர் தம் கன்னத்தை நெரித்து உடைக்கும் படி வளைந்த கையினர் அல்லாத மற்றவருக்குத் தாம் உண்டு கழுவிய ஈரக்கையையும் கூட உதற மாட்டார்கள்.

சொல்லப் பயன்படுவர் சான்றோர் கரும்புபோல்
கொல்லப் பயன்படும் கீழ். 1078

அணுகிக் குறையைச் சொன்னதும் சான்றோர் இரக்கங் கொண்டு உதவுதற்குப் பயன்படுவர் ; கரும்புபோல் வலியவர் அழித்துப் பிழிந்தால்தான் கீழ்மக்கள் அவருக்குப் பயன்படுவர்.

உடுப்பதூஉம் உண்பதூஉம் காணின் பிறர்மேல்
வடுக்காண வற்றாகும் கீழ். 1079

கீழ் மகன் பிறர் நன்றாக உடுப்பதையும் சுவையோடு உண்பதையும் கண்டால், அவர்மேல் பொறாமை கொண்டு வேண்டும் என்றே வடு உண்டாக்கவும் முயல்வான்.

எற்றிற் குரியர் கயவரொன்று உற்றக்கால்
விற்றற்கு உரியர் விரைந்து. 1080

ஒரு துன்பம் வந்தடைந்த காலத்தில் அதற்காகக் கயவர் தம்மை விரைவில் பிறருக்கு விலையாக விற்பதற்கு உரியவராவர்; அதுவன்றி வேறு எத்தொழிற்கும் உரியவராகார்.

திருவள்ளுவ மாலை

பொருக்கு மணிகள்

பரந்த பொருளெல்லாம் பாரறிய வேறு
தெரிந்து திறந்தொறுஞ் சேரச் - சுருங்கிய
சொல்லால் விரித்துப் பொருள்விளங்கச் சொல்லுதல்
வல்லாரார் வள்ளுவரல் லால். (13)

- அரிசிற்கிழார்

ஆயிரத்து முந்நூற்று முப்ப தருங்குறளும்
பாயிரத்தினோடு பகர்ந்ததற்பின் - போயொருத்தர்
வாய்க்கேட்க நூல்உளவோ மன்னு தமிழ்ப்புலவ
ராய்க் கேட்க வீற்றிருக்க லாம். (16)

- நத்தத்தனார்

ஓதற் கெளிதாய் உணர்தற் கரிதாகி
வேதப் பொருளாய் மிகவிளங்கித் - தீதற்றோர்
உள்ளுதொ றுள்ளுதொ றுள்ளம் உருக்குமே
வள்ளுவர் வாய்மொழி மாண்பு. (24)

- மாங்குடி மருதனார்

எல்லாப் பொருளும் இதன்பால் உளவிதன்பால்
இல்லாத எப்பொருளும் இல்லையால் - சொல்லால்
பரந்தபா வாலென் பயன்வள் ளுவனார்
சுரந்தபா வையத் துணை. (29)

- மதுரைத் தமிழ் நாகனார்

மணர்கிளைக்க நீர்வாறும் மைந்தர்கள் வாய்
வைத்து உணச்சுரக்கும் தாய்முலை ஒண்பால் - பிணக்கிலா
வாய்மொழி வள்ளுவர் முப்பால் மதிப்புலவோர்க்கு
ஆய்தொறும் ஊறும் அறிவு. (31)

- உருத்திரசன்ம கண்ணா

3
இன்பத்துப்பால்

களவியல் 1081 முதல் 1050 முடிய:
கற்பியல் 1151 முதல் 1330 முடிய

109. தகையணங்குறுத்தல்

அணங்குகொல் ஆய்மயில் கொல்லோ கனங்குழை
மாதர்கொல் மாலும்என் நெஞ்சு. 1081

> இந்த உருவம் தேவப் பெண்ணோ? சிறந்த அழகு மயிலோ? கனமான குழையணிந்த மானிடப் பெண்ணோ? புரியாமல் என் நெஞ்சம் மயங்குகின்றதே!

நோக்கினாள் நோக்கெதிர் நோக்குதல் தாக்கணங்கு
தானைக்கொண் டன்னது உடைத்து. 1082

> என்னை அவள் நோக்கினாள், என் பார்வைக்கு எதிரே பார்த்தாள். அந்தப் பார்வை தானே தாக்கி வருத்தும் அணங்கு ஒரு சேனையையும் கொண்டு வந்து தாக்கினாற் போன்றது.

பண்டறியேன் கூற்றென் பதனை இனியறிந்தேன்
பெண்டகையால் பேரமர்க் கட்டு. 1083

> 'இயமன்' என்று சொல்லப்படுவதை இதன் முன்னர் அறியேன்; இன்று நான் அதனை அறிந்து விட்டேன்; அஃது அழகிய பெண் தன்மையுடன் போர் செய்யும் கண்களையுடையது.

கண்டார் உயிருண்ணும் தோற்றத்தால் பெண்டகைப்
போதைக்கு அமர்த்தன கண். 1084

> தன்னைக் கண்டவரின் உயிரை உண்ணுகின்ற தோற்றத் தோடு பெண்தன்மையுடைய இந்தப் பேதைக்குக் கண்களும் ஒன்றொடொன்று மாறுபட்டுள்ளனவே!

கூற்றமோ கண்ணோ பிணையோ மடவரல்
நோக்கம்இம் மூன்றும் உடைத்து. 1085

> இந்த இளமங்கையின் பார்வை வருத்தும் கூற்றமோ? பிறளுங் கண்ணோ? மருளும் பெண்ணோ? இந்த மூன்று தன்மையையும் தன்பால் கொண்டுள்ளதே!

109. தகையணங்குறுத்தல்

கொடும்புருவம் கோடா மறைப்பின் நடுங்கஞர்
செய்யல மன்இவள் கண். 1086

வளைவான இவள் புருவங்கள் கோணாமல் நேராக இருந்து மறைக்குமானால், அவற்றைக் கடந்து. இவளுடைய கண்களும் யான் நடுங்கும்படியான துன்பத்தைச் செய்ய மாட்டாவே!

கடாஅக் களிற்றின்மேல் கட்படாம் மாதர்
படாஅ முலைமேல் துகில். 1087

இந்த மாதின் சாயாத கொங்கைகளின் மேல் அணிந்த ஆடை மதம் கொண்ட ஆண் யானையின் மேல் இட்ட முகபடாம் போன்றது.

ஒண்ணுதற் கோஒ உடைந்ததே ஞாட்பினுள்
நண்ணாரும் உட்கும்என் பீடு. 1088

போர்க்களத்தில் பகைவரும் அஞ்சுதற்குக் காரணமான என்வலிமை, ஒளி பொருந்திய இவள் நெற்றிக்குத் தோற்று அழிந்ததே!

பிணையேர் மடநோக்கும் நாணும் உடையாட்கு
அணிஎவனோ ஏதில தந்து. 1089

பெண் மானினது போன்ற இளமைப் பார்வையும், நாணமும் உடைய இவளுக்கு, ஒரு தொடர்பும் இல்லாத அணிகளைப் பூட்டி அழகு படுத்துவது ஏனோ?

உண்டார்கண் அல்லது அடுநறாக் காமம்போல்
கண்டார் மகிழ்செய்தல் இன்று. 1090

உண்டவருக்கு மட்டிலும் மகிழ்ச்சியை உண்டாக்கும் கள் காமத்தைப் போல் கண்டவருக்கு மகிழ்வை உண்டாக்கும் ஆற்றலுடையது அல்லவே!

110. குறிப்பறிதல்

இருநோக்கு இவளுண்கண் உள்ளது ஒருநோக்கு
நோய்நோக்கொன் றந்நோய் மருந்து. 1091

> இவளுடைய மையுண்ணும் கண்களில் இருவகைப்
> பார்வைகள் உள்ளன; ஒன்று என்னிடத்து நோய்
> செய்யும் பார்வை; மற்றொன்று அந்நோய்க்கு
> மருந்தாகும் பார்வை.

கண்களவு கொள்ளும் சிறுநோக்கம் காமத்தில்
செம்பாகம் அன்று பெரிது. 1092

> கண்ணால் என்னை நோக்கிக் களவு கொள்கின்ற
> இவளது அருகிய சிறுபார்வை காமத்தின் சரிபாதி
> அன்று; அதனினும் மிகுதியானதாகும்.

நோக்கினாள் நோக்கி இறைஞ்சினாள் அஃதவள்
யாப்பினுள் அட்டிய நீர். 1093

> அன்போடு என்னை நோக்கினாள்; யான்
> கண்டதும் நோக்கித் தலை குனிந்தாள்; அக்குறிப்பு
> அவள் வளர்க்கும் அன்பினுள் வார்க்கின்ற நீராகும்.

யான்நோக்குங் காலை நிலன்நோக்கும் நோக்காக்கால்
தான்நோக்கி மெல்ல நகும். 1094

> யான் அவளை நோக்கும் போது அவள் நிலத்தை
> நோக்குவாள்; யான் நோக்காதபோது அவள்
> என்னை நோக்கி மெல்லத் தனக்குள் மகிழ்ந்து
> புன்முறுவல் விளைவிப்பாள்.

குறிக்கொண்டு நோக்காமை அல்லால் ஒருகண்
சிறக்கணித்தாள் போல நகும். 1095

> என்னை நேராகக் குறித்துப் பார்க்காத
> அத்தன்மையே யன்றி, ஒரு கண்ணைச் சுருக்கினவள்
> போல் என்னை நோக்கித் தனக்குள் மகிழ்வாள்.

110. குறிப்பறிதல்

உறாஅ தவர்போல் சொலினும் செறாஅர்சொல்
ஒல்லை உணரப் படும். 1096

புறத்தே அயலார்போல் அன்பில்லாத சொற்களைச் சொன்னாலும், அகத்தே பகை இல்லாதவரின் சொல் என்பது விரைவில் உணரப்படும்.

செறாஅச் சிறுசொல்லும் செற்றார்போல் நோக்கும்
உறாஅர்போன்று உற்றார் குறிப்பு. 1097

பகை கொள்ளாத போலிக் கடுஞ்சொல்லும் பகைவர் போலப் பார்க்கும் சினந்த பார்வையும், புறத்தே அயலார்போல் இருந்து அகத்தே அன்பு கொண்டவரின் குறிப்பாகும்.

அசையியற்கு உண்டாண்டோர் ஏஎர்யான் நோக்கப்
பசையினள் பைய நகும். 1098

அவளை இரப்பது போல யான் நோக்கும்போது அதனால் நெகிழ்ந்தவனாய் மெல்லச் சிரிப்பாள்: அதனால் அசையும் இயல்புடையவளுக்கு அப்போது ஓர் அழகு உள்ளது.

ஏதிலார் போலப் பொதுநோக்கு நோக்குதல்
காதலார் கண்ணே யுள. 1099

புறத்தே அயலார்போல் அன்பில்லாத பொது நோக்கம் கொண்டு ஒருவரை ஒருவர் பார்த்தலும், அகத்தே காதல் கொண்டவரிடம் காணப்படும் ஓர் இயல்பாகும்.

கண்ணொடு கண்ணிணை நோக்கொக்கின் வாய்ச்சொற்கள்
என்ன பயனும் இல. 1100

இருவர் கண் இணைகளும் நோக்கால் ஒத்திருந்து அன்பு செய்யுமானால், அதற்குமேல் வாய்ச் சொற்களால் என்ன பயனும் இல்லாமல் போகின்றன..

111. புணர்ச்சி மகிழ்தல்

கண்டுகேட்டு உண்டுயிர்த்து உற்றறியும் ஐம்புலனும்
ஒண்டொடி கண்ணே உள. 1101

கண்டும் கேட்டும் உண்டும் முகர்ந்தும் தீண்டியும் அறிகின்ற ஐந்து புலன்களாலாகிய இன்பங்களும் ஒளி பொருந்திய வளையல் அணிந்த இவளிடத்தில் மட்டிலுமே உள்ளன.

பிணிக்கு மருந்து பிறமன் அணியிழை
தன்நோய்க்குத் தானே மருந்து. 1102

நோய்க்கு மருந்தாவன நோயல்லாத பிற பொருள்களாக உள்ளன; அணிகலன்கள் புனைந்த இவளால் உண்டான நோய்க்கு இவளே மருந்தாக அமைகின்றாள்.

தாம்வீழ்வார் மென்றோள் துயிலின் இனிதுகொல்
தாமரைக் கண்ணான் உலகு. 1103

தாம் விரும்பும் காதலியரின் மெல்லிய தோள்களில் துயிலும் இன்பத்தைப் போலத் திருமால் உலகமாகிய வைகுந்தத்தில் பெறும் இன்பமும் இனிதாக இருக்குமா?

நீங்கின் தெறூஉம் குறுகுங்கால் தண்ணென்னும்
தீயாண்டுப் பெற்றாள் இவள். 1104

விட்டுப் பிரிந்தால் சுடுகின்றது; கிட்ட நெருங்கினால் குளிர்ச்சியாக உள்ளது; இத்தகைய புதுமையான நெருப்பை இவள் எங்குப் பெற்றாளோ?

வேட்ட பொழுதின் அவையவை போலுமே
தோட்டார் கதுப்பினாள் தோள். 1105

மலரணிந்த கூந்தலையுடைய இவளுடைய தோள்கள் விரும்பியபொழுது விரும்பப்பட்ட பொருள்கள் வந்து இன்பம் விளைவித்தல் போலவே இன்பம் தருகின்றன.

111. புணர்ச்சி மகிழ்தல்

உறுதோறும் உயிர்தளிர்ப்பத் தீண்டலால் பேதைக்கு
அமிழ்தின் இயன்றன தோள். **1106**

இம்மங்கையின் தோள்களை நான் தீண்டுகின்ற போதெல்லாம் என் உயிர் தளிர்ப்பதால் இவளுடைய தோள்கள் அமிழ்தத்தினால் செய்யப் பெற்றிருத்தல் வேண்டும்.

தம்மில் இருந்து தமதுபாத்து உண்டற்றால்
அம்மா அரிவை முயக்கு. **1107**

தம் சொந்த இல்லத்திலிருந்து தாம் ஈட்டிய பொருள்களைப் பகுத்துண்டால் பெறும் இன்பத்தைப் போன்றது இம் மங்கையைத் தழுவுவதால் அடையும் இன்பம்.

வீழும் இருவர்க்கு இனிதே வளியிடை
போழப் படாஅ முயக்கு. **1108**

காற்றும் இடையிலே புகுந்து பிளந்து செல்லாதபடி இறுக்கமாகத் தழுவுதல், ஒருவரையொருவர் விரும்பிக் கூடும் காதலர் இருவருக்கும் இனிமை தருவதாகும்.

ஊடல் உணர்தல் புணர்தல் இவைகாமம்
கூடியார் பெற்ற பயன். **1109**

ஊடலும், அதனை அளவோடு உணர்ந்து தெளிவித்தலும், அதன்பின் கூடுதலும் ஆகிய இவை காதல் வாழ்வு நிறைவேறப் பெற்றவர் அடையும் பயன்களாகும்.

அறிதோறு அறியாமை கண்டற்றால் காமம்
செறிதோறும் சேயிழை மாட்டு. **1110**

நூற்பொருள்களை அறியும் தோறும் முன்னைய அறியாமையைக் காண்பதும் போல, செந்திற அணிகளை உடையவனிடம் சேரும்தோறும் காதல் இன்பம் உண்டாகின்றது.

112. நலம் புனைந்துரைத்தல்

நன்னீரை வாழி அனிச்சமே நின்னினும்
மென்னீரள் யாம்வீழ் பவள். 1111

அனிச்ச மலரே! நீ முகர்ந்தாலே வாடும் நல்ல மென்னைத் தன்மை பெற்றுள்ளாய்! நீ வாழ்க! யாம் விரும்பும் காதலியோ உன்னைவிட மென்மைத்தன்மை உடையவள்,

மலர்காணின் மையாத்தி நெஞ்சே இவள்கண்
பலர்காணும் பூவொக்கும் என்று. 1112

நெஞ்சமே! இவளுடைய கண்கள் பலரும் காண்கின்ற குவளை மலர்களை ஒத்துள்ளன என்று நினைத்து ஒத்த மலர்களைக் கண்டால் நீ மயங்குகின்றாய்!

முறிமேனி முத்தம் முறுவல் வெறிநாற்றம்
வேலுண்கண் வேய்த்தோள் அவட்கு. 1113

மூங்கில் போன்ற தோளையுடைய இவளுக்குத் தளிரே மேனி முத்தே பல்; இயற்கை மணமே மணம்; வேலே மையுண்ட கண்.

காணிற் குவளை கவிழ்ந்து நிலன்நோக்கும்
மாணிழை கண்ணொவ்வேம் என்று. 1114

குவளை மலர்கள் காணும் தன்மை பெறுமானால் 'இவளுடைய கண்களுக்கு யாம் ஒப்பாக மாட்டோம்' என்று தலை கவிழ்ந்து நிலத்தை நோக்கும்.

அனிச்சப்பூக் கால்களையாள் பெய்தாள் நுசுப்பிற்கு
நல்ல படாஅ பறை. 1115

அவள் தன் இடையின் மென்மையை நினையாதவளாய் காம்பு கலையாமல் அனிச்ச மலரைக் கூந்தலில் சூடினாள்; அவற்றால் நொந்து வருந்தும் அவளுடைய இடைக்குப் பறைகள் நல்லனவாக ஒலியா.

112. நலம் புனைந்துரைத்தல்

மதியும் மடந்தை முகனும் அறியா
பதியிற் கலங்கிய மீன். 1116

விண்மீன்கள் திங்களுக்கும் இவளது முகத்திற்கும் யாதொரு வேறுபாடும் கண்டறிய முடியாமல் தம் நிலையில் நிற்க முடியாமல் கலங்கித் திரிகின்றனவே.

அறுவாய் நிறைந்த அவிர்மதிக்குப் போல
மறுவுண்டோ மாதர் முகத்து. 1117

தேய்ந்து பின்பு படிப்படியாக வளர்ந்து நிறைந்து விளங்குகின்ற திங்களிடம் உள்ளதுபோல இந்த நங்கையினுடைய முகத்தில் களங்கம் உண்டோ? இல்லையே!

மாதர் முகம்போல் ஒளிவிட வல்லையேல்
காதலை வாழி மதி. 1118

திங்களே! இந்த நங்கையின் முகம் போல தேய்தல் வளர்தல் இன்றியும், களங்கம் இன்றியும் நின்னால் ஒளிவீச முடியுமானால் நீயும் இவள் போல் என் காதலுக்கு உரிமை பெறுவாய்.

மலரன்ன கண்ணாள் முகமொத்தி யாயின்
பலர்காணத் தோன்றல் மதி. 1119

வான்மதியே! குவளை மலர்போன்ற கண்களை யுடைய இவளது முகத்தை நீ ஒத்திருக்க விரும்பினால், இனியாவது நீ பலரும் காணும்படியாகத் தோன்றாதிருப்பாயாக!

அனிச்சமும் அன்னத்தின் தூவியும் மாதர்
அடிக்கு நெருஞ்சிப் பழம். 1120

அனிச்ச மலரும் அன்பை பறவையின் மெல்லிய இறகுகளும் இம்மாதின் மெல்லிய அடிகளுக்கு நெருஞ்சிப் பழம் (முள்)போல் வருத்தும்.

113. காதற் சிறப்புரைத்தல்

பாலொடு தேன்கலந் தற்றே பணிமொழி
வாலெயிறு ஊறிய நீர். 1121

மென்மையான மொழிகளைப் பேசுகின்ற இவளது வெள்ளிய பற்களிடையே ஊறிய நீர் பாலோடு தேன் கலந்தாற் போன்ற மிகுந்த சுவையினை யுடையதாகும்.

உடம்பொடு உயிரிடை என்னமற் றன்ன
மடந்தையொடு எம்மிடை நட்பு. 1122

இம்மடந்தையோடு எம்மிடத்து உண்டான உறவுமுறை. உடம்போடு உயிருக்கு இடையேயுள்ள தொடர்பு போன்றதாகும்.

கருமணியிற் பாவாய்நீ போதாய்யாம் வீழும்
திருநுதற்கு இல்லை இடம். 1123

எனது கண்ணின் கருமணியிலுள்ள பாவையே! நீ அவ்விடத்தை விட்டு நீங்கிவிடுவாயாக! ஏனெனில், யான் விரும்புகின்ற அழகிய நெற்றியையுடைய இவளுக்கு என் கண்ணில் இருக்க வேறு இடம் இல்லையே!

வாழ்தல் உயிர்க்கன்னள் ஆயிழை சாதல்
அதற்கன்னள் நீங்கு மிடத்து. 1124

ஆய்ந்தெடுத்த அணிகலன்களையுடைய இவள் என்னுடன் இருக்கும்போது என் உயிருக்கு வாழ்வு போன்றவள்; பிரியும் போது அவ்வுயிருக்குச் சாதலையொத்தவள்.

உள்ளுவன் மன்யான் மறப்பின் மறப்பறியேன்
ஒள்ளமர்க் கண்ணாள் குணம். 1125

ஒளி பெருந்தியனவாய்ப் போர் புரிகின்ற கண்களையுடைய இவளது பண்புகளை யான் மறந்தால் பிறகு நினைக்க முடியும்; ஆனால் அதனை எப்போதும் மறந்ததில்லையே!

113. காதற் சிறப்புரைத்தல்

கண்ணுள்ளின் போகார் இமைப்பின் பருவரார்
நுண்ணியர்எங் காத லவர். 1126

> எம் காதலர் எம் கண்ணுள்ளிருந்து ஒருபோதும் நீங்கார்; எம் கண்களை மூடி இமைத்தாலும் அதனால், வருந்தார்; அவர் அவ்வளவு நுட்பமானவர்.

கண்ணுள்ளார் காத லவராகக் கண்ணும்
எழுதேம் கரப்பாக்கு அறிந்து. 1127

> எம் காதலர் எம் கண்ணினுள் இருக்கின்றார்; ஆகையால் மை எழுதினால் அவர் மறைவதை எண்ணிக் கண்ணுக்கு மையும் எழுதமாட்டோம்!

நெஞ்சத்தார் காத லவராக வெய்துண்டல்
அஞ்சுதும் வேபாக்கு அறிந்து. 1128

> எம் காதலர் எம் நெஞ்சினுள் உறைகின்றார்; ஆகையால் சூடான பொருளை உண்டால் அவர் வெப்பமுறுதலை எண்ணி அதனை உண்ணுவதற்கும் அஞ்சுகின்றோம்.

இமைப்பின் கரப்பாக்கு அறிவல் அனைத்திற்கே
ஏதிலர் என்னும்இவ் வூர். 1129

> கண் இமைத்தால் கண்ணுள் இருக்கும் காதலர் மறைந்து போதலை அறிகின்றேன்; அவ்வளவிற்கே இந்த ஊரார் அவரை அன்பற்றவர் என்கின்றனரே!

உவந்துறைவர் உள்ளத்துள் என்றும் இகந்துறைவா
ஏதிலர் என்னும்இவ் வூர். 1130

> காதலர் எம் உள்ளத்துள்ளே மகிழ்ந்து உறைகின்றார்; அப்படி இருந்தும் அவர் 'பிரிந்து போய்விட்டார்; அதனால் அன்பில்லாதவர்' என்று இந்த ஊரார் அவரைப் பழிக்கின்றனரே!

114. நாணுத் துறவுரைத்தல்

காமம் உழந்து வருந்தினார்க்கு ஏமம்
மடலல்லது இல்லை வலி. 1131

காமநோயால் துன்புற்றுத் தம் காதலியின் அன்பு பெறாமல் வருந்தியவருக்கு மடலூர்தல் அல்லாமல் வேறு வலிமையான துணை ஒன்றும் இல்லை.

நோனா உடம்பும் உயிரும் மடலேறும்
நாணினை நீக்கி நிறுத்து. 1132

காதலியின் பிரிவால் நேரிடும் துயரத்தைப் பொறுக்காத என் உடம்பும் உயிரும் நாணத்தை என்னிடமிருந்து நீக்கி நிறுத்திவிட்டு மடவேறத் துணிந்துவிட்டன.

நாணொடு நல்லாண்மை பண்டுடையேன்
இன்றுடையேன்
காமுற்றார் ஏறும் மடல். 1133

நாணத்தையும் நல்ல ஆண்மையையும் முன்பு பெற்றிருந்தேன்; காதலியைப் பிரிந்து வருந்துகின்ற இப்பொழுது காமநோய் மிகுந்தவர் ஏறும் மடற்குதிரையையே பெற்றுள்ளேன்.

காமக் கடும்புனல் உய்க்குமே நாணொடு
நல்லாண்மை என்னும் புணை. 1134

நாணமும் நல்ல ஆண்மையுமாகிய தோணிகளைக் காம நோய் என்கிற கடுமையான வெள்ளம் அடித்துக் கொண்டு செல்கின்றது.

தொடலைக் குறுந்தொடி தந்தாள் மடலொடு
மாலை உழக்கும் துயர். 1135

வளைந்த சிறு வளையல்களை அணிந்து காதலிதான் மாலைப் பொழுதிலே வருந்தும் துயரத்தையும் மடலூரும் நிலைமையையும் எனக்குத் தந்தாள்,

114. நாணுத் துறவுரைத்தல்

மடலூர்தல் யாமத்தும் உள்ளுவேன் மன்ற
படல்ஒல்லா பேதைக்கென் கண். 1136

அந்த நங்கையின் பொருட்டாக என் கண்கள் உறங்காமல் உள்ளன. அதனால் நள்ளிரவு வேளையிலும் மடலூர்தல் பற்றி உறுதியாக நினைக்கின்றேன்,

கடலன்ன காமம் உழந்தும் மடலேறாப்
பெண்ணின் பெருந்தக்கது இல். 1137

கடல் போன்ற காம நோயால் வருந்தியும், மடலூராமல் துன்பத்தைப் பொறுத்துக் கொண்டிருக்கும் பெண் பிறப்பைப் போல் பெருமையையுடைய தகுதி ஆணுக்கு இல்லை.

நிறையரியர் மன்அளியர் என்னாது காமம்
மறையிறந்து மன்று படும். 1138

நெஞ்சை நிறுத்தும் நிறையற்றவர் இவர் என்றும் மிகவும் இரங்கத்தக்கவர் இவர் என்றும் கருதாமல் காமநோய் மறைந்திருத்தலைக் கடந்து மன்றத்திலும் தானாக வெளிப்படுகின்றதே!

அறிகிலார் எல்லாரும் என்றேஎன் காமம்
மறுகின் மறுகும் மருண்டு. 1139

பொறுத்திருந்ததனால் எல்லாரும் அறிந்தாரில்லை என்று நினைந்தே, என் காமநோய் இவ்வாறு தெருவில் பலரும் அறியுமாறு மயங்கித் திரிகின்றது போலும்!

யாங்கண்ணின் காண நகுப் அறிவில்லார்
யாம்பட்ட தாம்படா வாறு. 1140

யாம் பட்ட இத்துன்பங்களைத் தாம் படாமையால்தான் அறிவில்லாதவர் யாம் கண்ணாற் காணும்படியாக எம் எதிரே நின்று எம்மைக் கண்டு நகையாடுகின்றனர்.

115. அலர் அறிவுறுத்தல்

அலரெழ ஆருயிர் நிற்கும் அதனைப்
பலரறியார் பாக்கியத் தால். 1141

எங்கள் தொடர்பைப் பற்றி ஊரில் பழிச்சொல் எழுந்தும் என் அரிய உயிர் இன்னும் நீங்காது நிற்கின்றது; அஃது என் நல் வினையின் பயனால் தான் என்பதைப் பலரும் அறியாமல் உள்ளனர்.

மலரன்ன கண்ணாள் அருமை அறியாது
அலரெமக்கு ஈந்ததிவ் வூர். 1142

(குவளை) மலரைப் போன்ற கண்களையுடைய இவளின் அருமை அறியாமல், இந்த ஊரார் இவளை எளியவளாகக் கருதி அலர் கூறி எமக்கு உதவி செய்தனர்.

உறாஅதோ ஊரறிந்த கௌவை அதனைப்
பெறாஅது பெற்றன்ன நீர்த்து. 1143

ஊரார் எல்லாருமே அறிந்த இந்தப் பழிச் சொல் நமக்குப் பொருந்தாதோ? பொருந்துமாதலால் இந்த அலர் பெற முடியாமலிருந்து பெற்றாற் போன்ற நன்மை உடையதாக உள்ளது.

கவ்வையால் கவ்விது காமம் அதுஇன்றேல்
தவ்வெனும் தன்மை இழந்து. 1144

எம் காமம் ஊரார் கூறுகின்ற தூற்றலால் வளர்ந்து வருகின்றது! அந்தத் தூற்றல் இல்லையானால் அஃது இன்பம் தருதலை இழந்து சுருங்கிப் போகும்.

களித்தொறும் கள்ளுண்டல் வேட்டற்றால் காமம்
வெளிப்படுந் தோறும் இனிது. 1145

களிக்குந்தோறும் மேன்மேலும் கள்ளுண்டலை விரும்பினாற் போல, காமமும் அவரால் வெளிப்பட வெளிப்பட மேலும் இனிமையாகின்றது.

115. அலர் அறிவுறுத்தல்

கண்டது மன்னும் ஒருநாள் அலர்மன்னும்
திங்களைப் பாம்புகொண் டற்று. 1146

காதலரைக் கண்டது ஒருநாள்தான், அதனால் எழுந்த தூற்றுதலோ திங்களைப் பாம்பு கொண்ட செய்தி எங்கும் பரவினாற்போல எங்கும் நன்றாகப் பரவி விட்டதே.

ஊரவர் கௌவை எருவாக அன்னைசொல்
நீராக நீளும்இந் நோய். 1147

இந்தக் காமநோய் ஊராரின் பழிச் சொற்களை எருவாகவும் அது கேட்டு அன்னை சொல்லும் கடுஞ் சொல்லே நீராகவும் கொண்டு செழித்து வளர்கின்றது.

நெய்யால் எரிநுதுப்பேம் என்றற்றால் கௌவையால்
காமம் நுதுப்பேம் எனல். 1148

'பழிச் சொல்லால் காமத்தைத் தணித்துவிடுவோம்' என்று முயலுதல், 'நெய்யால் நெருப்பை அவிப்போம்' என்று முயல்வதைப் போன்றது.

அலர்நாண் ஒல்வதோ அஞ்சலோம்பு என்றார்
பலர்நாண நீத்தக் கடை. 1149

'அஞ்சற்க' என்று அன்று உறுதி கூறியவர் இன்று பலரும் நானும் படியாக நம்மைவிட்டுப் பிரிந்தால், அதனால் அவருக்கு நாணவும் நம்மால் இயலுமோ?

தாம்வேண்டின் நல்குவர் காதலர் யாம்வேண்டும்
கௌவை எடுக்கும்இவ் வூர். 1150

யாம் விரும்புகின்ற அலரை இவ்வூரார் எடுத்து மொழிகின்றனர்; அதனால் இனிமேல் காதலர் விரும்பினால் விரும்பியவாறு அதற்கு (உடன் போக்கிற்கு) உடன்படுவர்.

116. பிரிவாற்றாமை

செல்லாமை உண்டேல் எனக்குரை மற்றுநின்
வல்வரவு வாழ்வார்க்கு உரை. 1151

பிரிந்து செல்லாத நிலைமையாக இருந்தால் எனக்குச் சொல்லுக; பிரிந்து சென்று விரைவில் திரும்பிவருவது பற்றியானால் அது வரையில் உயிர்வாழ வல்லவர்க்குச் சொல்லுக.

இன்கண் உடைத்தவர் பார்வல் பிரிவஞ்சும்
புன்கண் உடைத்தால் புணர்வு. 1152

அவருடைய அன்பான பார்வை முன்பு இன்பம் உடையதாக இருந்தது; இப்பொழுதோ பிரிவை நினைத்து அஞ்சுகின்ற துன்பத்தால் அவருடைய புணர்ச்சியும் துன்பமாகத் தோன்றுகின்றது.

அரிதரோ தேற்றம் அறிவுடையார் கண்ணும்
பிரிவோ ரிடத்துண்மை யான். 1153

அறிவுடைய காதலரிடத்தும் ஒவ்வொரு சமயம் பிரிவு உள்ளபடியால் அவர் 'பிரியேன்' என்று சொன்ன சொல்லும் நம்பித் தெளிவது அரிதாயுள்ளது.

அளித்தஞ்சல் என்றவர் நீப்பின் தெளித்தசொல்
தேறியார்க்கு உண்டோ தவறு. 1154

அருள் செய்த காலத்தில் 'அஞ்சற்க' என்று கூறித் தேற்றியவர் இப்போது பிரிந்து செல்வாரானால் அவர் கூறிய உறுதி மொழியை நம்பித் தெளிந்த நமக்குக் குற்றம் உண்டோ?

ஓம்பின் அமைந்தார் பிரிவோம்பல் மற்றவர்
நீங்கின் அரிதால் புணர்வு. 1155

காத்துக் கொள்வதானால் காதலர் பிரியாதபடி தடுத்துக் காக்க வேண்டும்; அவர் பிரிந்து நீங்கினால் மீண்டும் அவரைக் கூடுதல் என்பது நமக்கு அரிதாகும்.

116. பிரிவாற்றாமை

பிரிவுரைக்கும் வன்கண்ண ராயின் அரிதவர்
நல்குவர் என்னும் நசை. 1156

பிரிவைப் பற்றித் தெரிவிக்கும் அளவிற்குக் கல்நெஞ்சம் உடையவரானால், அத்தகையவர் மீண்டும் வந்து நமக்கு இன்பம் நல்குவார் என்னும் நம் ஆசையும் பயனற்றது.

துறைவன் துறந்தமை தூற்றாகொல் முன்கை
இறைஇறவா நின்ற வளை. 1157

என் மெலிவால் முன்கையில் கழன்று நின்ற வளையல்கள் தலைவன் என்னைவிட்டுப் பிரிந்த செய்தியை ஊரறிய எடுத்துக் காட்டித் தூற்றமாட்டாவோ?

இன்னாது இனன்இல்ஊர் வாழ்தல் அதனினும்
இன்னாது இனியார்ப் பிரிவு. 1158

தோழியர் எவருமே இல்லாத ஊரில் வாழ்தல் துன்பமானது. இனிய காதலரைப் பிரிந்து தனித்திருப்பது அதைவிட மிகவும் துன்பமானது.

தொடிற்சுடின் அல்லது காமநோய் போல
விடிற்சுடல் ஆற்றுமோ தீ. 1159

நெருப்பு தன்னைத் தொட்டால் சுடுவதல்லாமல் காம நோயைப் போலத் தன்னை விட்டு அகன்ற பொழுதும் சுடவல்ல தாகுமோ?

அரிதாற்றி அல்லல்நோய் நீக்கிப் பிரிவாற்றிப்
பின்இருந்து வாழ்வார் பலர். 1160

பிரிய முடியாத பிரிவிற்கு உடன்பட்டு, பிரியும் போது உண்டாகும் துயரையும் தாங்கி, பிரிந்தபின் பொறுத்திருந்து, அதன் பின்னரும் உயிரோடு இருக்கும் மகளிர் உலகத்தில் பலர்!

117. படர்மெலிந்து இரங்கல்

மறைப்பேன்மன் யானிஃதோ நோயை இறைப்பவர்க்கு
ஊற்றுநீர் போல மிகும். 1161

இக் காமநோயைப் பிறர் அறியாமல் யான் மறப்பேன்; ஆனால், அஃது இறைப்பவர்க்கு ஊற்று நீர் மிகுவதுபோல் சுரந்து சுரந்துப் பெருகுகின்றது.

கரத்தலும் ஆற்றேன்இந் நோயைநோய் செய்தார்க்கு
உரைத்தலும் நாணுத் தரும். 1162

இக்காமநோயைப் பிறர் அறியாமல் மூடி மறைக்கவும் முடியவில்லை; நோயை விளைவித்த காதலர்க்குத் தூது அனுப்பித் தெரிவிக்கவும் நாணம் தருகின்றது.

காமமும் நாணும் உயிர்காவாத் தூங்கும்என்
நோனா உடம்பி னகத்து. 1163

பிரிவுத் துன்பத்தைப் பொறுக்காமல் வருந்துகின்ற என் உடம்பினிடத்தில் உயிரைக் காவடித் தண்டாகக் கொண்டு காமநோயும் நாணமும் இரு முனைகளிலும் தொங்குகின்றன.

காமக் கடல்மன்னும் உண்டே அதுநீந்தும்
ஏமப் புணைமன்னும் இல். 1164

காமநோயாகிய கடலே எனக்கு நிலையாக உள்ளது; ஆனால், அதை நீந்திக் கடந்து செல்வதற்குப் பாதுகாப்பாகிய தோணியைப் பெற்றேன் இல்லை.

துப்பின் எவனாவர் மற்கொல் துயர்வரவு
நட்பினுள் ஆற்று பவர். 1165

இன்பமாகிய நட்புடைய நம்மிடமே துன்பத்தை வரச் செய்ய வல்லவர், பகையை வெல்வதற்கான வலிமை வேண்டும்போது என்ன செய்வாரோ?

117. படர்மெலிந்து இரங்கல்

இன்பம் கடல்மற்றுக் காமம் அஃதடுங்கால்
துன்பம் அதனிற் பெரிது. 1166

காமம் மகிழ்விக்கும்பொழுது அதன் இன்பம் கடல் அளவு பெரிதாயுள்ளது. அது நம்மை வருத்தும் போது அதன் துன்பமோ கடலைவிடப் பெரிதாக உள்ளதே!

காமக் கடும்புனல் நீந்திக் கரைகாணேன்
யாமத்தும் யானே உளேன். 1167

காமம் என்னும் வெள்ளத்தை நீந்தியும் அதன் கரையை யான் காணவில்லை. இந்த நள்ளிரவிலும் யான் ஒருத்தியே உறங்காமல் வருந்தியபடித் தனியாக இருக்கின்றேன்.

மன்னுயிர் எல்லாம் துயிற்றி அளித்திரா
என்னல்லது இல்லை துணை. 1168

இந்த இராக் காலமும் இரங்கத்தக்கதாய் உள்ளது; மற்ற எல்லா உயிர்களையும் உறங்கச் செய்துவிட்டு, என்னையன்றி யாரையும் தனக்குத் துணை இல்லாமல் உள்ளது.

கொடியார் கொடுமையின் தாம்கொடிய இந்நாள்
நெடிய கழியும் இரா. 1169

பிரிவுத் துயராலே வருந்தும் போது மிக நீண்டது போலக் கழிகின்ற இராப்பொழுது, நம்மை விட்டுப் பிரிந்த கொடியவரின் கொடுமையைவிட மிகமிகக் கொடியது.

உள்ளம்போன்று உள்வழிச் செல்கிற்பின் வெள்ளநீர்
நீந்தல மன்னோஎன் கண். 1170

காதலர் இருக்கும் இடத்திற்கு என் உள்ளத்தைப் போல், உடலும் செல்ல முடியுமானால் என் கண்கள் இவ்வாறு கண்ணீர் வெள்ளத்தில் நீந்த வேண்டியதில்லை.

118. கண்விதுப்பழிதல்

கண்தாம் கலுழ்வ தெவன்கொலோ தண்டாநோய்
தாம்காட்ட யாம்கண் டது. 1171

இக்கண்கள் அவரைக் காட்டியதால் அல்லவா நீங்காத இக்காம நோயை யாம் பெற்றோம்? அவ்வாறிருக்க, காட்டிய கண்கள்தாமே இப்போது அழுவது ஏன்?

தெரிந்துணரா நோக்கிய உண்கண் பரிந்துணராப்
பைதல் உழப்பது எவன். 1172

பின்விளைவுபற்றி ஆராய்ந்து உணராமல் அன்று அவரை நோக்கிக் காதல் கொண்ட கண்கள் இன்று அன்பு கொண்டு என் துயரைப் பகுத்து உணராமல் தாமும் துன்பத்தால் வருந்துவது ஏன்?

கதுமெனத் தாம்நோக்கித் தாமே கலுழும்
இதுநகத் தக்கது உடைத்து. 1173

அன்று காதலரைக் கண்கள் தாமே விரைந்து நோக்கி இன்று தாமே அழுகின்றன; இது நகைக்கத் தக்க தன்மையுடையது.

பெயலாற்றா நீருலந்த உண்கண் உயலாற்றா
உய்வில்நோய் என்கண் நிறுத்து. 1174

அன்று என் கண்கள் தப்பிப் பிழைக்க முடியாத அளவு தீராத காமநோயை என்னிடம் விளைவித்து நிறுத்திவிட்டு, தாமும் அழ முடியாமல் நீர்வற்றி வறண்டு விட்டன.

படலாற்றா பைதல் உழக்கும் கடலாற்றாக்
காமநோய் செய்தஎன் கண். 1175

அன்று கடலும் தாங்கமுடியாத பெரிதான காமநோயை உண்டாக்கிய என் கண்கள், இன்று உறங்கமுடியாமல் துன்பத்தால் அழுகின்றன.

118. கண்விதுப்பழிதல்

ஓஒ இனிதே எமக்கிந்நோய் செய்தகண்
தாஅம் இதற்பட் டது. 1176

எமக்கு அன்று இந்தக் காம நோயை உண்டாக்கிய கண்கள் இன்று தாமும் இத்தகைய துன்பத்தைப் பட்டு வருந்துவது மிகவும் இனியதே!

உழந்துழந்து உள்நீர் அறுக விழைந்திழைந்து
வேண்டி யவர்க்கண்ட கண். 1177

அன்று விரும்பி நெகிழ்ந்து காதலரைக் கண்டு மகிழ்ந்த கண்கள், இன்று உறக்கமின்றித் துன்பத்தால் வருந்தி வருந்திக் கண்ணீரும் அற்றுப் போவதாக!

பேணாது பெட்டார் உளர்மன்னோ மற்றவர்க்
காணாது அமைவில கண். 1178

உள்ளத்தால் விரும்பாமல் சொல்லளவில் விரும்பிப் பழகியவர் ஒருவர் உள்ளார்; அவரைக் காணாமல் கண்கள் அமைதியுறவில்லை.

வாராக்கால் துஞ்சா வரின்துஞ்சா ஆயிடை
ஆரஞர் உற்றன கண். 1179

காதலர் வாராதொழியினும் உறங்கா; வந்தாலும் உறங்கா, இவற்றுக்கிடையே என் கண்கள் பொறுத்தற்கரிய துன்பத்தை அடைந்துள்ளன.

மறைபெறல் ஊரார்க்கு அரிதன்றால் எம்போல்
அறைபறை கண்ணா ரகத்து. 1180

அறையப்படும் பறைபோல் துன்பத்தை வெளிப்படுத்தும் கண்களையுடைய எம்மைப் போன்றவரிடத்தில் மறை பொருளான செய்தியை அறிதல் ஊரார்க்கு எளிதாகும்.

119. பசப்புறு பருவரல்

நயந்தவர்க்கு நல்காமை நேர்ந்தேன் பசந்தஎன்
பண்பியார்க்கு உரைக்கோ பிற. 1181

விரும்பிய காதலரின் பிரிவுக்கு அந்நாளில் உடன்பட்டேன், இப்பொழுது பசலையுற்ற என் தன்மையை வேறு யாருக்குச் சென்று சொல்வேன்?

அவர்தந்தார் என்னும் தகையால் இவர்தந்தென்
மேனிமேல் ஊரும் பசப்பு. 1182

அந்தக் காதலர் உண்டாக்கினார் என்னும் பெருமிதத்தோடு இந்தப் பசலை நிறம் உரிமையோடு என் மேனிமேல் ஏறி ஊர்ந்து எங்கும் பரவி வருகின்றது.

சாயலும் நாணும் அவர்கொண்டார் கைம்மாறா
நோயும் பசலையும் தந்து. 1183

என் அழகையும் நாணத்தையும் அவர் தம்மோடு எடுத்துக் கொண்டார்; அதற்குக் கைம்மாறாகக் காமநோயையும் பசலை நிறத்தையும் எனக்குத் தந்துள்ளார்.

உள்ளுவன் மன்யான் உரைப்பது அவர்திறமால்
கள்ளம் பிறவோ பசப்பு, 1184

யான் அவருடைய நல்லியல்புகளையே நினைக்கின்றேன், அவை பற்றியே பேசுவேன்; அவ்வாறு இருந்தும் பசலை வந்தது வஞ்சனையோ? வேறு வகையோ? அறியேன்.

உவக்காண்எம் காதலர் செல்வார் இவக்காண்என்
மேனி பசப்பூர் வது. 1185

அதோபார்! எம்முடைய காதலர் பிரிந்து செல்கின்றார்; இதோ பார்! என்னுடைய மேனியில் பசலை நிறம் வந்து பற்றிப் படர்கின்றது.

119. பசப்புறு பருவரல்

விளக்கற்றம் பார்க்கும் இருளேபோல் கொண்கண்
முயக்கற்றம் பார்க்கும் பசப்பு. 1186

விளக்கின் ஒளிகுறையும் சமயத்தைப் பார்த்து,
தான் வரக் காத்திருக்கும் இருளைப் போலவே,
காதலரின் தழுவுதலின் சோர்வை பசலை
எதிர்பார்த்துக் காத்திருக்கின்றது.

புல்லிக் கிடந்தேன் புடைபெயர்ந்தேன் அவ்வளவில்
அள்ளிக்கொள் வற்றே பசப்பு. 1187

தலைவரைத் தழுவியபடியே கிடந்தேன், பக்கத்தே
சிறிது அகன்றேன், அவ்வளவிலே பசலை நிறம்
அள்ளிக் கொள்வது போல் என்மீது வந்து
மிகுதியாகப் பரவிவிட்டதே.

பசந்தாள் இவள்என்பது அல்லால் இவளைத்
துறந்தார் அவர்என்பார் இல். 1188

'இவள் பிரிவால் வருந்திப் பசலை நிறம்
அடைந்தாள்' என்று என்னைப் பழி சொல்வதே
அல்லாமல் 'இவளைக் காதலர் பிரிந்து சென்றார்'
என்று சொல்பவர் யாரும் இல்லையே!

பசக்கமன் பட்டாங்கென் மேனி நயப்பித்தார்
நன்னிலையர் ஆவர் எனின். 1189

'பிரிவுக்கு உடன்படச் செய்த காதலர் நல்ல
நிலையினர் ஆவார்' என்றால், என்னுடைய மேனியும்
உள்ளபடியே பசலை. நோயினை அடைவதாகுக!

பசப்பெனப் பேர்பெறுதல் நன்றே நயப்பித்தார்
நல்காமை தூற்றார் எனின். 1190

பிரிவுக்கு உடன்படச் செய்து பிரிந்து சென்றவர்,
நமக்கு அருள் செய்யாதது பற்றி ஊரார் தூற்றாமல்
இருப்பாரானால், 'யான் பசந்தேன்' என்று பேர்
பெறுவதும் நல்லதேயாகும்.

120. தனிப்படர் மிகுதி

தாம்வீழ்வார் தம்வீழப் பெற்றவர் பெற்றாரே
காமத்துக் காழில் கனி. 1191

தாம் விரும்பும் காதலர் தம்மை விரும்புகின்ற பேறுபெற்ற மகளிர் காதல் வாழ்க்கையின் பயனாகிய விதையற்ற கனியைப் பெற்றவரே ஆவர்.

வாழ்வார்க்கு வானம் பயந்தற்றால் வீழ்வார்க்கு
வீழ்வார் அளிக்கும் அளி. 1192

தம்மை விரும்புகின்றவர்க்குக் காதலர் அளிக்கும் அன்பு உயிர்வாழ்கின்றவர்க்கு மேகம் மழை பெய்து காப்பதைப் போன்றது.

வீழுநர் வீழப் படுவார்க்கு அமையுமே
வாழுநம் என்னும் செருக்கு 1193

காதலரால் விரும்பப்படுகின்றவர்க்குப் பிரிவுத் துன்பம் இருந்தாலும் 'மீண்டும் வந்தபின் இன்பமாக வாழ்வோம்' என்னும் செருக்கு ஏற்றதாகும்.

வீழப் படுவார் கெழீஇயிலா தாழ்வீழ்வார்
வீழப் படாஅர் எனின். 1194

தாம் விரும்பும் காதலரால் விரும்பப் படாவிட்டால் உலகத்தாரால் விரும்பப்படும் நிலையில் உள்ள வரும் நல்வினை பொருந்தியவர் அல்லர்.

நாம்காதல் கொண்டார் நமக்கெவன் செய்பவோ
தாம்காதல் கொள்ளாக் கடை 1195

தாம் காதல் கொண்டவர் தாமும் அவ்வாறே தம்மிடம் காதல் கொள்ளாவிட்டால், தமக்கு அவர் என்ன நன்மை செய்வார்?

120. தனிப்படர் மிகுதி

ஒருதலையான் இன்னாது காமம்காப் போல
இருதலை யானும் இனிது. 1196

காதல் ஒருபக்கமாக இருத்தல் மிகவும் துன்பம் தருவது; காவடித் தண்டின் சுமைபோல இருபக்கமாகவும் ஒத்திருப்பது மிகவும் இன்பம் தருவதாகும்.

பருவரலும் பைதலும் காணான்கொல் காமன்
ஒருவர்கண் நின்றொழுகு வான். 1197

காதலர் இருவரிடத்திலும் ஒத்திருக்காமல் ஒருவரிடத்தில் மட்டும் காமன் நின்று இயங்குவதால் என் துன்பத்தையும் வருத்தத்தையும் அவன் அறிய மாட்டானோ?

வீழ்வாரின் இன்சொல் பெறாஅது உலகத்து
வாழ்வாரின் வன்கணார் இல். 1198

தாம் விரும்பும் காதலரின் இனிய சொல்லைப் பெறாமல் உலகத்தில் பிரிவுத் துன்பத்தைப் பொறுத்து வாழ்கின்ற மகளிரைப் போல் வன்கண்மை உடையவர்கள் இல்லை.

நசைஇயார் நல்கார் எனினும் அவர்மாட்டு
இசையும் இனிய செவிக்கு. 1199

யான் விரும்பிய காதலர் மீண்டும் வந்து அன்பு செய்யார் என்றாலும், அவரைப் பற்றிய புகழைக் கேட்பதும் என் செவிக்கு இன்பமாக உள்ளது.

உறாஅர்க்கு உறுநோய் உரைப்பாய் கடலைச்
செறாஅஅய் வாழிய நெஞ்சு. 1200

நெஞ்சமே, நீ வாழ்க. நின்னிடம் அன்பற்றவரிடம் நினது மிகுந்த துன்பத்தை உரைக்கின்றாய்! அதனை விட்டு எளிதாகக் (காமக்)கடலைத் தூர்ப்பதற்கு நீயும் முயல்வாயாக!.

121. நினைந்தவர் புலம்பல்

உள்ளினும் தீராப் பெருமகிழ் செய்தலால்
கள்ளினும் காமம் இனிது. 1201

முன்பு கூடி நுகர்ந்த இன்பத்தைப் பின்பு நினைத்தாலும் தீராத பெரிய மகிழ்ச்சியைத் தருவதனால், உண்டால் மட்டும் மகிழ்ச்சிதரும் கள்ளைவிடக் காமமே இன்பம் நல்குவதாகும்.

எனைத்தொன்று இனிதேகாண் காமம்தாம் வீழ்வார்
நினைப்ப வருவதொன்று இல் 1202

யாம் விரும்புகின்ற காதலரை நினைத்தாலும் பிரிவுத் துன்பம் இல்லாமல் போகின்றது! அதனால் காமம் எவ்வளவு அளவினதானாலும் ஒருவகையில் இன்பம் தருவதாகும்.

நினைப்பவர் போன்று நினையார்கொல் தும்மல்
சினைப்பது போன்று கெடும். 1203

தும்மல் வருவதுபோல் தோன்றி வராமல் அடங்கி விடுகின்றதே! அதனால் நம் காதலர் நம்மை நினைப்பவர் போலிருந்து நினையாமற் போயினரோ?

யாமும் உளேங்கொல் அவர்நெஞ்சத்து எம்நெஞ்சத்து
ஓஒ உளரே அவர். 1204

எம்முடைய நெஞ்சில் காதலராகிய அவர் எப்பொழுதுமே உள்ளார்; அது போலவே. நாமும் அவருடைய நெஞ்சில் எப்பொழுதும் நீங்காமல் இருக்கின்றோமோ?

தம்நெஞ்சத்து எம்மைக் கடிகொண்டார் நாணார்கொல்
எம்நெஞ்சத்து ஓவா வரல். 1205

தம்முடைய நெஞ்சில் எம்மை வரவிடாது காவல் செய்து கொண்ட நம் காதலர் நம் உள்ளத்தில் தாம் ஓயாமல் வருவதைப் பற்றி நாணப்படமாட்டாரோ?

121. நினைந்தவர் புலம்பல்

மற்றியான் என்னுளேன் மன்னோ அவரொடுயான்
உற்றநாள் உள்ள உளேன். 1206

காதலராகிய அவரோடு யான் இன்பமாயிருந்த அந்த நாட்களின் நினைவால்தான், நான் உயிரோடு உள்ளேன்; வேறு எதனால் நான் அவரைப் பிரிந்து உயிர் வாழ்கின்றேன்?

மறப்பின் எவனாவன் மன்கொல் மறப்பறியேன்
உள்ளினும் உள்ளம் சுடும். 1207

காதலரை மறந்தறியாமல் நினைத்தாலும் உள்ளத்தைப் பிரிவுத் துன்பம் சுடுகின்றதோ! நினைக்காமல் மறந்து விட்டால் என்ன ஆவேனோ?

எனைத்து நினைப்பினும் காயார் அனைத்தன்றோ
காதலர் செய்யும் சிறப்பு. 1208

காதலரை எவ்வளவு அதிகமாக நினைத்தாலும் என் மீது சினங்கொள்ளார்: காதலர் செய்யும் சிறந்த உதவியே அதுதான்!

விளியும்என் இன்னுயிர் வேறல்லம் என்பார்
அளியின்மை ஆற்ற நினைந்து. 1209

'நாம் இருவரும் வேறு அல்லேம்' என்று அடிக்கடி சொல்லும் அவர், இப்போது அன்பில்லாமல் இருப்பதை மிகவும் நினைந்து என் இனிய உயிர் அழிகின்றது.

விடாஅது சென்றாரைக் கண்ணினால் காணப்
படாஅதி வாழி மதி. 1210

திங்களே! என் உள்ளத்தில் பிரியாதிருந்து என்னைப் பிரிந்து சென்ற காதலரை என் கண்ணால் தேடிக் காண்பதற்காக நீயும் வானத்தில் மறைந்து விடாது இருப்பாயாக.

122. கனவுநிலை உரைத்தல்

காதலர் தூதொடு வந்த கனவினுக்கு
யாதுசெய் வேன்கொல் விருந்து. 1211

பிரிவால் வருந்திய நான் அயர்ந்து உறங்கிய போது காதலர் அனுப்பிய தூதோடும் வந்த கனவுக்கு யான் விருந்தாக என்ன கைம்மாறு செய்து உதவுவேன்?

கயலுண்கண் யானிரப்பத் துஞ்சிற் கலந்தார்க்கு
உயலுண்மை சாற்றுவேன் மன். 1212

யான் விரும்பும்போது என் கண்கள் உறங்குமானால் கனவில் வந்து தோன்றும் காதலருக்கு யான் தப்பிப் பிழைத்திருக்கும் உண்மையைச் உரைப்பேன்.

நனவினால் நல்கா தவரைக் கனவினால்
காண்டலின் உண்டென் உயிர். 1213

நனவிலே வந்து நமக்கு அன்பு செய்யாதிருக்கின்ற காதலரைக் கனவிலாவது கண்டு மகிழ்வதால்தான் என் உயிர் இன்னும் நீங்காமல் உள்ளதாகின்றது.

கனவினால் உண்டாகும் காமம் நனவினால்
நல்காரை நாடித் தரற்கு. 1214

நனவில் வந்து கூடி அன்பு செய்யாத காதலரைத் தேடி அழைத்து வருவதற்காகவே அவரைப் பற்றிய காதல் நிகழ்ச்சிகள் கனவில் உண்டாகின்றன.

நனவினால் கண்டதூஉம் ஆங்கே கனவுந்தான்
கண்ட பொழுதே இனிது. 1215

முன்பு நனவில் காதலரைக் கண்டு நுகர்ந்த இன்பமும் அப்பொழுது மட்டுமே இனிதாக இருந்தது; இப்பொழுது காணும் கனவும் கண்டபொழுது மட்டுமே இன்பமாக உள்ளது.

122. கனவுநிலை உரைத்தல்

நனவென ஒன்றில்லை யாயின் கனவினால்
காதலர் நீங்கலர் மன்.   1216

> நளவு எனப்படும் ஒரு நிலை இல்லாதிருக்குமானால், கனவில் வருகின்ற நம் காதலர் எப்பொழுதுமே நம்மை விட்டுப் பிரியாதிருப்பர் அல்லவோ?

நனவினால் நல்காக் கொடியார் கனவினால்
என்எம்மைப் பீழிப் பது.   1217

> நனவில் வந்து நமக்கு அன்பு செய்ய நினையாத அக்கொடிய காதலர் கனவில் மட்டும் வந்து எம்மை வருத்துவது எதனாலோ?

துஞ்சுங்கால் தோள்மேல் ராகி விழிக்குங்கால்
நெஞ்சத்தர் ஆவர் விரைந்து.   1218

> நான் உறங்கும்போது கனவில் வந்து என் தோள் மேல் உள்ளவராகி, விழிக்கும்போது உடனே விரைந்து என் நெஞ்சில் உள்ளவராகின்றார்.

நனவினால் நல்காரை நோவர் கனவினால்
காதலர்க் காணா தவர்.   1219

> கனவில் காதலர் வரக்காணாத மகளிர், நனவில் வந்து அன்பு செய்யாத காதலரைக் குறித்து வருந்தி மனம் நொந்து கொள்வர்.

நனவினால் நம்நீத்தார் என்பர் கனவினால்
காணார்கொல் இவ்வூ ரவர்.   1220

> 'நனவில் நம்மை விட்டு நீங்கினார்' என்று காதலரை இவ்வூரார் பழித்துப் பேசுகின்றனரே! இவர்கள் எம்மைப் போல் தம் காதலரைக் கனவில் காண்பதில்லையோ!

123. பொழுதுகண்டு இரங்கல்

மாலையோ அல்லை மணந்தார் உயிருண்ணும்
வேலைநீ வாழி பொழுது. 1221

> பொழுதே! நீ மாலைக் காலமும் அல்லை. (காதலரை மணந்து பிறகு பிரிந்து வாழும்) மகளிரின் உயிரை உண்ணும் முடிவுக் காலமாக ஆவாய்.

புன்கண்ணை வாழி மருள்மாலை எம்கேள்போல்
வன்கண்ண தோநின் துணை. 1222

> மயங்கிய மாலைப்பொழுதே! வாழ்க! நீயும் எம்மைப் போலவே துன்பமுற்றுத் தோன்றுகின்றாயே! நின் துணையும் எம் காதலரைப் போலவே இரக்கம் அற்றதோ?

பனிஅரும்பிப் பைதல்கொள் மாலை துனிஅரும்பித்
துன்பம் வளர வரும். 1223

> பனி தோன்றிப் பசந்த நிறங் கொண்ட மாலைக்காலம் எமக்கு வருத்தம் தோன்றி மேன்மேலும் வளரும்படியாகவே வருகின்றது.

காதலர் இல்வழி மாலை கொலைக்களத்து
ஏதிலர் போல வரும். 1224

> காதலர் அருகே இல்லாத போது கொலை செய்யும் இடத்தில் ஆறலைப்பார் வருவது போல, இம்மாலைப் பொழுதும் எம் உயிரைக் கொள்வதற்காகவே வருகின்றது.

காலைக்குச் செய்தநன்று என்கொல் எவன்கொல்யான்
மாலைக்குச் செய்த பகை. 1225

> காலைப் பொழுதுக்கு யாம் செய்த நன்மைதான் யாது? எம்மை இப்படிப் பெரிதும் வருத்துகின்ற மாலைப்பொழுதுக்கு யாம் செய்த பகையாகிய தீமைதான் என்ன?

123. பொழுதுகண்டு இரங்கல்

மாலைநோய் செய்தல் மணந்தார் அகலாத
காலை அறிந்தது இலேன். 1226

மாலைப்பொழுது இவ்வாறு துன்பம் செய்ய வல்லது என்பதைக் காதலர் எம்மை விட்டு நீங்காமல் கூடியிருந்த காலத்தில் யான் அறியவே இல்லை.

காலை அரும்பிப் பகலெல்லாம் போதாகி
மாலை மலரும்இந் நோய். 1227

இந்தக் காமநோய் காலைப் பொழுதில் அரும்பாய்த் தோன்றி, பகற்பொழுதெல்லாம் பேரரும்பாய் வளர்ந்து மாலைப் பொழுதில் மலராக விரிகின்றது.

அழல்போலும் மாலைக்குத் தூதாகி ஆயன்
குழல்போலும் கொல்லும் படை. 1228

ஆயனுடைய புல்லாங்குழல் நெருப்பைப்போல் சுடுகின்ற மாலைப் பொழுதிற்கு முன் தூதாக வந்து எம்மைக் கொல்லும் படையாகவும் அமைகின்றது.

பதிமருண்டு பைதல் உழக்கும் மதிமருண்டு
மாலை படர்தரும் போழ்து. 1229

அறிவு மயங்கும்படியாக மாலைப் பொழுது வந்து படர்கின்றபோது இந்த ஊரும் மயங்கியதால் எம்மைப் போல் துன்பத்தால் வருந்தும்.

பொருள்மாலை யாளரை உள்ளி மருள்மாலை
மாயும்என் மாயா உயிர். 1230

பொருள் காரணமாகப் பிரிந்து சென்ற காதலரை நினைந்து பிரிவுத் துன்பத்தால் மாயாமல் நின்ற எம் உயிர் மயங்குகின்ற இம்மாலைப் பொழுதில் நலிவுற்று மாய்கின்றது.

124. உறுப்புநலன் அழிதல்

சிறுமை நமக்கொழியச் சேண்சென்றார் உள்ளி
நறுமலர் நாணின கண். 1231

> இத்துன்பத்தை நமக்கு விட்டு விட்டுத் தொலைவில் உள்ள நாட்டுக்குச் சென்ற காதலரை நினைந்து அழுதமையால் எம் கண்கள் தம் அழகிழந்து நறுமலர்களுக்கு நாணுகின்றன.

நயந்தவர் நல்காமை சொல்லுவ போலும்
பசந்து பனிவாரும் கண். 1232

> பசலை நிறத்தைப் பெற்று நீர் சொரியும் கண்கள், நம்மை முன்பு விரும்பிய காதலர் இப்போது அன்பு செய்யாததைப் பிறருக்கும் சொல்வன போல் உள்ளனவே!

தணந்தமை சால அறிவிப்ப போலும்
மணந்தநாள் வீங்கிய தோள். 1233

> காதலரோடு கூடியிருந்த காலத்தில் மகிழ்ந்து பூரித்திருந்த தோள்கள் இப்போது பிரிவினால் மெலிந்து அவருடைய பிரிவைப் பிறருக்கு நன்றாகத் தெரிவிப்பனபோல் உள்ளன.

பணைநீங்கிப் பைந்தொடி சோரும் துணைநீங்கித்
தொல்கவின் வாடிய தோள். 1234

> தம் துணைவர் விட்டு நீங்கியதால் அவரால் பெற்ற செயற்கை அழகும் பழைய அழகும் கெட்டு வாடிய தோள்கள் தம் பருமன் குறைந்து பசும்பொன் வளையல்களையும் கழலச் செய்கின்றன.

கொடியார் கொடுமை உரைக்கும் தொடியொடு
தொல்கவின் வாடிய தோள். 1235

> வளையல்களும் கழன்று விழ தம் பழைய அழகும் கெட்டுப்போன தோள்கள் (நம் துன்பத்தை உணராத) இரக்கம் கொடுமையை ஊரறியப் பறை சாற்றுகின்றன.

124. உறுப்புநலன் அழிதல்

தொடியொடு தோள்நெகிழ நோவல் அவரைக்
கொடியர் எனக்கூறல் நொந்து.   1236

வளையல்கள் கழன்று வீழ்ந்து, தோள்கள் மெலிந்தமையால், காண்பவர் மனம் நொந்தவராக, அவரைக் கொடியர் எனக் கூறக்கேட்டு யானும் வருந்துகின்றேன்.

பாடு பெறுதியோ நெஞ்சே கொடியார்க்கென்
வாடுதோள் பூசல் உரைத்து.   1237

நெஞ்சமே! கொடியவராகிவிட்ட காதலருக்கு மெலிவுற்ற என் தோள்களின் ஆரவாரத்தை எடுத்துக் கூறி உதவியைச் செய்ததனால் நீயும் பெருமை அடைவாயோ!

முயங்கிய கைகளை ஊக்கப் பசந்தது
பைந்தொடிப் பேதை நுதல்.   1238

தன்னை இறுகக் கட்டித் தழுவிய கைகளைத் தளர்த்திய அப்பொழுதிலேயே (சிறிதாகிய அப்பிரிவையும் பொறுக்க மாட்டாமல்) பசும்பொன் வளையல்களணிந்த இப்பேதைமை உடையவளின் நெற்றியும் பசலை நிறத்தை அடைந்து விட்டதே!

முயக்கிடைத் தண்வளி போழப் பசப்புற்ற
பேதை பெருமழைக் கண்.   1239

கைகளைத் தளர்த்திய பொழுது தழுவியிருந்த முயக்கத்திற்கு இடையே குளிர்ந்த காற்று நுழைய, காதலியின் பெரிய குளிர்ந்த கண்களும் அழகிழந்த பசலை நிறம் அடைந்து விட்டன.

கண்ணின் பசப்போ பருவரல் எய்தின்றே
ஒண்ணுதல் செய்தது கண்டு.   1240

காதலியின் ஒளியுள்ள நெற்றியின் நிறவேறுபாட்டைக் கண்டு, அவளுடைய கண்களின் பசலை நிறமும் மேலும் பெருந்துன்பம் அடைந்துவிட்டது!

125. நெஞ்சொடு கிளத்தல்

நினைத்தொன்றும் சொல்லாயோ நெஞ்சே எனைத்தொன்றும்
எல்வநோய் தீர்க்கும் மருந்து.   1241

> நெஞ்சமே! (காதலால் வளர்ந்த) இத்துன்பம் தரும் நோயினைத் தீர்க்கும் மருந்து ஏதாயினும் ஒன்றை நினைத்துப் பார்த்து எனக்குச் சொல்லமாட்டாயோ?

காதல் அவரில் ராகநீ நோவது
பேதைமை வாழிஎன் நெஞ்சு.   1242

> என் நெஞ்சே! நீ வாழ்க! அவர்தாம் நம்மிடம் காதல் இல்லாதவராக இருக்கவும், நீ மட்டும் அவரையே நினைந்து வருந்துவது நின் அறியாமையேயாகும்.

இருந்துள்ளி என்பரிதல் நெஞ்சே பரிந்துள்ளல்
பைதல்நோய் செய்தார்கண் இல்.   1243

> நெஞ்சமே! (என்னுடன்) இருந்தும் அவரை நினைந்து வருந்துவது ஏன்? இத்துன்ப நோயை விளைவித்தவரிடம் நம்மேல் இவ்வாறு அன்புற்று நினைக்கும் பண்பு இல்லையே!

கண்ணும் கொளச்சேறி நெஞ்சே இவையென்னைத்
தின்னும் அவர்காண லுற்று.   1244

> நெஞ்சமே! நீ அவரிடம் போகும்போது என் கண்களையும் உடன் கொண்டு செல்வாயாக; அவரைக் காண வேண்டும் என்று இவை என்னைப் பிடுங்கித் தின்கின்றன.

செற்றா ரெனக்கை விடல்உண்டோ நெஞ்சேயாம்
உற்றால் உறாஅ தவர்.   1245

> நெஞ்சமே! யாம் விரும்பி நாடினாலும் எம்மை நாடாத அவர், எம்மை வெறுத்துவிட்டார் என்று நினைந்து, அவரைக் கை விடுதல் நமக்குத் தகுமோ?

125. நெஞ்சொடு கிளத்தல்

கலந்துணர்த்தும் காதலாக் கண்டால் புலந்துணராய்
பொய்க்காய்வு காய்திஎன் நெஞ்சு. 1246

என் நெஞ்சமே! நாம் ஊடியபோது ஊடலை உணர்த்திக் கூடுகின்றவரான காதலரைக் கண்டபோது நீ பிணங்கி உணர மாட்டாய்! பொய்யான சினங்கொண்டு காய்கின்றாய்

காமம் விடுஒன்றோ நாண்விடு நன்னெஞ்சே
யானோ பொறேன்இவ் விரண்டு. 1247

நல்ல நெஞ்சமே! ஒன்று காமத்தை விட்டுவிடு; அல்லது நாணத்தை விட்டுவிடு. இவை இரண்டையும் நீ விரும்பினால் என்னால் பொறுத்துக் கொண்டிருக்க இயலாது.

பரிந்தவர் நல்காரென்று ஏங்கிப் பிரிந்தவர்
பின்செல்வாய் பேதைஎன் நெஞ்சு. 1248

என் நெஞ்சமே! பிரிவுத் துன்பத்தால் வருந்தி அவர் இரங்கி வந்து அன்பு செய்யவில்லையே என்று ஏங்கிப் பிரிந்தவரின் பின்னே செல்கின்றாய்! நீ பேதைமை உடையை.

உள்ளத்தார் காத லவராக உள்ளிநீ
யாருழைச் சேறிஎன் நெஞ்சு. 1249

என் நெஞ்சமே! காதலர் நம் உள்ளத்தில் உள்ளவராக இருக்கும் போது நீ அவரை நினைந்து யாரிடம் தேடிச் செல்லுகின்றனை?

துன்னாத் துறந்தாரை நெஞ்சத்து உடையேமா
இன்னும் இழத்தும் கவின். 1250

நம்மோடு சேர்ந்திருக்காமல் கைவிட்டுச் சென்ற காதலரை நாம் நெஞ்சிலே வைத்திருக்கும்போது இன்னும் நாம் அழகிழந்து வருந்துகின்றோம்.

126. நிறையழிதல்

காமக் கணிச்சி உடைக்கும் நிறையென்னும்
நாணுத்தாழ் வீழ்த்த கதவு. 1251

'நாணம்' என்னும் தாழ்ப்பாள் பொருந்திய 'நிறை' எனப்படும் கதவை, காமம் ஆகிய கோடரி தகர்த்து விடுகின்றது.

காமம் எனவொன்றோ கண்ணின்றென் நெஞ்சத்தை
யாமத்தும் ஆளும் தொழில். 1252

காமம் என்று சொல்லப்படுகின்ற ஒன்று கண்ணோட்டம் இல்லாதது; அஃது எல்லோரும் உறங்கும் நள்ளிரவிலும் என் நெஞ்சத்தை ஏவல் செய்து ஆள்கின்றது.

மறைப்பேன்மன் காமத்தை யானோ குறிப்பின்றித்
தும்மல்போல் தோன்றி விடும். 1253

யான் காமத்தை என்னுள் மறைக்க முயல்வேன்; ஆனால், அதுவோ என் குறிப்பின்படி அடங்கி நிற்காமல் தும்மல் வெளிவருதல் போல் தானே வெளிப்பட்டு விடுகின்றது.

நிறையுடையேன் என்பேன்மன் யானோஎன் காமம்
மறையிறந்து மன்று படும். 1254

யான் இதுகாறும் நிறையோடு இருப்பதாக எண்ணிக் கொண்டிருந்தேன். ஆனால், என் காமம், என்னுள் மறைந்திருந்த எல்லையைக் கடந்து மன்றத்தில் வெளிப்படுகின்றது.

செற்றார்பின் செல்லாப் பெருந்தகைமை காமநோய்
உற்றார் அறிவதொன்று அன்று. 1255

நம்மை வெறுத்து அகன்றவரின் பின் செல்லாமல் மானத்தோடு நிற்கும் நிறையுடைமை காமநோய் உறாதார் அறிவதொன்றன்றி உற்றவர் அறியும் தன்மையது அன்று.

126. நிறையழிதல்

செற்றவர் பின்சேறல் வேண்டி அளித்தரோ
எற்றென்னை உற்ற துயர். 1256

நம்மை வெறுத்துக் கைவிட்ட காதலரின் பின் யாம் செல்ல விழையும் நிலையிலிருப்பதால் எம்மைப் பற்றிய இந்தக் காம நோயானது எத்தன்மை உடையதோ!

நாணென ஒன்றோ அறியலம் காமத்தால்
பேணியார் பெட்ப செயின். 1257

யாம் விரும்பிய காதலரும் காமத்தால் நமக்கு விருப்பமானவற்றைச் செய்வாரானால், நாமும் 'நாணம்' எனப்படும் ஒரு பண்பையும் அறியாமலிருப்போம்.

பன்மாயக் கள்வன் பணிமொழி அன்றோநம்
பெண்மை உடைக்கும் படை. 1258

நம்முடைய நிறையாகிய அரணை அழிக்கும் படையாக இருப்பது, பல பொய்களில் வல்ல கள்வரான காதலரின் பணிவான சொற்கள் அன்றோ?

புலப்ப லெனச்சென்றேன் புல்லினேன் நெஞ்சம்
கலத்த லுறுவது கண்டு. 1259

'ஊடுவோம்' என்று நினைத்துக் கொண்டு சென்றோம்; ஆனால் எம் நெஞ்சம் எம்மை மறந்து அவரோடு சென்று கலந்து விடுவதைக் கண்டு அவரைத் தழுவினோம்.

நிணந்தீயில் இட்டன்ன நெஞ்சினார்க்கு உண்டோ
புணர்ந்தூடி நிற்பேம் எனல். 1260

தீயிலே கொழுப்பை இட்டாற்போல் உருகும் நெஞ்சையுடையவரான எம்போன்றவர்க்குப் புணரும்போது 'இசைந்து ஊடி நிற்போம்' என்று ஊடும் உறுதிதான் உண்டாகுமோ?

127. அவர்வயின் விதும்பல்

வாளற்றுப் புறகென்ற கண்ணும் அவர்சென்ற
நாளொற்றித் தேய்ந்த விரல். 1261

அவர் வருவாரென வழியையே பார்த்துப் பார்த்து என் கண்களும் ஒளி இழந்து அழகு கெட்டன; அவர் பிரிந்த நாட்களைக் குறித்துத் தொட்டுத் தொட்டு விரல்களும் தேய்ந்து போயின.

இலங்கிழாய் இன்று மறப்பின்என் தோள்மேல்
கலங்கழியும் காரிகை நீத்து. 1262

தோழி! காதலரின் பிரிவால் துன்புற்று வருந்துகின்ற இன்றும் அவரை மறந்தால். என் தோள்கள் அழகு கெட்டு மெலியும; தோள்மேல் அணிந்துள்ள அணிகள் கழலும்படி நேரும்.

உரன்நசைஇ உள்ளம் துணையாகச் சென்றார்
வரல்நசைஇ இன்னும் உளேன். 1263

வெற்றியை விரும்பி ஊக்கமே துணையாகக் கொண்டு வெளிநாட்டுக்குச் சென்ற காதலர், திரும்பி வருதலைக் காண விரும்பியே இன்னும் யான் உயிரோடுள்ளேன்.

கூடிய காமம் பிரிந்தார் வரவுள்ளிக்
கோடுகொ டேறும்என் நெஞ்சு. 1264

முன்னர்க் கூடியிருந்த காம இன்பத்தையும் மறந்து பிரிந்து சென்றவரின் வருகையை நினைத்து, என் நெஞ்சம் மரக் கிளைகள் தோறும் ஏறிப் பார்க்கின்றது.

காண்கமன் கொண்கனைக் கண்ணாரக் கண்டபின்
நீங்கும்என் மென்றோள் பசப்பு. 1265

என் காதலனைக் கண்ணாரக் காண்பேனாக; அங்ஙனம் கண்டபின் என் மெல்லிய தோள்களில் உண்டாகியுள்ள பசலை நோயும் தானாகவே நீங்கிவிடும்.

127. அவர்வயின் விதும்பல்

வருகமன் கொண்கள் ஒருநாள் பருகுவன்
பைதல்நோய் எல்லாம் கெட. 1266

என் காதலன் ஒருநாள் மட்டிலும் என்னிடம் வருவானாக; அங்ஙனம் வந்த பிறகு என் துன்பநோய் எல்லாம் தீரும்படியாக நான் அவனோடு இன்பத்தைப் பருகுவேன்.

புலப்பேன்கொல் புல்லுவேன் கொல்லோ கலப்பேன்கொல்
கண்அன்ன கேளிர் வரின். 1267

என் கண்போன்ற காதலர் வருவாரானால் யான் அவரோடு ஊடுவேனோ? அல்லது தழுவிக் கொள்வேனோ? அல்லது ஆவலோடு கலந்து இன்புறுவேனோ? என்ன செய்வேன்?

வினைகலந்து வென்றீக வேந்தன் மனைகலந்து
மாலை அயர்கம் விருந்து. 1268

மன்னன் இச்செயலில் முனைந்து நின்று வெற்றி பெறுவானாக; அதன்பின் யாம் மனைவியோடு கூடியிருந்து அன்று வரும் மாலைப் பொழுதில் அவளோடு விருந்தை நுகர்வேன்.

ஒருநாள் எழுநாள்போல் செல்லும்சேண் சென்றார்
வருநாள்வைத்து ஏங்கு பவர்க்கு. 1269

தொலைவிடத்திற்குப் பிரிந்து சென்ற காதலர் திரும்பி வரும் நாளை மனத்தில் வைத்து எங்கும் மகளிருக்கு ஒருநாள் எழுநாள் போல் நெடிதாகக் கழியும்.

பெறின்என்னாம் பெற்றக்கால் என்னாம் உறின்எண்ணாம்
உள்ளம் உடைந்துக்கக் கால். 1270

துன்பத்தைத் தாங்காமல், காதலி மனம் உடைந்து இறந்து விட்டால் அவள் நம்மைத் திரும்பப் பெறமுடிவதனால் என்ன? பெற்றுவிட்டால் என்ன? பொருந்தினால்தான் என்ன?

128. குறிப்பறிவுறுத்தல்

கரப்பினுங் கையிகந் தொல்லாநின் உண்கண்
உரைக்க லுறுவதொன்று உண்டு. 1271

நீ சொல்லாமல் மறைத்தாலும் அதற்கு உடன்படாமல் நின் மறைப்பையும் கடந்து நின் கண்கள் எனக்குக் குறிப்பாகக் சொல்ல முற்படுகின்ற செய்தி ஒன்று உள்ளதாகும்.

கண்நிறைந்த காரிகைக் காம்பேர்தோள் பேதைக்குப்
பெண்நிறைந்த நீர்மை பெரிது. 1272

கண் நிறைந்த பேரழகும் மூங்கில் போன்ற அழகிய தோளும் உடைய என் காதலிக்கு, பெண் தன்மை நிறைந்துப் பொலிவுறும் இயல்பு மிகுதியாக உள்ளது.

மணியில் திகழ்தரு நூல்போல் மடந்தை
அணியில் திகழ்வதொன்று உண்டு. 1273

நூலில் சோத்த மணியினுள்ளே காணப்படும் நூலைப்போல் என் காதலியின் அழகினுள்ளேயும் அமைந்து புறத்தே திகழ்கின்ற குறிப்பு ஒன்று உள்ளது.

முகைமொக்குள் உள்ளது நாற்றம்போல் பேதை
நகைமொக்குள் உள்ளதொன்று உண்டு. 1274

அரும்பும் மொட்டினுள் அடங்கியிருக்கின்ற மணத்தைப்போல, என் காதலியின் புன்முறுவலின் உள்ளேயும் அடங்கியிருக்கும் குறிப்பு ஒன்று உள்ளது.

செறிதொடி செய்திறந்த கள்ளம் உறுதுயர்
தீர்க்கும் மருந்தொன்று உடைத்து. 1275

செறிந்த வலையல்களையணிந்துள்ளவளான என் காதலி செய்து விட்டுப் போன கள்ளமான குறிப்பு என் மிக்க துயரத்தைத் தீர்க்கும் மருந்து ஒன்று உடையதாக உள்ளது.

128. குறிப்பறிவுறுத்தல்

பெரிதாற்றிப் பெட்பக் கலத்தல் அரிதாற்றி
அன்பின்மை சூழ்வது உடைத்து. 1276

 பெரிதும் அன்பு காட்டி விருப்பம் மிகுதியாகுமாறு கூடுதல், அரிதான பிரிவைச் செய்து, அன்பில்லாமல் கைவிட்டுப் பிரிய எண்ணுகின்ற உட்கருத்தையும் உடையதாகும்.

தண்ணந் துறைவன் தணந்தமை நம்மினும்
முன்னம் உணர்ந்த வளை. 1277

 குளிர்ந்த நீர்த்துறைக்கு உரியவராகிய, நம் காதலர் நம்மைக் கைவிட்டுப் பிரிந்த பிரிவை நம்மைவிட நம் கைவளையல்கள் முன்னதாகவே உணர்ந்து, கழன்று விட்டனவே!

நெருநற்றுச் சென்றார்எம் காதலர் யாமும்
எழுநாளேம் மேனி பசந்து. 1278

 நேற்றுத்தான் எம்முடைய காதலர் பிரிந்து சென்றனர்; யாமும் மேனி பசலை திறம் அடைந்து ஏழு நாட்கள் ஆய்விட்ட நிலையில் இருக்கின்றோம்.

தொடிநோக்கி மென்றோளும் நோக்கி அடிநோக்கி
அஃதாண்டு அவள்செய் தது. 1279

 தன்னுடைய வளையல்களை நோக்கி, மெல்லிய தோள்களையும் நோக்கித் தன் அடிகளையும் நோக்கி, அவள் செய்த குறிப்பு உடன்போக்கு என்பதேயாகும்.

பெண்ணினால் பெண்மை உடைத்தென்ப கண்ணினால்
காமநோய் சொல்லி இரவு. 1280

 மகளிர் தம் காம நோயைத் தம் கண்ணினாலே தெரிவித்துப் பிரியாமலிருக்குமாறு இரத்தல், பெண்தன்மைக்கு, மேலும் சிறந்த பெண் தன்மையுடையது என்று மொழிவர்.

129. புணர்ச்சி விதும்பல்

உள்ளம் களித்தலும் காண மகிழ்தலும்
கள்ளுக்குஇல் காமத்திற்கு உண்டு. 1281

நினைத்த பொழுதிலே கிளர்ந்தெழுதலும், கண்ட
பொழுதிலே இன்புறுதலும் ஆகிய இந்த இருவகைத்
தன்மையும் கள்ளுக்கு இல்லை; காமத்திற்கு உண்டு.

தினைத்துணையும் ஊடாமை வேண்டும் பனைத்துணையும்
காமம் நிறைய வரின். 1282

காமம் பனையளவாகப் பெருகி வரும்போது
காதலரோடு தினையளவுக்குச் சிறிதாகவேனும்
பிணங்காமல் இருத்தல் வேண்டும்.

பேணாது பெப்பவே செய்யினும் கொண்கனைக்
காணாது அமையல கண். 1283

நம்மை விரும்பாமல் புறக்கணித்துத் தமக்கு
விருப்பமானவற்றையே செய்து ஒழுகினாலும்
எம்முடைய கண்கள் காதலரைப் பார்க்காமல்
அமைதி அடையவில்லை,

ஊடற்கண் சென்றேன்மன் தோழி அதுமறந்து
கூடற்கண் சென்றதுஎன் நெஞ்சு. 1284

தோழி! யான் அவரோடு பிணங்குவதற்காகச்
சென்றேன்; ஆனால் என்னுடைய நெஞ்சம் அந்த
நோக்கத்தை மறந்து விட்டு அவரோடு இணைந்து
கூடுவதற்காகச் சென்றது.

எழுதுங்கால் கோல்காணாக் கண்ணேபோல் கொண்கன்
பழிகாணேன் கண்ட விடத்து. 1285

மை தீட்டும் பொழுது தீட்டும் கோலைக் காணாத
கண்களைப்போல் என் காதலரைக் கண்டபோது
மட்டும் அவருடைய குற்றங்களை நினைக்காமல்
மறந்து விடுகிறேன்.

129. புணர்ச்சி விதும்பல்

காணுங்கால் காணேன் தவறாய காணாக்கால்
காணேன் தவறல் லவை. 1286

என் காதலரைக் காணும்போது அவர் போக்கிலே தவறானவற்றைக் காண்பதில்லை; அவரைக் காணாதபோதோ தவறல்லாத நல்ல செயல்களைக் காண்பதில்லை.

உய்த்தல் அறிந்து புனல்பாய் பவரேபோல்
பொய்த்தல் அறிந்தென் புலந்து. 1287

ஓடும் வெள்ளம் இழுத்துச் செல்வதை அறிந்திருந்தும் அதனுள் பாய்கின்றவரைப்போல், பிணங்குதலால் பயனில்லை என்பதை அறிந்திருந்தும் நாம் ஊடுவதால் பயன் என்ன?

இளித்தக்க இன்னா செயினும் களித்தார்க்குக்
கள்ளற்றே கள்வநின் மார்பு. 1288

கள்வரே! இழிவு வரத்தக்க துன்பங்களைச் செய்தாலும், கள்ளுண்டு களித்தவருக்கு மேன்மேலும் விருப்பம் தரும் கள்ளைப்போல் நின்மார்பும் ஆசையூட்டுகின்றது.

மலரினும் மெல்லிது காமம் சிலர்அதன்
செவ்வி தலைப்படு வார். 1289

அனிச்ச மலரைவிடக் காமம் மிக மென்மையானது; அந்த உண்மையை அறிந்து அதன் சிறந்த பயனைக் பெறக்கூடியவர் ஒருசிலரேயாவர்.

கண்ணின் துனித்தே கலங்கினாள் புல்லுதல்
என்னினும் தான்விதுப் புற்று. 1290

கண் நோக்கத்தளவில் பிணங்கினாள்; பின், என்னை விடத் தான் விரைந்து தழுவுவதில் விருப்பம் உடையவளாகத் தன்பிணங்கிய நிலையையும் மறந்து அவள் கலங்கினாள்.

130. நெஞ்சொடு புலத்தல்

அவர்நெஞ்சு அவர்க்காதல் கண்டும் எவன்நெஞ்சே
நீஎமக்கு ஆகா தது. 1291

நெஞ்சமே! அவருடைய நெஞ்சம் நம்மை மறந்து அவர் விருப்பத்தையே மேற்கொள்வதைக் கண்ட பின்னரும் நீ எமக்குத் துணையாகாத்துதான் ஏனோ?

உறாஅ தவர்க்கண்ட கண்ணும் அவரைச்
செறாஅரெனச் சேறிஎன் நெஞ்சு. 1292

என் நெஞ்சமே! நம்மீது அன்புகொள்ளாத காதலரைக் கண்டபோதும், அவர் வெறுக்க மாட்டார் என்று நினைத்து அவரிடமே செல்கின்றாயே! என்ன மடமை இது!

கெட்டார்க்கு நட்டார்இல் என்பதோ நெஞ்சேநீ
பெட்டாங்கு அவர்பின் செலல். 1293

நெஞ்சமே! நீ நின் விருப்பத்தின் படியே அவர்பின் செல்கின்றாயே. அதற்குக் காரணம் துன்பத்தால் அழிந்தவர்க்கு நண்பராக யாருமே இல்லை என்பதனலோ?

இனிஅன்ன நின்னொடு சூழ்வார்யார் நெஞ்சே
துனிசெய்து துவ்வாய்காண் மற்று. 1294

நெஞ்சமே! நீ ஊடலைச் செய்து அதன் பயனையும் நுகரமாட்டாய்; இனிமேல் அத்தகையவற்றைப் பற்றி நின்னோடு கலந்து ஆராய்பவர்தாம் எவரோ?

பெறாஅமை அஞ்சும் பெறின்பிரிவு அஞ்சும்
அறாஅ இடும்பைத்தென் நெஞ்சு. 1295

காதலரைப் பெறாதபோதும் பெறாமைக்கு அஞ்சும்; பெற்ற போதும் பிரிவாரோ என்று நினைத்து அஞ்சும். இவ்வாறு என் நெஞ்சமே தீராத துயரை உடையதாகின்றது.

130. நெஞ்சொடு புலத்தல்

தனியே இருந்து நினைத்தக்கால் என்னைத்
தினிய இருந்ததுஎன் நெஞ்சு. 1296

காதலரைப் பிரிந்த காலத்தில் தனியே இருந்து அவருடைய தவறுகளை நினைத்த போது என் நெஞ்சம் எனக்குத் துணையாகாமல் என்னைத் தின்பதுபோல் துன்பம் தருவதாக இருந்தது.

நாணும் மறந்தேன் அவர்மறக் கல்லாஎன்
மாணா மடநெஞ்சிற் பட்டு. 1297

காதலரை மறக்க முடியாத என் சிறப்பில்லாத மடநெஞ்சோடு சேர்ந்து மறக்கத் தகாததாகிய நாணத்தையும் மறந்து விட்டேன்.

எள்ளின் இளிவாம்என்று எண்ணி அவர்திறம்
உள்ளும் உயிர்க்காதல் நெஞ்சு. 1298

பிரிந்த காதலரை இகழ்ந்தால் இழிவாகும் என்று எண்ணி உயிரின்மீது காதல் கொண்ட என் நெஞ்சம் அவருடைய உயர்ந்த பண்புகளையே நினைக்கின்றது.

துன்பத்திற்கு யாரே துணையாவார் தாமுடைய
நெஞ்சம் துணையல் வழி 1299

தாம் உரிமையாகப் பெற்றுள்ள நெஞ்சமே தமக்குத் துன்பம் வந்தபோது துணையாகாவிட்டால் வேறு எவர்தாம் துணையாவார்?

தஞ்சம் தமரல்லர் ஏதிலார் தாமுடைய
நெஞ்சம் தமரல் வழி. 1300

தாம் உரிமையாகவுடைய நெஞ்சமே தமக்கு உறவாகாத போது அயலார் உறவில்லாதவராக அன்பற்று இருப்பது என்பதும் இயல்பான தேயாகும்.

131. புலவி

புல்லா திராஅப் புலத்தை அவர்உறும்
அல்லல்நோய் காண்கம் சிறிது. 1301

நாம் ஊடும் போது அவர் அடைகின்ற அல்லல் நோயையும் சிறிது நேரம் காணலாம்; அதற்காக அவர் வந்ததும் அவர்பாற் சென்று தழுவாமல் பிணங்குவாயாக.

உப்பமைந் தற்றால் புலவி அதுசிறிது
மிக்கற்றால் நீள விடல். 1302

உணவுப் பண்டங்களில் அளவாக உப்பு சேர்ந்திருப்பது போன்றதே பிணங்குதல்; பிணங்குதலை அளவு கடந்து சிறிது நீட்டித்தாலும் அந்த உப்பு சிறிது மிகுந்தது போலாகும்.

அலந்தாரை அல்லல்நோய் செய்தற்றால் தம்மைப்
புலந்தாரைப் புல்லா விடல். 1303

தம்மோடு பிணங்கியவரைத் தெளிவித்துத் தழுவாமல் விட்டுவிடுதல் துன்பத்தால் வருந்துவோரை மேலும் துன்பம் செய்து வருத்தினாற் போன்றது.

ஊடி யவரை உணராமை வாடிய
வள்ளி முதலறிந் தற்று. 1304

ஊடிப் பிணங்கியவரைத் தெளிவித்து அன்பு செய்யாமல் கைவிடுதல், முன்னரே நீரின்றி வாடியுள்ள வள்ளிக் கொடியின் வேரை அறுப்பது போன்றது.

நலத்தகை நல்லவர்க்கு ஏஎர் புலத்தகை
பூஅன்ன கண்ணா ரகத்து. 1305

நல்ல பண்புகள் பொருந்தியுள்ள நல்ல ஆடவர்க்கு அழகாவது, மலர்போன்ற கண்களையுடைய மகளிரின் நெஞ்சில் உண்டாகும் பிணங்குதலின் சிறப்பேயாகும்.

131. புலவி

துனியும் புலவியும் இல்லாயின் காமம்
கனியும் கருக்காயும் அற்று. 1306

பெரும் பிணக்கும் சிறு பிணக்கும் இல்லாவிட்டால் காமம் மிகப் பழுத்த பழமும் முற்றாத இளங்காயும் போலப் பயனற்றதாக அமைந்துவிடும்.

ஊடலின் உண்டாங்கோர் துன்பம் புணர்வது
நீடுவ தன்றுகொல் என்று. 1307

ஊடியிருத்தலிலும் காதலர்க்கு ஒருவகைத் துன்பம் உள்ளது; 'கூடியிருக்கும் இன்பம் இனி மேல் நீட்டிக்காதோ?' என்று நினைந்து ஏங்கி வருந்தும் அச்சமே அது.

நோதல் எவன்மற்று நொந்தாரென்று அஃதறியும்
காதலர் இல்லா வழி. 1308

'நம்மால் இவரும் வருந்தினார்' என்று உணர்ந்து அந்த வருத்தத்தைத் தீர்க்க முயலும் காதலர் இல்லாதபோது வீணாக வருத்தம் அடைவதனால் என்ன பயன்?

நீரும் நிழலது இனிதே புலவியும்
வீழுநர் கண்ணே இனிது. 1309

நீரும் நிழலை அடுத்திருப்பதே இனிமையானது; அது போன்றே, ஊடலும் அன்பு செலுத்துவோரிடத்து மட்டிலும் நிகழுமானால், இனிமையைத் தருவதாகும்.

ஊடல் உணங்க விடுவாரோடு என்நெஞ்சம்
கூடுவேம் என்பது அவா. 1310

பிணக்கு கொண்டபோது அதனைத் தெளிவித்து மகிழ்விக்காமல் வாடவிடுகின்றவரோடு என் நெஞ்சம் 'கூடுவோம்' என்று நினைப்பது அது கொண்டுள்ள ஆசையினலே ஆகும்.

132. புலவி நுணுக்கம்

பெண்ணியலார் எல்லாரும் கண்ணின் பொதுஉண்பர்
நண்ணேன் பரத்தநின் மார்பு. 1311

பரத்தனே! பெண்தன்மை உடையவர் எல்லாரும் தத்தம் கண்களால் நின்னைப் பொதுப் பொருளாகக் கொண்டு நுகர்கின்றனர்; ஆதலால் நின் மார்பை யான் தழுவேன்.

ஊடி யிருந்தேமாத் தும்மினார் யார்தம்மை
நீடுவாழ் கென்பாக்கு அறிந்து. 1312

காதலரோடு யாம் பிணங்கியிருந்தோமாக. அவரும் அந்த வேளையில் யாம் தம்மை 'நெடுங்காலம் வாழ்க' என்று வாழ்த்துரை வழங்குவோம் என்று நினைத்துத் தும்மினார்.

கோட்டுப்பூச் சூடினும் காயும் ஒருத்தியைக்
காட்டிய சூடினீர் என்று. 1313

மரக்கிளைகளில் மலர்ந்த பூவைச் சூடினாலும் என் காதலி 'நீர் இந்த அழகை யாரோ ஒருத்திக்குக் காட்டுவதற்காகச் சூடினீர்' என்று சினப்பாள்.

யாரினும் காதலம் என்றேனா ஊடினாள்
யாரினும் யாரினும் என்று. 1314

'யாரையும்விட நின்னையே விரும்புகின்றோம்' என்று சொன்னேனாக; 'யாரைவிட? யாரைவிட?' என்று கூறி என்னைத் தழுவாமல் ஊடினாள்.

இம்மைப் பிறப்பில் பிரியலம் என்றேனாக்
கண்ணிறை நீர்கொண் டனள். 1315

'இப்பிறப்பில் யாம் பிரியோம்' என்று காதலியிடம் சொன்னேனாக; இனிவரும் பிறப்பில் பிரிவதாக உணர்ந்து கண் நிறைய நீரைப் பெருக்கிக் கொண்டனள்.

132. புலவி நுணுக்கம்

உள்ளினேன் என்றேன்மற்று என்மறந்தீர் என்றென்னைப்
புல்லாள் புலத்தக் கனள். 1316

‘நின்னை நினைத்தேன்’ என்றேன்; ‘நினைப்பிற்கு முன் மறப்பு உண்டன்றோ? என்னை ஏன் மறந்தீர்’ என்று கூறி என்னைத் தழுவாமல் ஊடினாள்.

வழுத்தினாள் தும்மினே னாக அழித்தழுதாள்
யாருள்ளித் தும்மினீர் என்று. 1317

யான் தும்மினேனாக; அவள் நூற்றாண்டு என்று கூறி வாழ்த்தினாள். அடுத்து அதை விட்டு யார் நினைத்ததால் தும்மினீர்? என்று வினவி அழுதாள்.

தும்முச் செருப்ப அழுதாள் நுமர்உள்ளல்
எம்மை மறைத்திரோ என்று. 1318

அவள் பிணங்குவாள் என்று அஞ்சி யான் எழுந்த தும்மலை அடக்கிக் கொள்ள ‘உம்மவர் உம்மை நினைப்பதை எனக்குத் தெரியாமல் மறைக்கின்றீரோ?’ என அழுதாள்.

தன்னை உணர்த்தினும் காயும் பிறர்க்குநீர்
இந்நீரர் ஆகுதிர் என்று. 1319

பிணங்கியிருந்தபோது அதைத் தெளிவித்து மகிழ்வித்தாலும், ‘நீர் மற்ற மகளிர்க்கும் இத்தன்மையவராக ஆவீர்’ என்று சொல்லிச் சினப்பாள்.

நினைத்திருந்து நோக்கினும் காயும் அனைத்துநீர்
யாருள்ளி நோக்கினீர் என்று. 1320

அவளுடைய அழகையே நினைந்து அமைதியாக நோக்கினாலும் ‘நீர் எவரையோ மனத்திற் கொண்டு ஒப்பிட்டு நோக்கினீரோ?’ என்று கூறிச் சினப்பாள்.

133. ஊடலுவகை

இல்லை தவறவர்க்கு ஆயினும் ஊடுதல்
வல்லது அவர்அளிக்கு மாறு. 1321

காதலரிடம் தவறு எதுவும் இல்லையாயினும் அவரோடு பிணங்குதல், அவர் நம்மீது மிகுதியாக அன்பு செலுத்தும்படி செய்ய வல்லது.

ஊடலில் தோன்றும் சிறுதுனி நல்லளி
வாடினும் பாடு பெறும். 1322

பிணங்குதலால் உண்டாகின்ற சிறிய துன்பம் அந்த நேரத்தில் அவர் காட்டும் நல்ல அன்பு வாடிவிடக் காரணமாக இருப்பினும் பின்னர்ப் பெருமை பெறும்.

புலத்தலின் புத்தேள்நாடு உண்டோ நிலத்தொடு
நீரியைந் தன்னா ரகத்து. 1323

நிலத்தோடு நீர் பொருந்திக் கலந்தாற்போன்ற அன்புடைய காதலரிடத்தில் ஊடுவதைவிட இன்பம் தருகின்ற தேவருலகம் உள்ளதோ?

புல்லி விடாஅப் புலவியுள் தோன்றுமென்
உள்ளம் உடைக்கும் படை. 1324

காதலரைத் தழுவிக் கொண்டு விடாமலிருப்பதற்குக் காரணமான பிணக்கில், என்னுடைய உள்ளத்தை உடைக்கவல்ல படையும் தோன்றுகின்றது.

தவறில ராயினும் தாம்வீழ்வார் மென்றோள்
அகறலி னாங்கொன்று உடைத்து. 1325

தவறு இல்லாதபோதும் பிணக்கிற்கு ஆளாகித் தாம் விரும்புகின்ற மகளிரின் மென்மையான தோள்களைப் பிணக்கினால் சிறிது நீங்கியிருக்கும் போது பிணக்கிலும் ஓர் இன்பம் உள்ளது.

133. ஊடலுவகை

உணலினும் உண்டது அறல்இனிது காமம்
புணர்தலின் ஊடல் இனிது. 1326

உண்பதைவிட முன் உண்ட உணவு செரிப்பது இன்பமாகும்; அதுபோல காமத்தில் கூடிப் பெறும் இன்பத்தைவிட ஊடிப் பெறும் இன்பமே சிறந்தது.

ஊடலில் தோற்றவர் வென்றார் அதுமன்னும்
கூடலில் காணப் படும். 1327

ஊடல் களத்தில் தோற்றவரே வெற்றிபெற்றவர்; அந்த உண்மை, பிணக்கு தெளிந்தபின், அவர் கூடி மகிழும் நிலையில் தெளிவாகக் காணப்படும்.

ஊடிப் பெறுகுவங் கொல்லோ நுதல்வெயர்ப்பக்
கூடலில் தோன்றிய உப்பு. 1328

நெற்றி வியர்க்கும்படியாகக் கூடுவதில் உளதாகும் இனிமையைப் பிணங்கியிருந்து உணர்வதன் பயனாக இனியும் பெறுவேனா?

ஊடுக மன்னோ ஒளியிழை யாமிரப்ப
நீடுக மன்னோ இரா. 1329

ஒளிவீசும் இழையையுடைய காதலி பிணங்குவாளாக; அதனைத் தணிக்கும் பொருட்டு யாம் இரந்து நிற்குமாறு இராக்காலம் இன்னும் நீள்வதாக!

ஊடுதல் காமத்திற்கு இன்பம் அதற்கின்பம்
கூடி முயங்கப் பெறின். 1330

காம நுகர்ச்சிக்கு இன்பம் தருவது பிணங்குவதாகும்; பிணக்கு முடிந்தபின் இருவரும் கருத்தொன்றிக் கூடித் தழுவுதலையும் பெற்றால், அஃது அதனினும் மிகுநத இன்பமாகும்.

திருவள்ளுவ மாலை

பொருக்கு மணிகள்

பூவிற்குத் தாமரையே பொன்னுக்குச் சாம்புனதம்
ஆவிற்கு அருமுனியா யானைக்கு அதரும்பத்
தேவிற்றிருமால் எனச்சிறந்த தென்பவே
பாவிற்கு வள்ளுவர் வெண்பா. (36)

- கவிசாகரப் பெருந்தேவனார்

தேவிற் சிறந்த திருவள்ளுவர் குறள் வெண்
பாவிற் சிறந்திடுமுப் பால்பகரார் - நாவிற்
குயலில்லை சொற்சுவை யோர்வில்லை மற்றும்
செயலில்லை என்னும் திரு. (39)

- உறையூர் முதுகூற்றனார்

அறனறிந்தேம் ஆன்ற பொருளறிந்தேம் இன்பின்
திறனறிந்தேம் வீடு தெளிந்தேம் - மறனெறிந்த
வாளார் நெடுமாற வள்ளுவனார் தம்வாயில்
கேளா தனவெல்லாம் கேட்டு. (50)

- கொடிஞாழன் மாணிபூதனார்

வள்ளுவர் பாட்டின் வளமுறைக்கின் வாய்மடுக்கும்
தெள்ளமுதின் தீஞ்சுவையும் ஒவ்வாதால் - தெள்ளமுதம்
உண்டறிவார் தேவர் உலகடைய உண்ணுமான்
வண்டமிழின் முப்பால் மகிழ்ந்து. (53)

- ஆலங்குடி வங்கனார்

கடுகைத் துளைத்து ஏழ் கடலைப் புகட்டிக்
குறுகத் தறித்த குறள். (54) *- இடைக்காடர்*

அணுவைத் துளைத்து ஏழ் கடலைப் புகட்டிக்
குறுகத் தறித்த குறள். (55) *- ஔவையார்*

குறள் முதற்குறிப்பு அகராதி

அஃகாமை செல்வத்திற்கு 178
அஃகி அகன்ற 175
அகடாரார் அல்லல் 936
அகப்பட்டி ஆவாரைக் 1074
அகர முதல 1
அகலாது அணுகாது 691
அகழ்வாரைத் தாங்கும் 151
அகனமர்ந்து ஈதலின் 92
அகனமர்ந்து செய்யாள் 84
அங்கணத்துள் உக்க 720
அசையியற்கு உண்டாண்டோர் 1098
அச்ச முடையார்க்கு 534
அச்சமே கீழ்களது 1075
அஞ்சாமை அல்லால் 497
அஞ்சாமை ஈகை 382
அஞ்சும் அறியான் 863
அஞ்சுவ தஞ்சாமை 428
அஞ்சுவ தோரும் 366
அடக்கம் அமரருள் 121
அடல்வேண்டும் ஐந்தன் 343
அடற்றகையும் ஆற்றலும் 768
அடுக்கி வரினும் 625
அடுக்கிய கோடி 954
அடுத்தது காட்டும் 706
அணங்குகொல் ஆய்மயில் 1081
அணிஅன்றோ நாணுடைமை 1014
அந்தணர் என்போர் 30
அந்தணர் நூற்கும் 543
அமரகத்து ஆற்றுஅறுக்கும் 814
அமரகத்து வன்கண்ணர் 1027
அமிழ்தினும் ஆற்ற 64
அமைந்தாங் கொழுகான் 474
அரங்கின்றி வட்டாடி 401
அரம்பொருத பொன் 888
அரம்போலும் கூர்மைய 997
அரிதரோ தேற்றம் 1153
அரிதாற்றி அல்லல்நோய் 1160
அரியஎன்று ஆகாத 537
அரியகற்று ஆசற்றார் 503
அரியவற்று ளெல்லாம் 443
அருங்கேடன் என்பது 210
அருஞ்செவ்வி இன்னா 565
அருட்செல்வம் செல்வத்துள் 241
அருமறை சோரும் 847
அருமை உடைத்தென்று 611
அரும்பயன் ஆயும் 198
அருவினை என்ப 483
அருளல்ல செய்தாங்கே 289
அருளல்லது யாதெனின் 254
அருளில்லார்க்கு அவ்வுலகம் 247
அருளென்னும் அன்பின் 757
அருளொடும் அன்பொடும் 755
அருள்கருதி அன்புடைய 285
அருள்சேர்ந்த நெஞ்சினார்க் 243
அருள்வெஃகி ஆற்றின்கண் 176
அலந்தாரை அல்லல்நோய் 1303
அலரெழ ஆருயிர் 1141
அலர்நாண் ஒல்வதோ 1149
அல்லல் அருளாள்வார்க்கு 245
அல்லவை தேய 96
அல்லற்பட்டு ஆற்றாது 555
அவர்தந்தார் என்னும் 1182
அவர்நெஞ்சு அவர்க்காதல் 1291
அவாஇல்லார்க் கில்லாகுந் 368
அவாவினை ஆற்ற 367
அவாஎன்ப எல்லா 361

ரிதம் வெளியீடு திருக்குறள் தெளிவு • 273

அவிசொரிந்து ஆயிரம் 259	அறனறிந்து ஆன்றமைந்த............635
அவையறிந்து ஆராய்ந்து 711	அறனறிந்து முத்த............................ 441
அவையறியார் சொல்லல்மேற் 713	அறனறிந்து வெஃகா.....................179
அவ்வித்து அழுக்காறு.................. 167	அறனாக்கம் வேண்டாதான் 163
அவ்விய நெஞ்சத்தான் 169	அறனியலான் இல்வாழ்வான் 147
அழுக்கொண்ட எல்லாம் 659	அறனிழுக்கா தல்லவை..................384
அழுச்சொல்லி அல்லது.................795	அறன்ஈனும் இன்பமும்..................754
அழல்போலும் மாலைக்குத்..........1228	அறன்எனப் பட்டதே........................ 49
அழிவதூஉம் ஆவதுஉம்................ 461	அறன்கடை நின்றாருள் 142
அழிவந்த செய்யினும்...................807	அறன்நோக்கி ஆற்றுங்கொல்.....189
அழிவி னவைநீக்கி.........................787	அறன்வரையான் அல்ல................150
அழிவின்று அறைபோகா................764	அறிகிலார் எல்லாரும்..................1139
அழுக்கற்று அகன்றாரும்................ 170	அறிகொன்று அறியான்................638
அழுக்கா றுடையான்கண் 135	அறிதோறு அறியாமை................1110
அழுக்காறு அவாவெகுளி................35	அறிந்தாற்றிச் செய்கிற்பாற்கு.......515
அழுக்காறு உடையார்க்கு 165	அறிவற்றங் காக்குங்....................... 421
அழுக்காறு எனஒரு........................ 168	அறிவிலார் தாமதம்மைப்.............843
அழுக்காற்றின் அல்லவை 164	அறிவிலான் நெஞ்சுவந்து.............842
அளவளா வில்லாதான்..................523	அறிவினான் ஆகுவ....................... 315
அளவறிந்தார் நெஞ்சத் 288	அறிவினுள் எல்லாந்.......................203
அளவறிந்து வாழாதான் 479	அறிவின்மை இன்மையுள்........... 841
அளவின்கண் நின்றொழுகல் 286	அறிவுடையார் ஆவ.......................427
அளித்தஞ்சல் என்றவர்................1154	அறிவுடையார் எல்லாம்................430
அறங்கூறான் அல்ல 181	அறிவுரு ஆராய்ந்த........................684
அறஞ்சாரா நல்குரவு 1047	அறுவாய் நிறைந்த...................... 1117
அறஞ்சொல்லும் நெஞ்சத்தான்.... 185	அறைபறை அன்னர்..................... 1076
அறத்தாறு இதுவென 37	அற்கா இயல்பிற்றுச்......................333
அறத்தாற்றின் இல்வாழ்க்கை 46	அற்றது அறிந்து............................944
அறத்தான் வருவதே........................39	அற்றம் மறைக்கும்........................980
அறத்திற்கே அன்புசார்................... 76	அற்றம் மறைத்தலோ....................846
அறத்தினூஉங்கு ஆக்கமும்..........32	அற்றவர் என்பார்...........................365
அறம்பொருள் இன்பம் 501	அற்றாரைத் தேறுதல்....................506
அறவாழி அந்தணன் 8	அற்றார் அழிபசி............................226
அறவினை யாதெனில் 321	அற்றார்க்கொன்று....................... 1007
அறவினையும் ஆன்ற....................909	அற்றால் அளவறிந்து....................943
அறனிழிஇ அல்லவை.................. 182	அற்றேமென்று அல்லற்................626

அனிச்சப்பூக் கால்களையாள்	1115	ஆற்றின் நிலைத்தளர்ந்	716
அனிச்சமும் அன்னத்தின்	1120	ஆற்றின் வருந்தா	468
அன்பகத் தில்லா	78	ஆற்று பவர்க்கும்	741
அன்பறிவு ஆராய்ந்த	682	ஆற்றுவார் ஆற்றல்	225
அன்பறிவு தேற்றம்	513	ஆற்றுவார் ஆற்றல்	891
அன்பிலன் ஆன்ற	862	ஆற்றுவார் ஆற்றல்	985
அன்பிலார் எல்லாம்	72	இகலானாம் இன்னாத	860
அன்பிற்கும் உண்டோ	71	இகலிற்கு எதிரசாய்தல்	858
அன்பின் வழியது	80	இகலின் மிகலினிது	856
அன்பின் விழையார்	911	இகலெதிர் சாய்ந்தொழுக	855
அன்பூஉணும் ஆர்வம்	74	இகலென்னும் எவ்வநோய்	853
அன்புடைமை ஆன்ற	681	இகல்காணான் ஆக்கம்	859
அன்புடைமை ஆன்ற	992	இகவெண்ப எல்லா	851
அன்புநாண் ஒப்புரவு	983	இகழ்ச்சியின் கெட்டாரை	539
அன்பும் அறனும்	45	இகழ்ந்தெள்ளாது ஈவாரைக்	1057
அன்புற்று அமர்ந்த	75	இடமெல்லாம் கொள்ளாத்	1064
அன்பொரீஇத் தற்செற்று	1009	இடனில் பருவத்தும்	218
அன்போடு இயைந்த	73	இடிக்குந் துணையாரை	447
அன்றறிவாம் என்னாது	36	இடிபுரிந்து எள்ளுஞ்சொல்	607
ஆகாறு அளவிட்டி	478	இடிப்பாரை இல்லாத	448
ஆகூழால் தோன்றும்	371	இடுக்கண் படினும்	654
ஆக்கமும் கேடும்	642	இடுக்கண் வருங்கால்	621
ஆக்கம் அதர்வினாய்ச்	594	இடுக்கண்கால் கொன்றிட	1030
ஆக்கம் இழந்தேமென்று	593	இடும்பைக்கு இடும்பை	623
ஆக்கம் கருதி	463	இடும்பைக்கே கொள்கலங்	1029
ஆங்கமை வெய்தியக்	740	இடைதெரிந்து நன்குணர்ந்து	712
ஆபயன் குன்றும்	560	இணரூழ்த்தும் நாறா	650
ஆயும் அறிவினர்	918	இணர்எரி தோய்வன்ன	308
ஆய்ந்தாய்ந்து கொள்ளாதான்	792	இணையர் இவர்எமக்கு	790
ஆரா இயற்கை	370	இதனை இதனால்	517
ஆவிற்கு நீரென்று	1066	இமைப்பின் கரப்பாக்கு	1129
ஆள்வினையும் ஆன்ற	1022	இமையாரின் வாழினும்	906
ஆற்றாரும் ஆற்றி	493	இம்மைப் பிறப்பில்	1315
ஆற்றின் அளவறிந்து	477	இயல்பாகும் நோன்பிற்கொன்று	344
ஆற்றின் அளவறிந்து	725	இயல்பினான் இல்வாழ்க்கை	47
ஆற்றின் ஒழுக்கி	48	இயல்புளிக் கோலோச்சும்	545

இயற்றலும் ஈட்டலும்	385	இழுக்கல் உடையுழி	415
இரக்க இரத்தக்கார்க்	1051	இழுக்காமை யார்மாட்டும்	536
இரத்தலின் இன்னாது	229	இழைத்தது இசவாமைச்	779
இரத்தலும் ஈதலே	1054	இளிந்தக்க இன்னா	1288
இரந்தபன் உயிர்வாழ்தல்	1062	இளையதாக முள்பரிதி	879
இரப்பன் இரப்பாரை	1067	இளையர் இனமுறையர்	698
இரப்பாரை இல்வாயின்	1058	இறந்த வெகுளியின்	531
இரப்பான் வெகுளாமை	1060	இறந்தமைந்த சார்புடைய	890
இரவார் இரப்பார்க்கொன்று	1035	இறந்தார் இறந்தார்	310
இரவுள்ள உள்ளம்	1069	இறப்பே புரிந்த	977
இரவென்னும் ஏமாப்பில்	1068	இறல்ஈனும் எண்ணாது	180
இருநோக்கு இவளுண்கண்	1091	இறுதி பயப்பினும்	690
இருந்துள்ளி என்பரிதல்	1243	இறைகடியன் என்றுரைக்கும்	564
இருந்தோம்பி இல்வாழ்வ	81	இறைகாக்கும் வையக	547
இருபுனலும் வாய்ந்த	737	இற்பிறந்தார் கண்அல்லது	951
இருமனப் பெண்டிரும்	920	இற்பிறந்தார் கண்ணேயும்	1044
இருவகைதெரிந்து	23	இனத்தாற்றி எண்ணாத	568
இருவேறு உலகத்து	374	இனம்போன்று இனமல்லார்	822
இருள்சேர் இருவினையும்	5	இனிஅன்ன நின்னொடு	1294
இருள்நீங்கி இன்பம்	352	இனிய உளவாக	100
இலக்கம் உடம்பிடும்பைக்	627	இனிவரின் வாழாத	970
இலங்கிமாய் இன்று	1262	இனைத்துணைத் தென்பதொன்	87
இலமென்று அசைஇ	1040	இன்கண் உடைத்தவர்	1152
இலமென்று வெங்குதல்	174	இன்சொலால் ஈத்தளிக்க	387
இலர்பல ராகிய	270	இன்சொலால் ஈரம்	91
இலனென்னும் எவ்வம்	223	இன்சொல் இனிதீன்றல்	99
இலன்என்று தீயவை	205	இன்பத்துள் இன்பம்	629
இல்லதென் இல்லவள்	53	இன்பத்துள் இன்பம்	854
இல்லாரை எல்லாரும்	752	இன்பம் இடையறா	369
இல்லாளை அஞ்சுவான்	905	இன்பம் ஒருவற்கு	1052
இல்லாள்கண் தாழ்ந்த	903	இன்பம் கடல்மற்றுக்	1166
இல்லை தவறவர்க்கு	1321	இன்பம் விழையான்	615
இல்வாழ்வான் என்பான்	41	இன்பம் விழையான்	628
இவறலும் மாண்பிறந்த	432	இன்மை இடும்பை	1063
இழத்தொறூஉம் காதலிக்கும்	940	இன்மை எனஒரு	1042
இழிவிறிந்து உண்பான்கண்	946	இன்மை ஒருவற்கு	988

இன்மையின் இன்னாதது 1041	உண்ணாமை வேண்டும் 257
இன்மையின் இன்னாது 558	உதவி வரைத்தன்று 105
இன்மையுள் இன்மை 153	உப்பமைந் தற்றால் 1302
இன்றி யமையாச் 961	உயர்வகலம் திண்மை 743
இன்றும் வருவது 1048	உயிர்உடம்பின் நீக்கியார் 330
இன்னா எனத்தான் 316	உயிர்ப்ப உளர்லர் 880
இன்னா செய்தாரை 314	உய்த்தல் அறிந்து 1287
இன்னாசெய் தார்க்கும் 987	உரமொருவற்கு உள்ள 600
இன்னாது இரக்கப் 224	உரன்என்னும் தோட்டியான் 24
இன்னாது இனன்இல்லூர் 1158	உரன்நசைஇ உள்ளம் 1263
இன்னாமை இன்பம் 630	உருவுகண்டு எள்ளாமை 667
ஈட்டம் இவறி 1003	உருளாயம் ஓவாது 933
ஈதல் இசைபட 231	உரைப்பார் உரைப்பவை 232
ஈத்துவக்கும் இன்பம் 228	உலகத்தார் உண்டென்பது 850
ஈங்கை விதிரார் 1077	உலகத்தோடு ஒட்ட 140
ஈவார்கண் என்னுண்டாம் 1059	உலகம் தழீஇயது 425
ஈன்ற பொழுதிற் 69	உலைவிட்டு ஊறுஞ்சா 762
ஈன்றாள் பசிகாண்பான் 656	உவக்காண்எம் காதலர் 1185
ஈன்றாள் முகத்தேயும் 923	உவந்துறைவர் உள்ளத்துள் 1130
உடம்பாடு இலாதவா 890	உவப்பத் தலைக்கூடி 394
உடம்பொடு உயிரிடை 1122	உழந்துழந்து உள்நீர் 1177
உடுக்கை இழந்தவன் 788	உழவினார் கைம்மடங்கின் 1036
உடுப்பதூஉம் உண்பதூஉம் 1079	உழுதுண்டு வாழ்வாரே 1033
உடைசெல்வம் ஊண்ஒளி 939	உழுவார் உலகத்தார்க்கு 1032
உடைத்தம் வலியறியார் 473	உழைப்பிரிந்து காரணத்தின் 530
உடைமையுள் இன்மை 89	உளபோல் முகத்தெவன் 574
உடையர் எனப்படுவது 591	உளரென்னும் இல்லாரொடு 730
உடையார்முன் இல்லார்போல் 395	உளரென்னும் மாத்திரையர் 406
உட்க்ப் படாஅர் 921	உளவரை தூக்காத 480
உட்பகை அஞ்சித்தற் 883	உள்ளத்தார் காத 1249
உணர்வது உடையார்முன் 718	உள்ளத்தால் உள்ளலும் 282
உணலினும் உண்டது 1326	உள்ளத்தால் பொய்யா 294
உண்டார்கண் அல்லது 1090	உள்ளம் இலாதவர் 598
உண்ணற்க கள்ளை 922	உள்ளம் உடைமை 592
உண்ணாது நோற்பார் 160	உள்ளம் களித்தலும் 1281
உண்ணாமை உள்ளது 255	உள்ளம்போன்று உள்வழிச் 1170

உள்ளற்க உள்ளஞ் 798
உள்ளிய தெல்லாம் 309
உள்ளியது எய்தல்........................540
உள்ளினும் தீராப் 1201
உள்ளினேன் என்றேன்மற்று........1316
உள்ளுவ தெல்லாம்........................596
உள்ளுவன் மன்யான் 1125
உள்ளுவன் மன்யான் 1184
உள்ளொற்றி உள்ளூர் 927
உறங்கு வதுபோலும் 339
உறல்முறையான உட்பகை...........885
உறாஅ தவர்க்கண்ட....................1292
உறாஅ தவர்போல் 1096
உறாஅதோ ஊரறிந்த 1143
உறாஅர்க்கு உறுநோய்................1200
உறின்உயிர் அஞ்சா 778
உறின்நட்டு அறின்ஒருஉம் 812
உறுதோறும் உயிர்தளிர்ப்பத் 1106
உறுபசியும் ஓவாப் 734
உறுபொருளும் உலகு 756
உறுப்பமைந்து ஊறஞ்சா 761
உறுப்பொத்தல் மக்களொப்பு........993
உறுவது சீர்தூக்கும்...................... 813
உறைசிறியார் உள்நடுங்கல்.........680
உற்றநோய் நீக்கி..........................442
உற்றநோய் நோன்றல் 261
உற்றவன் தீர்ப்பான் 950
உற்றான் அளவும்..........................949
ஊக்க முடையான் 486
ஊடலில் தோற்றவர் 1327
ஊடலில் தோன்றும்.....................1322
ஊடலின் உண்டாங்கோர்.......... 1307
ஊடல் உணங்க 1310
ஊடல் உணர்தல் 1109
ஊடற்கண் சென்றேன்மன் 1284
ஊடி யவரை 1304
ஊடி யிருந்தேமாத் 1312
ஊடிப் பெறுகுவங் 1328
ஊடுக மன்னோ 1329
ஊடுதல் காமத்திற்கு 1330
ஊணுடை எச்சம் 1012
ஊதியம் என்பது 797
ஊரவர் கௌவை 1147
ஊருணி நீர்நிறைந் 215
ஊழி பெயரினும் 989
ஊழிற் பெருவலி..........................380
ஊழையும் உப்பக்கம் 620
ஊறொரால் உற்றபின்..................662
ஊனைக் குறித்த 1013
எச்சமென்றுஎன் எண்ணுங் 1004
எண்சேர்ந்த நெஞ்சத் 910
எண்ணித் துணிக 467
எண்ணிய எண்ணியாங்கு 666
எண்ணியார் எண்ணம்................494
எண்ணென்ப ஏனை 392
எண்பதத்தால் எய்தல்.................. 991
எண்பதத்தான் ஓரா....................548
எண்பொருள வாகச்....................424
எதிரதாக் காக்கும் 429
எந்நன்றி கொன்றார்க்கும் 110
எப்பொருளும் ஓரார் 695
எப்பொருள் எத்தன்மைத்.............355
எப்பொருள் யார்யார்வாய்க் 423
எய்தற் கரியது 489
எரியாற் சுடப்படினும்......................896
எல்லா விளக்கும் 299
எல்லாப் பொருளும்......................746
எல்லார்க்கும் எல்லாம் 582
எல்லார்க்கும் நன்றாம் 125
எல்லைக்கண் நின்றார்..................806
எவ்வ துறைவது 426
எழுதுங்கால் கோல்காணாக் 1285

எழுபிறப்பும் தீயவை	62
எழுமை எழுபிறப்பும்	107
எளிதென் இல்லிறப்பான்	145
எள்பக வன்ன	889
எள்ளாத எண்ணிச்	470
எள்ளாமை வேண்டுவான்	281
எள்ளின் இளிவாம்பன்று	1298
எற்றிற் குரியர்	1080
எற்றென்று இரங்குவ	655
எனைத்தானும் எஞ்ஞான்றும்	317
எனைத்தானும் நல்லவை	416
எனைத்திட்பம் எய்தியக்	670
எனைத்து நினைப்பினும்	1208
எனைத்துணையர் ஆயினும்	144
எனைத்தும் குறுகுதல்	820
எனைத்தொன்று	1202
எனைப்பகை யுற்றாரும்	207
எனைமாட்சித் தாகியக்	780
எனைவகையான் தேறியக்	514
என்பி லதனை	77
என்றும் ஒருவுதல்	652
என்னைமுன் நில்லன்மின்	771
ஏதம் பெருஞ்செல்வம்	1006
ஏதிலார் ஆரத்	837
ஏதிலார் குற்றம்போல்	190
ஏதிலார் போலப்	1099
ஏந்திய கொள்கையார்	899
எழுமுற் றவரினும்	873
எரினும் நன்றால்	1038
ஏரின் உழாஅர்	14
ஏவவும் செய்கலான்	848
ஐந்தவித்தான் ஆற்றல்	25
ஐயத்தின் நீங்கித்	353
ஐயப் படாஅது	702
ஐயுணர்வு எய்தியக்	354
ஒட்டார்பின் சென்றொருவன்	967
ஒண்ணுதற் கோஒ	1088
ஒண்பொருள் காழ்ப்ப	760
ஒத்த தறிவான்	214
ஒப்புரவி னால்வரும்	220
ஒருதலையான் இன்னாது	1196
ஒருநாள் எழுநாள்போல்	1269
ஒருபொழுதும் வாழ்வது	337
ஒருமை மகளிரே	974
ஒருமைக்கண் தான்கற்ற	398
ஒருமைச் செயலாற்றும்	835
ஒருமையுள் ஆமைபோல்	126
ஒலித்தக்கால் என்னாம்	763
ஒல்லும் கருமம்	818
ஒல்லும் வகையான்	33
ஒல்லுவா யெல்லாம்	673
ஒல்வ தறிவது	472
ஒழுக்க முடையவர்க்கு	139
ஒழுக்கத்தின் எய்துவர்	137
ஒழுக்கத்தின் ஒல்கார்	136
ஒழுக்கத்து நீத்தார்	21
ஒழுக்கமும் வாய்மையும்	952
ஒழுக்கம் உடைமை	133
ஒழுக்கம் விழுப்பம்	131
ஒழுக்காறாக் கொள்க	161
ஒளிஒருவற்கு உள்ள	971
ஒளியார்முன் ஒள்ளிய	714
ஒறுத்தாரை ஒன்றாக	155
ஒறுத்தார்க்கு ஒருநாளை	156
ஒறுத்தாற்றும் பண்பினார்	579
ஒற்றினான் ஒற்றிப்	583
ஒற்றும் உரைசான்ற	581
ஒற்றொற் றுணரமை	589
ஒற்றொற்றித் தந்த	588
ஒன்றா உலைத்து	203
ஒன்றாக நல்லது	323
ஒன்றாமை ஒன்றியார்	886

ஒன்றானும் தீச்சொல்	128	கண்தாம் கலுழ்வ	1171
ஒன்றெய்தி நூறிழக்கும்	932	கண்நிறைந்த காரிகை	1272
ஒன்னார்த் தெறலும்	264	கண்நின்று கண்ணறச்	184
ஓஒ இனிதே	1176	கதங்காத்துக் கற்றடங்கல்	130
ஓஓதல் வேண்டும்	653	கதுமெனத் தாம்நோக்கித்	1173
ஓதி உணர்ந்தும்	834	கயலுண்கண் யானிரப்பத்	1212
ஓம்பின் அமைந்தார்	1155	கரத்தலும் ஆற்றேன்இந்	1162
ஓர்த்துள்ளம் உள்ளது	357	கரப்பவர்க்கு யாங்கொளிக்குங்	1070
ஓர்ந்துகண் ணோடாது	541	கரப்பிடும்பை இல்லாரைக்	1056
கடலன்ன காமம்	1137	கரப்பிலா நெஞ்சின்	1053
கடலோடா கால்வல்	496	கரப்பிலார் வையகத்து	1055
கடனறிந்து காலம்	687	கரப்பினுங் கையிகந்	1271
கடன்என்ப நல்லவை	981	கரவாது உவந்தீயும்	1061
கடாஅ உருவொடு	585	கருமஞ் சிதையாமல்	578
கடாஅக் களிற்றின்மேல்	1087	கருமணியிற் பாவாய்நீ	1123
கடிதோச்சி மெல்ல	562	கருமத்தால் நாணுதல்	1011
கடித்த கடிதொராரர்	658	கருமம் செயஒருவன்	1021
கடுஞ்சொல்லன் கண்ணில	566	கருவியும் காலமும்	631
கடுமொழியும் கையிகந்த	567	கலங்காது கண்ட	668
கடைக்கொட்கச் செய்தக்க	663	கலந்துணர்த்தும் காதலாக்	1246
கணைகொடிதி யாழ்கோடு	279	கல்லா ஒருவன்	405
கண்களவு கொள்ளும்	1092	கல்லா தவரின்	729
கண்டது மன்னும்	1146	கல்லா தவரும்	403
கண்டார் உயிருண்ணும்	1084	கல்லாத மேற்கொண்டு	845
கண்டுகேட்டு உண்டுயிர்த்து	1101	கல்லாதான் ஒட்டம்	404
கண்ணிற்கு அணிகலம்	575	கல்லாதான் சொற்கா	402
கண்ணின் துனித்தே	1290	கல்லார்ப் பிணிக்கும்	570
கண்ணின் பசப்போ	1240	கல்லான் வெகுளும்	870
கண்ணுடையர் என்பவர்	393	கவறும் கழகமும்	935
கண்ணும் கொளச்சேறி	1244	கவ்வையால் கவ்விது	1144
கண்ணுள்ளார் காத	1127	கழா அக்கால் பள்ளியுள்	840
கண்ணுள்ளின் போகார்	1126	களவார்க்குத் தள்ளும்	290
கண்ணொடு கண்ணிணை	1100	களவினால் ஆகிய	283
கண்ணோட்டத் துள்ளது	572	களவின்கண் கன்றிய	284
கண்ணோட்டம் இல்லவர்	577	களவென்னும் காரறி	287
கண்ணோட்டம் என்னும்	571	களித்தறியேன் என்பது	928

களித்தானைக் காரணம்	929
களித்தொறும் கள்ளுண்டல்	1145
கள்ளுண்ணாப் போழ்தில்	930
கறுத்துஇன்னா செய்தவக்	312
கற்க கசடறக்	391
கற்றதனா லாய	2
கற்றறிந்தார் கல்வி	717
கற்றாருன் கற்றார்	722
கற்றார்முன் கற்ற	724
கற்றில னாயினும்	414
கற்றீண்டு மெய்ப்பொருள்	356
கற்றுக்கண் அஞ்சான்	686
கனவினால் உண்டாகும்	1214
கனவினும் இன்னாது	819
காக்க பொருளா	122
காக்கை கரவா	527
காட்சிக் கெளியன்	386
காணாச் சினத்தான்	866
காணாதான் காட்டுவான்	849
காணிற் குவளை	1114
காணுங்கால் காணேன்	1286
காண்கமன் கொண்கனைக்	1265
காதல காதல்	440
காதலர் இல்வழி	1224
காதலர் தூதொடு	1211
காதல் அவரில்	1242
காதன்மை கந்தா	507
காமக் கடல்மன்னும்	1164
காமக் கடும்புனல்	1134
காமக் கடும்புனல்	1167
காமக் கணிச்சி	1251
காமமும் நாணும்	1163
காமம் உழந்து	1131
காமம் எனவொன்றோ	1252
காமம் விடுஒன்றோ	1247
காமம் வெகுளி	360
காலத்தி னாற்செய்த	102
காலம் கருதி	485
காலாழ் களரில்	500
காலை அரும்பிப்	1227
காலைக்குச் செய்தநன்று	1225
கான முயலெய்த	772
குடம்பை தனித்துஒழியப்	338
குடிசெய்வல் என்னும்	1023
குடிசெய்வார்க்கு இல்லை	1028
குடிதழிஇக் கோலோச்சும்	544
குடிபுறங் காத்தோம்பிக்	549
குடிப்பிறந்தார் கண்விளங்கும்	957
குடிப்பிறந்து குற்றத்தின்	502
குடிப்பிறந்து தன்கண்	794
குடிமடிந்து குற்றம்	604
குடியாண்மை யுள்வந்த	609
குடியென்னும் குன்றா	601
குணநலம் சான்றோர்	982
குணமென்னும் குன்றேறி	29
குணம்நாடிக் குற்றமும்	504
குணமிலனாய்க் குற்றம்	868
குணனும் குடிமையும்	793
குலஞ்சுடும் கொள்கை	1019
குழல்இனிது யாழ்இனிது	66
குறிக்கொண்டு நோக்காமை	1095
குறித்தது கூறாமை	704
குறிப்பறிந்து காலம்	696
குறிப்பிற் குறிப்புணரா	705
குறிப்பிற் குறிப்புணர்	703
குற்றமே காக்க	434
குற்றம் இலனாய்க்	1025
குன்றன்னார் குன்ற	898
குன்றின் அனையாரும்	965
குன்றேறி யானைப்போர்	758
சுடிய காமம்	1264
கூடாட்டு அவைக்குழாத்	332

கூழும் குடியும் 554	கொல்லாமை மேற்கொண்............326
கூறாமை நோக்கிக் 701	கொல்லான் புலாலை.....................260
கூற்றத்தைக் கையால்....................894	கொளப்பட்டேம்.............................699
கூற்றமோ கண்ணோ 1085	கொளக்கருதாய்க் 745
கூற்றம் குதித்தலும்.....................269	கொன்றன்ன இன்னா 109
கூற்றுடன்று மேல்வரினும்..............765	கோட்டுப்பூச் சூடினும் 1313
கெடல்வேண்டின் கேளாது..........893	கோளில் பொறியில்...........................9
கெடஅ வழிவந்த 809	சமன்செய்து சீர்தூக்கும்...............118
கெடுங்காலைக் கைவிடுவார்........799	சலத்தாற் பொருள்செய்தே 660
கெடுப்பதூஉங் கெட்டார்க்குச் ... 15	சலம்பற்றிச் சால்பில.....................956
கெடுவல்யான் என்பது................116	சாதலின் இன்னாத 230
கெடுவாக வையாது 117	சாயலும் நாணும் 1183
கெட்டார்க்கு நட்டார்இல் 1293	சார்புணர்ந்து சார்பு 359
கேடறியாக் கெட்ட 736	சால்பிற்குக் கட்டளை 986
கேடில் விழுச்செல்வம் 400	சான்றவர் சான்றாண்மை 990
கேடும் பெருக்கமும்....................115	சிதைவிடத்து ஒல்கார்..................597
கேட்டார் பிணிக்குந் 643	சிறப்பரிய ஒற்றின்கண் 590
கேட்டினும் உண்டோர் 796	சிறப்பீனும் செல்வமும் 31
கேட்பினுங் கேளாத் 418	சிறப்பீனும் செல்வம் 311
கேளிழுக்கம் கேளாக் 808	சிறப்பொடு பூசனை 18
கைம்மாறு வேண்டா 211	சிறியார் உணர்ச்சியுள் 976
கையறி யாமை 925	சிறுகாப்பிற் பேரிடத்த 744
கைவேல் களிற்றொடு 774	சிறுபடையான் செல்லிடம் 498
கொக்கொக்க கூம்பும் 490	சிறுமை நமக்கொழியச் 1231
கொடியார் கொடுமை 1235	சிறுமை பலசெய்து 934
கொடியார் கொடுமையின் 1169	சிறுமையுள் செல்லாத் 769
கொடுத்தலும் இன்சொலும்..........525	சிறுமையுள் நீங்கிய 98
கொடுத்தும் கொளல்வேண்டும்...867	சிறைகாக்குங் காப்புவான் 57
கொடுப்பது அழுக்கறுப்பான்.. 166	சிறைநலனும் சீரும் 499
கொடுப்பதூஉம் துய்ப்பதூஉம் ...1005	சிற்றினம் அஞ்சும் 451
கொடும்புருவம் கோடா 1086	சிற்றின்பம் வெஃகி 173
கொடையளி செங்கோல் 390	சினத்தைப் பொருளென்று 307
கொலைமேற்கொண் டாரிற் 551	சினமென்னும் சேர்ந்தாரைக் 306
கொலையிற் கொடியாரை 550	சீரிடம் காணின்............................ 821
கொலைவினைய ராகிய 329	சீரினும் சீரல்ல 962
கொல்லா நலத்தது......................984	சீருடைச் செல்வர் 1010

சீர்மை சிறப்பொடு	195	செவியுணவிற் கேள்வி	413
சுடச்சுடரும் பொன்போல்	267	செறாஅச் சிறுசொல்லும்	1097
சுவைஒளி ஊறுஓசை	27	செறிதொடி செய்திறந்த	1275
சுழலும் இசைவேண்டி	777	செறிவறிந்து சீர்மை	123
சுழன்றும்ஏர்ப் பின்னது	1031	செறுநரைக் காணின்	488
சுற்றத்தால் சுற்றப்	524	செறுவார்க்குச் சேமிகலா	869
சூழாமல் தானே	1024	சென்றவர் பின்சேரல்	1256
சூழ்ச்சி முடிவு	671	சென்றா ரெனக்கை	1245
சூழ்வார்கண் ணாக	445	சென்றார்பின் செல்லாப்	1255
செப்பம் உடையவன்	112	சென்ற இடத்தால்	422
செப்பின் புணர்ச்சிபோல்	887	சொலல்வல்லன் சோர்விலன்	647
செயற்கரிய செய்வார்	26	சொல்லப் பயன்படுவர்	1078
செயற்கரிய யாவுள	781	சொல்லுக சொல்லிற்	200
செயற்கை அறிந்தக்	637	சொல்லுக சொல்லைப்	645
செயற்பால செய்யா	437	சொல்லுதல் யார்க்கும்	664
செயற்பால தோரும்	40	சொல்வணக்கம் ஒன்னார்கண்	827
செயிரின் தலைப்பிரிந்த	258	சொற்கோட்டம் இல்லது	119
செய்க பொருளைச்	759	ஞாலம் கருதினுங்	484
செய்தக்க அல்ல	466	தகுதி எனஒன்று	111
செய்தேமஞ் சாராச்	815	தக்கா ரினத்தனாய்த்	446
செய்யாமல் செற்றார்க்கும்	313	தக்காங்கு நாடித்	561
செய்யாமற் செய்த	101	தக்கார் தகவிலர்	114
செய்வானை நாடி	516	தஞ்சம் தமரல்லர்	1300
செய்வினை செய்வான்	677	தணந்தமை சால	1233
செருக்குச் சினமும்	431	தண்ணந்து றைவன்	1277
செருவந்த போழ்திற்	569	தந்தை மகற்கு,ஆற்றும்	67
செல்லா இடத்துச்	302	தந்நலம் பாரிப்பார்	916
செல்லாமை உண்டேல்	1151	தமராகித் தன்துறந்தார்	529
செல்லான் கிழவன்	1039	தம்நெஞ்சத்து எம்மைக்	1205
செல்லிடத்துக் காப்பான்	301	தம்பொருள் என்பதம்	63
செல்வத்துள் செல்வஞ்	411	தம்மில் இருந்து	1107
செல்விருந்து ஓம்பி	86	தம்மிற் பெரியார்	444
செவிகைப்பச் சொற்பொறுக்கும்	389	தம்மின்தம் மக்கள்	68
செவிக்குண வில்லாத	412	தலைப்பட்டார் தீரத்	348
செவிச்சொல்லும் சேர்ந்த	694	தலையின் இழிந்த	964
செவியிற் சுவையுணரா	420	தவஞ்செய்வார் தங்கருமஞ்	266

தவமறைந்து அல்லவை	274	தீயினாற் சுட்டபுண்	129
தவமும் தவமுடையார்க்கு	262	தீவினையார் அஞ்சார்	201
தவறில ராயினும்	1325	துஞ்சினார் செத்தாரின்	926
தள்ளா விளையுளும்	731	துஞ்சுங்கால் தோள்மேல்	1218
தற்காத்துத் தற்கொண்டான்	56	துணைநலம் ஆக்கம்	651
தனக்குவமை இல்லாதான்	7	துப்பார்க்குத் துப்பாய	12
தனியே இருந்து	1296	துப்பின் எவனாவர்	1165
தன்குற்றம் நீக்கிப்	436	துப்புரவு இல்லார்	1050
தன்துணை இன்றால்	875	தும்முச் செருப்ப	1318
தன்நெஞ்சு அறிவது	293	துளியின்மை ஞாலத்திற்கு	557
தண்ணீர் தான்அறப்	268	துறந்தாரின் தூய்மை	159
தண்ணீர் நீட்பினும்	327	துறந்தார் படிவத்த	586
தண்ணீர்க்கு இன்னாமை	318	துறந்தார் பெருமை	22
தன்ஊண் பெருக்கற்குத்	251	துறந்தார்க்குத் துப்புரவு	263
தன்னை உணர்த்தினும்	1319	துறந்தார்க்கும் துவ்வா	42
தன்னைத்தான் காக்கின்	305	துறப்பார்மன் துப்பர	378
தன்னைத்தான் காதல	209	துறைவன் துறந்தமை	1157
தாமின் புறுவது	399	துனியும் புலவியும்	1306
தாம்வீழ்வார் தம்வீழப்	1191	துன்பத்திற்கு யாரே	1299
தாம்வீழ்வார் மென்றோள்	1103	துன்பம் உறவரினும்	669
தாம்வேண்டின் நல்குவர்	1150	துன்புறூஉந் துவ்வாமை	94
தார்தாங்கிச் செல்வது	767	துன்னாத் துறந்தாரை	1250
தாளாண்மை இல்லாதான்	614	துன்னியார் குற்றமும்	188
தாளாண்மை என்னுஞ்	613	தூஉய்மை என்பது	364
தாளாற்றித் தந்த	212	தூங்காமை கல்வி	383
தானம் தவம்இரண்டும்	19	தூங்குக தூங்கிச்	672
திறனல்ல தற்பிறர்	157	தூய்மை துணைமை	688
திறனறிந்து சொல்லுக	644	தெண்ணீர் அடுபுற்கை	1065
தினற்பொருட்டால் கொல்லாது	256	தெய்பால் எரிநுதுப்பேம்	1148
தினைத்துணை நன்றி	104	தெய்வத்தான் ஆகாது	619
தினைத்துணையாங் குற்றம்	433	தெய்வங் தொழாஅள்	55
தினைத்துணையும் ஊடாமை	1282	தெரிதலும் தேர்ந்து	634
தீப்பால தான்பிறர்கண்	206	தெரிந்த இனத்தொடு	462
தீயவை செய்தார்	208	தெரிந்துணரா நோக்கிய	1172
தீயவை தீய	202	தெருளாதான் மெய்ப்பொருள்	249
தீயள வன்றித்	947	தெளிவி லதனை	464

தென்புலத்தார் தெய்வம்	43
தேரான் தெளிவும்	510
தேரான் பிறனைத்	508
தேவர் அனையர்	1073
தேற்க யாரையும்	509
தேரினும் தேரா	876
தொகச்சொல்லித் தூர்வாத	685
தொடங்கற்க எவ்வினையும்	491
தொடலைக் குறுந்தொடி	1135
தொடிநோக்கி மென்றோளும்	1279
தொடிப்புழுதி கஃசா	1037
தொடியொடு தோள்நெகிழ	1236
தொடிற்சுடின் அல்லது	1159
தொட்டனைத் தூறும்	396
தொல்வரவும் தோலும்	1043
தொழுதகை யுள்ளும்	828
தோன்றின் புகழொடு	236
நகல்வல்லர் அல்லார்க்கு	990
நகுதற் பொருட்டன்று	784
நகையும் உவகையும்	304
நகையுள்ளும் இன்னாது	995
நகைவகைய ராகிய	817
நகாமை இன்சொல்	953
நசையியார் நல்கார்	1199
நச்சப் பாடாதவன்	1008
நடுவின்றி நன்பொருள்	171
நட்டார் குறைமுடியார்	908
நட்டார்க்கு நல்ல	679
நட்டார்போல் நல்லவை	826
நட்பிறகு வீற்றிருக்கை	789
நட்பிற் குறுப்புக்	802
நண்பாற்றா ராகி	998
நத்தம்போல் கேடும்	235
நயந்தவர் நல்காமை	1232
நயர்தவர்க்கு நல்காமை	1181
நயநில சொல்லினுஞ்	197
நயனிலன் என்பது	193
நயனுடையான் நல்கூர்ந்தா	219
நயனொடு நன்றி	994
நயன்ஈன்று நன்றி	97
நயன்சாரா நன்மையின்	194
நலக்குரியார் யாரெனின்	149
நலத்தகை நல்லவர்க்கு	1305
நலத்தின்கண் நாரின்மை	958
நலம்வேண்டின் நாணுடைமை	960
நல்குரவு என்னும்	1045
நல்லவை எல்லாஅஞ்	375
நல்லாண்மை என்பது	1026
நல்லார்கண் பட்ட	408
நல்லாறு எனப்படுவது	324
நல்லாரு எனினும்	222
நல்லாற்றால் நாடி	242
நல்லினத்தி னூங்குந்	460
நவில்தொறும் நூல்நயம்	783
நற்பொருள் நன்குணர்ந்து	1046
நனவினால் கண்டதூஉம்	1215
நனவினால் நம்நீத்தார்	1220
நனவினால் நல்கா	1213
நனவினால் நல்காக்	1217
நனவினால் நல்காரை	1219
நனவென ஒன்றில்லை	1216
நன்மையும் தீமையும்	511
நன்றறி வாரிற்	1072
நன்றாகும் ஆக்கம்	328
நன்றாங்கால் நல்லவாக்	379
நன்றாற்றும் ளுள்ளுந்	469
நன்றி மறப்பது	108
நன்றிக்கு வித்தாகும்	138
நன்றென்ற வற்றுள்ளும்	715
நன்றே தரினும்	113
நன்னீரை வாழி	1111
நாச்செற்று விக்குள்மேல்	335

நாடாது நட்டலிற்	791
நாடென்ப நாடா	739
நாடொறும் நாடி	553
நாடோறும் நாடுக	520
நாணமை நாடாமை	833
நாணால் உயிரைத்	1017
நாணும் மறந்தேன்	1297
நாணென ஒன்றோ	1257
நாணெடு நல்லாண்மை	1133
நாண்அகத் தில்லார்	1020
நாண்என்னும் நல்லாள்	924
நாண்வேலி கொள்ளாது	1016
நாநலம் என்னும்	641
நாம்காதல் கொண்டார்	1195
நாளென ஒன்றுபோல்	334
நினந்தீயில் இட்டன்ன	1260
நிலத்தியல்பால் நீர்திரிந்து	452
நிலத்தில் கிடந்தமை	959
நிலவரை நீள்புகழ்	234
நிலைஅஞ்சி நீத்தாருள்	325
நிலைமக்கள் சால	770
நிலையில் திரியாது	124
நில்லாத வற்றை	331
நிழல்நீரும் இன்னாத	881
நிறைநீர நீரவர்	782
நிறைநெஞ்சம் இல்லவர்	917
நிறைமொழி மாந்தர்	28
நிறையரியர் மன்அளியர்	1138
நிறையுடைமை நீங்காமை	154
நிறையுடையேன் என்பேன்மன்	1254
நினைத்திருந்து நோக்கினும்	1320
நினைத்தொன்றும்	1241
நினைப்பவர் போன்று	1203
நீங்கான் வெகுளி	864
நீங்கின் தெறூஉம்	1104
நீரும் நிழலது	1309
நீரின்று அமையாது	20
நுணங்கிய கேள்விய	419
நுண்ணிய நூல்பல	373
நுண்ணியம் என்பார்	710
நுண்மாண் நுழைபுலம்	407
நுனிக்கொம்பர் ஏறினார்	476
நூலாருள் நூல்வல்லன்	683
நெஞ்சத்தார் காத	1128
நெஞ்சில் துறவார்	276
நெடுங்கடலும் தன்நீர்மை	17
நெடுநீர் மறவி	605
நெடும்புனலூன் வெல்லும்	495
நெருநல் உளனொருவன்	336
நெருநற்றுச் சென்றார்எம்	1278
நெருப்பினுள் துஞ்சலும்	1049
நேசக்கினாள் நோக்கி	1093
நோக்கினாள் நோக்கெதிர்	1082
நோதல் எவன்மற்று	1308
நோயெல்லாம் நோய்செய்தார்	320
நோய்நாடி நோய்முதல்	948
நோவக்க நொந்தது	877
நோனா உடம்பும்	1132
பகச்சொல்லிக் கேளிர்ப்	187
பகல்கருதிப் பற்றா	852
பகல்வெல்லும் கூகையைக்	481
பகுத்துண்டு பல்லுயிர்	322
பகையென்னும் பண்பி	871
பகைநட்பாக் கொண்டொழுகும்	874
பகைநட்பாம் காலம்	830
பகைபாவம் அச்சம்	146
பகைமையும் கேண்மையும்	709
பகையகத்துச் சாவார்	723
பகையகத்துப் பேடிகை	727
பசக்கமன் பட்டாங்கென்	1189
பசந்தாள் இவள்என்பது	1188
பசப்பெனப் பேர்பெறுதல்	1190

படலாற்றா பைதல்	1175	பழியஞ்சிப் பாத்தூரண்	44
படியுடையார் பற்றமைந்தக்	606	பழுதெண்ணும் மந்திரியின்	639
படுபயன் வெஃகிப்	172	பழமை எனப்படுவது	801
படைகுடி கூழ்அமைச்சு	381	பழையம் எனக்கருதிப்	700
படைகொண்டார் நெஞ்சம்போல்	253	பற்றற்ற கண்ணும்	521
பணியுமாம் என்றும்	978	பற்றற்ற கண்ணே	349
பணிவுடையன் இன்சொலன்	95	பற்றற்றேம் என்பார்	275
பணைநீங்கிப் பைந்தொடி	1234	பற்றி விடாஅ	347
பண்என்னாம் பாடற்கு	573	பற்றுக பற்றற்றான்	350
பண்டறியேன் கூற்றென்	1083	பற்றுள்ளம் என்னும்	438
பண்பிலான் பெற்ற	1000	பனிஅரும்பிப் பைதல்கொள்	1223
பண்புடையார் பட்டுண்டு	996	பன்மாயக் கள்வன்	1258
பதிமருண்டு பைதல்	1229	பாடு பெறுதியோ	1237
பயனில் பல்லார்முன்	192	பாத்தூரண் மரீஇ	227
பயனில்சொல் பாராட்டு	196	பாலொடு தேன்கலந்	1121
பயன்தூக்கார் செய்த	103	பிணிக்கு மருந்து	1102
பயன்தூக்கிப் பண்புரைக்கும்	912	பிணியின்மை செல்வம்	738
பயன்மரம் உள்ளூர்ப்	216	பிணையேர் மடநோக்கும்	1089
பரிந்தவர் நல்காரொன்று	1248	பிரிதலும் பேணிக்	633
பரிந்தோம்பிக் காக்க	132	பிரிவுரைக்கும் வன்கண்ண	1156
பரிந்தோம்பிப் பற்றறேம்	88	பிழைத்துணர்ந்தும் பேதைமை	417
பரியது கூர்ங்கோட்டது	599	பிறப்பென்னும் பேதைமை	358
பரியினும் ஆகாவாம்	376	பிறப்பொக்கும் எல்லா	972
பருகுவார் போலினும்	811	பிறர்க்குஇன்னா முற்பகல்	319
பருவத்தோடு ஒட்ட	482	பிறர்நாணத் தக்கது	1018
பருவரலும் பைதலும்	1197	பிறர்பழியும் தம்பழியும்	1015
பலகுடை நீழலும்	1034	பிறவிப் பெருங்கடல்	10
பலசொல்லக் காமுறுவர்	649	பிறன்பழி கூறுவான்	186
பலநல்ல கற்றக்	823	பிறன்பொருளாள்	141
பல்குழுவும் பாழ்செய்யும்	735	பிறன்மனை நோக்காத	148
பல்லவை கற்றும்	728	பீலிபெய் சாகாடும்	475
பல்லார் பகைகொளலிற்	450	புகழ்இன்றால் புத்தேள்நாட்டு	966
பல்லார் முனியப்	191	புகழ்ந்தவை போற்றிச்	538
பழிய செல்வமும்	937	புகழ்பட வாழாதார்	237
பழிய நட்பெவன்	803	புகழ்புரிந்த இல்லிலோர்க்கு	59
பழிமலைந்து எய்திய	657	புக்கில் அமைந்தின்று	340

புணர்ச்சி பழகுதல்	785	பேணாது பெப்பவே	1283
புத்தே ளுலகத்தும்	213	பேதை பெருங்கெழீ	816
புரந்தார்கண் நீர்மல்கச்	780	பேதைப் படுக்கும்	372
புலத்தலின் புத்தேள்நாடு	1323	பேதைமை என்பதொன்று	831
புலப்ப லெனச்சென்றேன்	1259	பேதைமை ஒன்றோ	805
புலப்பேன்கொல் புல்லுவேன்	1267	பேதையுள் எல்லாம்	832
புல்லவையுள் பொச்சாந்தும்	719	பேராண்மை என்ப	773
புல்லா திராஅப்	1301	பொச்சாப்பார்க்கு இல்லை	533
புல்லி விடாஅப்	1324	பொச்சாப்புக் கொல்லும்	532
புல்லிக் கிடந்தேன்	1187	பொதுலத்தார் புன்னலம்	915
புறங்குன்றி கண்டனைய	277	பொதுநோக்கான் வேந்தன்	528
புறங்கூறி பொய்த்துயிர்	183	பொய்படும் ஒன்றோ	836
புறத்துறு பெல்லாம்	79	பொய்ம்மையும் வாய்மை	292
புறந்தூரய்மை நீரான்	298	பொய்யாமை அன்ன	296
புன்கண்ணை வாழி	1222	பொய்யாமை பொய்யாமை	297
பெண்ணியலார் எல்லாரும்	1311	பொருட்பெண்டிர் பொய்ம்மை	913
பெண்ணிற் பெருந்தக்க	54	பொருட்பொருளார் புன்னலம்	914
பெண்ணினால் பெண்மை	1280	பொருளால் லவரை	751
பெண்ணேவல் செய்தொழுகும்	907	பொருளல்ல வற்றைப்	351
பெயக்கண்டும் நஞ்சுண்	580	பொருளற்றார் பூப்பர்	248
பெயலாற்றா நீருலந்த	1174	பொருளாட்சி போற்றதற்கு	252
பெரிதாற்றிப் பெட்பக்	1276	பொருளானாம் எல்லாமென்று	1002
பெரிதினிது பேதையார்	839	பொருளென்னும் பொய்யா	753
பெரியாரைப் பேணாது	892	பொருள்கருவி காலம்	675
பெருக்கத்து வேண்டும்	963	பொருள்கெடுத்துப் பொய்மேற்	938
பெருங்கொடையான் பேணான்	526	பொருள்தீர்ந்த பொச்சாந்துஞ்	199
பெருமை உடையவா	975	பொருள்நீங்கிப் பொச்சாந்தார்	246
பெருமை பெருமிதம்	979	பொருள்மாலை யாளரை	1230
பெருமைக்கும் ஏனைச்	505	பொள்ளென ஆங்கே	487
பெரும்பொருளால் பெட்டக்க	732	பொறியின்மை யார்க்கும்	618
பெறா அமை அஞ்சும்	1295	பொறிவாயில் ஐந்தவித்தான்	6
பெறின்என்னாம் பெற்றக்கால்	1270	பொறுத்தல் இறப்பினை	152
பெறுமவற்றுள் யாமறிவது	61	பொறையொருங்கு	733
பெற்றார் பெறின்பெறுவர்	58	போற்றின் அரியவை	693
பேணாது பெட்டார்	1178	மகன்தந்தைக்கு ஆற்றும்	70
பேமாது பெண்விழமவான்	902	மக்களே போல்வர்	1071

மக்கள்மெய் தீண்டல் 65	மற்றும் தொடர்ப்பாடு 345
மங்கலம் என்ப 60	மனத்தது மாசாக 278
மடலூர்தல் யாமத்தும் 1136	மனத்தான் ஆம் மாந்தர்க்கு 453
மடமடிக் கொண்டொழுகும் 603	மனத்தின் அமையா 825
மடமை குடிமைக்கண் 608	மனத்துக்கண் மாசிலன் 34
மடியிலா மன்னவன் 610	மனத்துளது போலக் 454
மடியுளாள் மாமுகடி 617	மனத்தொடு வாய்மை 295
மடியை மடியா 602	மனநலத்தின் ஆகும் 459
மணிநீரும் மண்ணும் 742	மனநலம் நன்குடைய 458
மணியில் திகழ்தரு 1273	மனநலம் மன்னுயிரக் 457
மண்ணோ டியைந்த 576	மனந்தூயார்க் கெச்சம்நன் 456
மதிநுட்பம் நூலோடு 636	மனந்தூய்மை செய்வினை 455
மதியும் மடந்தை.....................1116	மனம்மாணா உட்பகை 884
மயிர்நீப்பின் வாழாக் 969	மனைத்தக்க மாண்புடையள் 51
மருத்துவா யெல்லாம் 624	மனைமாட்சி இல்லாள்கண் 52
மருந்தாகித் தப்பா 217	மனையாளை அஞ்சும் 904
மருந்தென வேண்டாவாம் 942	மனைவிழைவார் மாண்பயன் 901
மருந்தோமற்று ஊன்ஓம்பும் 968	மன்னர் விழைப 692
மருவுக மாசற்றார் 800	மன்னர்க்கு மன்னுதல் 556
மலரன்ன கண்ணாள் 1119	மன்னுயிர் எல்லாம் 1168
மலரன்ன கண்ணாள் 1142	மன்னுயிர் ஓம்பி 244
மலரினும் மெல்லிது 1289	மாதர் முகம்போல் 1118
மலர்காணின் மையாத்தி 1112	மாலைநோய் செய்தல் 1226
மலர்மிசை ஏகினான் 3	மாலையோ அல்லை 1221
மழித்தலும் நீட்டலும் 280	மாறுபாடு இல்லாத 945
மறத்தல் வெகுளியை 303	மிகச்செய்து தம்மெள்ளு 829
மறந்தும் பிறன்கேடு 204	மிகல்மேவல் மெய்ப்பொருள் 857
மறப்பினும் ஒத்துக் 134	மிகினும் குறையினும் 941
மறப்பின் எவனவன் 1207	மிகுதியான் மிக்கவை 158
மறமானம் மாண்ட 766	முகத்தான் அமர்ந்துஇனிது 93
மறவர்க மாசற்றார் 106	முகத்தின் இனிய 824
மறைதவை கேட்கவற் 587	முகத்தின் முதுக்குறைந்தது 707
மறைபெறல் ஊரார்க்கு 1180	முகநக நட்பது 786
மறைப்பேன்மன் காமத்தை 1253	முகம்நோக்கி நிற்க 708
மறைப்பேன்மன் யானிஃதோ 1161	முகைமொக்குள் உள்ளது 1274
மற்றியான் என்னுளேன் 1206	முடிவும் இடையூறும் 676

முதலிலார்க்கு ஊதியம் 449	வருகமன் கொண்கள் 1266
முயக்கிடைத் தண்வளி 1239	வருமுன்னர்க் காவாதான் 435
முயங்கிய கைகளை 1238	வருவிருந்து வைகலும் 83
முயற்சி திருவினை 616	வரைவிலா மாணிழையார் 919
முரண்சேர்ந்த மொய்ம்பி 492	வலியார்க்கு மாறேற்றல் 861
முறிமேனி முத்தம் 1113	வலியார்முன் தன்னை 250
முறைகோடி மன்னவன் 559	வலியில் நிலைமையான் 273
முறைசெய்து காப்பாற்றும் 388	வழங்குவ துள்வீழ்ந்தக் 955
முறைப்படச் சூழ்ந்தும் 640	வழிநோக்கான் வாய்ப்பன 865
முற்றாற்றி முற்றி 748	வழுத்தினாள் தும்மினே 1317
முற்றியுழு முற்றா 747	வறியார்க்கொன்று ஈவதே 221
முனைமுகத்து மாற்றலர் 749	வன்கண்குடி காத்தல் 632
முன்னுறக் காவாது 535	வாணிகம் செய்வார்க்கு 120
மேலிருந்தும் மேலல்லார் 973	வாய்மை எனப்படுவது 291
மேற்பிறந்தா ராயினும் 409	வாராக்கால் துஞ்சா 1179
மையல் ஒருவன் 838	வாரி பெருக்கி 512
மோப்பக் குழையும் 90	வாழ்தல் உயிர்க்கன்னள் 1124
யாகாவா ராயினும் 127	வாழ்வார்க்கு வானம் 1192
யாங்கண்ணின் காண 1140	வாளற்றுப் புறங்கென்ற 1261
யாண்டுச்சென்று யாண்டும் 895	வாளொடென் வன்கண்ணர் 726
யாதனின் யாதனின் 341	வாள்போல் பகைவரை 882
யாதானும் நாடாமல் 397	வானுயர் தோற்றம் 272
யாழும் உளேங்கொல் 1204	வானோக்கி வாழும் 542
யாம்மெய்யாக் கண்டவற்றுள் 300	வான்நின்று உலகம் 11
யாரினும் காதலம் 1314	விசும்பின் துளிவீழின் 16
யான்எனது என்னும் 346	விடா அது சென்றாரைக் 1210
யான்நோக்குங் காலை 1094	விடுமாற்றம் வேந்தர்க்கு 689
வகுத்தான் வகுத்த 377	விண்டின்று பொய்ப்பின் 13
வகைமாண்ட வாழ்க்கையும் 897	வித்தும் இடல்வேண்டும் 85
வகையறச் சூழா 465	வியவற்க எஞ்ஞான்றும் 439
வகையறிந்து தற்செய்து 878	விருந்து புறத்தாத் 82
வகையறிந்து வல்லவை 721	விருப்பராச் சுற்றம் 522
வசையிலா வண்பயன் 239	விரைந்து தொழில்கேட்கும் 648
வசையென் பவையெத்தூர்க் 238	விலங்கொடு மக்கள் 410
வசையொழிய வாழ்வாரே 240	வில்லேர் உழவர் 872
வஞ்ச மனத்தான் 271	விழித்தக்கண் வேல்கொண் 775

விழுப்புண் படாதநாள் 776	வீழ்வாரின் இன்சொல் 1198
விழுப்பேற்றின் அஃதொப்பது 162	வீறெய்தி மாண்டார் 665
விழைத்கையான் வேண்டி 804	வெண்மை எனப்படுவது 844
விழையார் விழையப் 810	வெருவந்த செய்தொழுகும் 563
விளக்கற்றம் பார்க்கும் 1186	வெள்ளத் தனைய 595
விளிந்தாரின் வேறல்லர் 143	வெள்ளத் தனைய 622
விளியுமென் இன்னுயிர் 1209	வேட்ட பொழுதின் 1105
வினைகலந்து வென்றீக 1268	வேட்பத்தாம் சொல்லிப் 646
வினைக்கண் வினைகெடல் 612	வேட்பன சொல்லி 697
வினைக்கண் வினையுடையான் .. 519	வேண்டற்க வெஃகியாம் 177
வினைக்குரிமை நாடிய 518	வேண்டற்க வென்றிடினும் 931
வினைசெய்வார் தம்சுற்றம் 584	வேண்டாமை அன்ன 363
வினைத்திட்பம் என்பது 661	வேண்டிய வேண்டியாங் 265
வினைபகை என்றிரண்டின் 674	வேண்டின்உண் டாகத் 342
வினையால் வினையாக்கிக் 678	வேண்டுங்கால் வேண்டும் 362
வினைவலியும் தன்வலியும் 471	வேண்டுதல் வேண்டாமை 4
வீழப் படுவார் 1194	வேலன்று வென்றி 546
வீழுநர் வீழப் 1193	வேலொடு நின்றான் 552
வீழும் இருவர்க்கு 1108	வைத்தான்வாய் சான்ற 1001
வீழ்நாள் படாஅமை 38	வையத்துள் வாழ்வாங்கு 50

திருவள்ளுவர் - வேறு பெயர்கள்

நாயனார்
முதற்பாவலர்
தெய்வப் புலவர்
தேவர்
நான்முகனார்
மாதானுபங்கி
செந்நாப்போதார்
பெருநாவலர்
	- ஆக பெயர்கள் எட்டு

திருக்குறள் - வேறு பெயர்கள்

முப்பால்
உத்தரவேதம்
பொது மறை
பொய்யாமொழி
திருவள்ளுவர்
வாயுறை வாழ்த்து
தமிழ்மறை தெய்வநூல்
	- ஆக பெயர்கள் எட்டு